இப்படித்தான் ஜெயித்தார்கள்

ஒரு பத்திரிகையாளனின் நேர்காணல்கள்

மோ.கணேசன்

Ippadiththaan Jeyithaargal *(in Tamil)*
M.Ganesan ©
First Published: December, 2021 | Second Print: August, 2023
Ilaiyor Ilakkiyam
imprint of Bharathi Puthakalayam
7, Elango Salai, Teynampet, Chennai - 600 018
Email: bharathiputhakalayam@gmail.com | www.thamizhbooks.com

இப்படித்தான் ஜெயித்தார்கள்
மோ.கணேசன் ©
முதல் பதிப்பு: டிசம்பர், 2021 | இரண்டாம் அச்சு: ஆகஸ்ட், 2023
வெளியீடு:

இளையோர் இலக்கியம் - பாரதி புத்தகாலயத்தின் ஓர் அங்கம்
7, இளங்கோ சாலை, தேனாம்பேட்டை, சென்னை - 600 018.
தொலைபேசி : 044 24332424, 24332924, 24330024
விற்பனை உரிமை

பாரதி புத்தகாலயம்

விற்பனை நிலையங்கள்
அருப்புக்கோட்டை: *கதவுஎண் 49 A/4 மெயின் ரோடு, தெற்கு தெரு - 9994173551*
ஈரோடு: *39: 39 ஸ்டேட் பாங்க் சாலை - 9245448353*
கரூர்: *நாரத கானசபா அருகில் (TNGEA OFFICE) - 9442706676*
காரைக்குடி : *12, 2 வது தெரு, கம்பன் மணிமண்டபம் பின்புறம் - 9443406150*
கும்பகோணம்: *352, ரயில் நிலையம் எதிரில் - 9443995061*
குன்னூர்: *N.K.N வணிக வளாகம் பெட்போர்ட்*
கோவை: *77, மசக்காளிபாளையம் ரோடு, பீளமேடு - 8903707294*
சிதம்பரம்: *22A / 18B தேரடி கடைத் தெரு, கீழவீதி அருகில் - 9994399347*
செங்கல்பட்டு: *1 D ஜி.எஸ்.டி சாலை - 044 27426964* | **சேலம்:** *15, வித்யாலயா சாலை*
தஞ்சாவூர்: *காந்திஜி வணிக வளாகம் காந்திஜி சாலை - 9655542400*
திண்டுக்கல்: *பேருந்து நிலையம் - 9942331105, 9976053719*
திருச்சி: *வெண்மணி இல்லம், கரூர் புறவழிச்சாலை - 9994289492*
திருநெல்வேலி: *நவஜீவன் டிரஸ்ட் வளாகம், 48-B/10, அம்பை ரோடு, வீரமாணிக்கபுரம் - 9442149981*
திருப்பூர்: *447, அவினாசி சாலை - 9486105018* | **நெய்வேலி:** *பேருந்து நிலையம் அருகில், - 9443659147*
திருவண்ணாமலை: *முத்தம்மாள் நகர்* | **திருவல்லிக்கேணி:** *48, தேரடி தெரு - 9444428358*
திருவாரூர்: *35, நேதாஜி சாலை - 9442540543* | **நாகர்கோவில்:** *699 கே.பி.ரோடு R.V.புரம் - 9443450111*
பழனி: *பேருந்து நிலையம் அருகில் - 7010760693* | **விருதுநகர்:** *131, கச்சேரி சாலை - 0456 2245300*
பாண்டிச்சேரி : *கிழக்கு கடற்கரைச்சாலை, இலாசுப்பேட்டை, 9486102777*
பெரம்பூர்: *52, கூக்ஸ் ரோடு - 9444373716* | **மதுரை:** *37A, பெரியார் பேருந்து நிலையம் - 045 22324674*
மதுரை: *சர்வோதயா மெயின்ரோடு* | **வேலூர்:** *பேஸ் III, சத்துவாச்சாரி - 9442553893*
வடபழனி: *பேருந்து நிலையம் எதிரில் அடையார் ஆனந்தபவன் மாடியில் - 9444476967*

நினைத்த நூல்கள்... நினைத்த நேரத்தில்... thamizhbooks.com 8778073949

அச்சு : பிரிண்டெக், சென்னை - 600 005.

ஜெயித்தவர்கள்

உங்களோடு சில நிமிடம்...

நாம் ஒவ்வொருவரும், ஒவ்வொரு சூழ்நிலையிலும் ஜெயித்துக் கொண்டே இருக்க வேண்டும் என்றுதான் விரும்புவோம். விளையாட்டாக இருந்தாலும் சரி, விவாதமாக இருந்தாலும் சரி நாம்தான் எப்போதும் முதலிடத்தில் இருக்க வேண்டும் என்று அதற்கான முன்னெடுப்புகளைச் செய்து ஜெயித்துவிடுவோம்.

இந்த எண்ணம் அன்னையின் வயிற்றில் நாம் அணுவாகச் சென்று கருத்தரிக்க ஆரம்பிப்பதில் இருந்தே துவங்கிவிடுகிறது. 6 கோடி சகோதர, சகோதரி அணுக்களைப் பின்னுக்குத் தள்ளி, வேகமாக முந்திச்சென்று, தாயின் கருமுட்டைக்குள் நுழைந்து, குழந்தையாக உருவெடுப்பதில் முதல்முறையாக ஜெயிக்க ஆரம்பிக்கிறோம். கருவில் இருந்தே ஜெயிக்க வேண்டும் என்ற எண்ணம் இப்படித்தான் நம்முள் மரபியல் ரீதியாகவும், செயலியல் ரீதியாகவும் புதைந்திருக்கிறது. எப்போதும் ஜெயிக்க வேண்டும் என்ற எண்ணம் நம் ஆயுள் முழுக்க நீக்கமற நிறைந்தே காணப்படும். அந்த எண்ணம்தான் இந்த புத்தகத்தின் மைய இழை.

2001-ல் விகடன் மாணவப் பத்திரிகையாளர் என்ற முறையில் பத்திரிகை உலகில் காலடி எடுத்துவைத்த நான், பல்வேறு ஊடகங்களுக்காக சாமானியர்கள் முதற்கொண்டு அரசியல் பிரபலங்கள், சினிமா பிரபலங்கள், தொழில் அதிபர்கள் என அனைத்துத் தரப்பினர்களையும் நேர்காணல் செய்திருக்கிறேன். ஒவ்வொருவரிடமிருந்தும் அவரவர் துறைசார்ந்த தகவல்களை, வாழ்வியல் அனுபவங்களைத் தோண்டித்துருவி எடுத்து வாசகர்களுக்குத் தந்திருக்கிறேன்.

ஆயினும், புதிய தலைமுறை கல்வி இதழின் தலைமை உதவி ஆசிரியராக நான் பணியாற்றியபோதுதான், “வாழ்வின் கடைநிலையில் இருந்து போராடி ஜெயித்தவர்களை தொடராக எழுதுங்கள்” என்று எனக்கு ஊக்கமும் உற்சாகமும் கொடுத்தார் அதன் ஆசிரியராக இருந்த பெ.கருணாகரன். எனது திறமைகளுக்கு மதிப்பளித்து, சுதந்திரமும் கொடுத்து பல்வேறு ஆளுமைகளை சந்திக்க வைத்த அவரை இங்கே நன்றியோடு நினைவுகூர்கிறேன்.

அந்த தொடருக்காக நான் நேர்காணல் செய்த ஆளுமைகள், தங்களது வாழ்வில் எப்படி ஜெயித்தார்கள் என்பதை அவர்களது வார்த்தைகளைக் கொண்டே கட்டுரைகளாகப் 'புதியதலைமுறை கல்வி'யில் எழுதி இருக்கிறேன். மேலும், 'புதியதலைமுறை' இதழிலும் எழுதி இருக்கிறேன். இந்த நேர்காணல்கள் இவ்விரு இதழ்களில் வெளிவந்தாலும், இடப்பற்றாக்குறை காரணமாக 'எடிட்' செய்யப்பட்டு, ரத்தினச் சுருக்கமாகத்தான் வெளியானது.

இப்புத்தகத்தில் நான் நேர்காணல் செய்த ஆளுமைகளில், 20 ஆளுமைகளைத் தெரிவு செய்து, அவர்களின் வாழ்க்கை வரலாற்றை, அனுபவங்களை, ஜெயித்த தருணங்களை 'எடிட்' செய்யாமல் முழுமையாக வாசிக்கக் கொடுத்திருக்கிறேன். இப்புத்தகத்தில் எனது கல்லூரிக்கால தமிழாசிரியரும், பிரபல எழுத்தாளருமான பெருமாள் முருகன் ஐயாவை தனிப்பட்ட முறையில், அவரது உலகை அறிந்துகொள்ள வேண்டும் என்ற நோக்கில் மூன்று ஆண்டுகளுக்கு முன்பு நேர்காணல் செய்தேன். அதையும் இப்புத்தகத்தில் கொடுத்திருக்கிறேன். 2019-ல் இப்புத்தகத்தை வெளியிட எண்ணியிருந்தேன். கொரோனா பெருந்தொற்று காரணமாக, இப்போது வெளியிடுகிறேன்.

தாமதமாக வந்ததற்குப் போனஸாக, கிரைம் கதை எழுத்துலகில் எனது ஆதர்ச நாயகரான ராஜேஷ்குமாரையும், அறிவியல் புனைகதை எழுத்தாளர் ஆர்னிகா நாசரையும், பட்டிமன்றத் தமிழைப் பார் முழுக்கக் கொண்டுசென்ற சாலமன் பாப்பையாவையும் இப்புத்தகத்திற்காகவே இணையவழியில் நேர்காணல் செய்திருக்கிறேன். சாலமன் பாப்பையாவின் தமிழுக்காகவே அவரது நீண்ட உரையாடலை அப்படியே பதிவு செய்திருக்கிறேன். சற்றே நீண்டதாக இருந்தாலும், மதுரைத் தமிழ் உங்களை மகிழ்விக்கும் என நம்புகிறேன்.

இறுதியாக எங்கள் மாவட்டத்தைச் சேர்ந்த சேலம் ஆர்.ஆர். பிரியாணி நிறுவனர் தமிழ்ச்செல்வனின் நேர்காணலும் இடம்பெறுகிறது. அவரைச் சந்திக்க உதவியாக இருந்த புதுவரவு ரமேஷ்பாபுவிற்கு நன்றிகள்.

இவர்களுடைய நேர்காணல்களைப் படிக்கும்போது, அவர்களுடைய போராட்ட வாழ்க்கை மட்டுமல்ல, அக்காலத்தில் நிலவிய சமூக, பொருளாதார, கலாச்சார வாழ்வியல் நிலைகளையும், வரலாற்றையும் தெரிந்துகொள்வீர்கள்.

நேர்காணலுக்கு உதவியாக இருந்த புதிய தலைமுறை கல்வி இதழின் முன்னாள் ஆசிரியர் பொன்.தனசேகரன், அந்த இதழின் சகாக்கள் சுந்தரபுத்தன், ரவிச்சந்திர ஹாசன், து.அருணாச்சலம் ஆகியோருக்கும், என்னிடம் தங்களது வாழ்வியல் அனுபவங்களைப் பகிர்ந்துகொண்ட ஆளுமைகளுக்கும் எனது நன்றியைத் தெரிவித்துக்கொள்கிறேன். இவர்களை நிழற்படங்களாக்கிய எங்களின் வெ.கோகுலகிருஷ்ணனுக்கு அன்பும் நன்றியும்.

இப்புத்தகத்திற்கு அணிந்துரை வழங்கிய எனது உடன்பிறவா சகோதரர், சென்னை பல்கலைக்கழகத்தின் இதழியல் துறை உதவிப் பேராசிரியர், முனைவர் தங்க.ஜெய்சக்திவேல் அவர்களுக்கு எனது அன்பு கலந்த நன்றி! இப்புத்தகத்தின் மெய்ப்புப்பணியைப் பார்த்துக் கொடுத்து, ஆலோசனைகளையும் தந்த அன்புத் தோழமை கவிதா சுரேஷிற்கு நன்றி. இப்புத்தகத்தை வாசித்து உரிய திருத்தங்களைச் செய்த உதவிப்பேராசிரியர் க.சு.சங்கீதாவிற்கு பேரன்பும் நன்றியும்.

இப்புத்தகத்தை வெளியிடும் பாரதி புத்தகாலயத்திற்கும், தோழர் நாகராஜனுக்கும், இப்புத்தகத்தை பக்கம் பக்கமாக செதுக்கித் தந்த வடிவமைப்பாளர் தோழர் ரா.காளத்திக்கும், பாரதி புத்தகாலயத்தின் அத்தனை தோழமைகளுக்கும் அன்பு கலந்த நன்றிகள்.

எனது எழுத்துலகப்பணிக்கு எப்போதும் தங்கள் நேரத்தை விட்டுக்கொடுத்துவரும் என் மனைவிக்கும், செல்ல மகன்களுக்கும், எனது உறவுகளுக்கும், நெருங்கிய நட்புகளுக்கும் எனது பேரன்பு.

என்னைக் கருவாக்கி, உருவாக்கி, உயிர்ப்பித்து, நான் எப்போதும் ஜெயித்துக்கொண்டே இருக்க வேண்டுமென்று தங்கள் வாழ்நாளையே அர்ப்பணித்து மறைந்த என் தாயார் மோ.வள்ளியம்மாள், தந்தையார் வீ.மோகன் ராஜி ஆகியோருக்கு இந்தப் படைப்பைக் காணிக்கையாக்குகிறேன்.

இப்புத்தகத்தை (சு)வாசித்து உங்களை வளப்படுத்திக்கொள்ளுங்கள். உங்களுக்குப் பிடித்தமானவர்களுக்குப் பரிசளித்து மகிழுங்கள். உங்களாலும் ஜெயிக்க முடியும் என நம்புங்கள். எதிர்காலத்தில் உங்களை நேர்காணல் செய்ய நானே வருவேன்!

என்றென்றும் அன்பு'டன்'

31.12.2021
சென்னை

மோ.கணேசன்
+91-9444296929
http://youtube.com/vaalutv

ஜெயித்திடுவோம் வாருங்கள்!

இந்த உலகம் இன்றல்ல, என்றுமே ஜெயித்தவர்களை மட்டுமே கொண்டாடும். கொண்டாடியும் வருகிறது. ஆனால், ஜெயித்தவர்கள் எத்தனை முறை தோற்றார்கள் என்பதை மிக எளிதாக மறந்துவிடுகிறது. அதனை ஞாபகப்படுத்தும் தொகுப்பே இந்த நூல். ஒவ்வொரு ஆளுமையின் மிக முக்கியமான தருணங்களை மிக அழகாக பேட்டிகண்டு தொகுத்துள்ளார் மோ.கணேசன்.

பேட்டி காண்பவர், காணப்படுபவரைப் பற்றிச் சிறப்பாகத் தெரிந்து வைத்திருந்தால் மட்டுமே அந்தப் பேட்டி மேன்மையானதாக இருக்கும். பேட்டியைப் படிக்கும்போதே அந்தப் பேட்டியின் தன்மையை அறிந்துகொள்ள முடியும். இந்தப் புத்தகத்தில் இடம்பெற்றுள்ள ஒவ்வொரு பேட்டியும் மிக முக்கியமானது. ஒவ்வொரு ஆளுமையைப் பற்றியும் அறிந்துகொண்டு, அவர்களிடம் எந்த கேள்விக் கேட்டால், படிப்பவர்களுக்கு பயனுள்ளதாக இருக்குமோ, அந்தக் கேள்விகளைக் கேட்டது புத்தக ஆசிரியரின் சிறப்புகளில் ஒன்று.

இலங்கை வானொலியின் மூத்த அறிவிப்பாளர் திரு.பி.ஹெச். அப்துல் ஹமீத் அவர்களைப் பேட்டி கண்டதில் இருந்து வானொலியில் ஆர்வம் கொண்டவர் மோ.கணேசன் என்பதை அறிந்துகொள்ள முடிகிறது. வானொலி என்ற ஓர் ஊடகத்தின் மூலம் இவ்வளவு கற்றுக்கொள்ள முடியுமா? என்பதை பேட்டியைப் படிக்கும்பொழுது அறிந்துகொள்ளலாம். “அகத்தின் அழகு குரலில் தெரியும்” என்று கூறியது போல், இந்தப் புத்தகத்தின் அழகுக்கு இந்த முதல் பேட்டியே அட்சாரம் எனலாம்.

‘பாட்டுக்குப் பாட்டு’ நிகழ்ச்சி பிறந்தவிதம் பற்றி விரிவாகப் பேசியுள்ளனர். அதிலும் குறிப்பாக, அந்த நிகழ்ச்சிதான் தெற்கு ஆசியாவிலேயே முதல் முறையாக வானொலியிலும்,

தொலைக்காட்சியிலும் ஒருசேர ஒலி/ஒளிபரப்பான நிகழ்ச்சி என்பது புதிய தகவலாக இருந்தது. இந்த பேட்டி மட்டுமல்ல, புத்தகத்தில் உள்ள அனைத்து பேட்டிகளிலும், பல்வேறு புதிய தகவல்களை அறிந்துகொள்ளச் செய்துள்ளார் மோ.கணேசன்.

வழக்கமான பேட்டியாக இது இல்லை என்பதற்கு உதாரணமாக திரு.மயில்சாமி அண்ணாதுரை அவர்களின் பேட்டி அமைந்துள்ளது. ஒரு விஞ்ஞானியின் வளர்ச்சிக்குப் பின்னால் இவ்வளவு உழைப்பிருக்கிறதா என்பதை அறியும்போது, ஆச்சரியமாக உள்ளது. அதனைச் சரியான கேள்விகளைக் கேட்டதன் மூலமே நம்மால் அறிந்துகொள்ள முடிகிறது.

வழக்கமாக இது போன்ற பேட்டிகள் அடங்கியத் தொகுப்பில் நிழற்படங்களைக் காணமுடியாது. இந்தப் புத்தகத்தில் அடங்கியுள்ள பேட்டிகளில், பேட்டி காண்பவரே விருந்தினர்களுடன் எடுத்துக்கொண்ட நிழற்படத்தினைப் பதிவு செய்துள்ளது, மிகவும் சிறப்பான ஒன்று.

ஒவ்வொரு பேட்டியின் முடிவிலும், அந்தப் பேட்டி வெளிவந்த ஆண்டினைக் குறிப்பிட்டது மிக முக்கியமான ஒன்று. காரணம், பேட்டி வெளிவந்தபின், ஆளுமைகளின் வாழ்வில் ஏதேனும் மிக முக்கிய சம்பவங்கள் நடந்திருந்தால், அதை ஏன் பேட்டி கண்டவர் பதிவுசெய்யவில்லை என்ற குழப்பத்தினை நீக்கும். அதனை ஈடுசெய்யும் விதமாக, பேட்டி கொடுத்த ஆளுமைகள் தற்பொழுது என்ன செய்துகொண்டு இருக்கிறார்கள் என்பதை, ஒவ்வொரு பேட்டியின் நிறைவிலும் பெட்டிச் செய்தியாக கொடுத்திருப்பது, கூடுதல் சிறப்பு.

‘ஜெய்பீம்’ திரைப்படத்தில் ஒரு வழக்கை மட்டும் பதிவு செய்திருப்பார்கள். அந்த ஒரு வழக்கே மனதைப் பாதிக்கும்படி இருக்கிறதே என்று இருந்த நமக்கு, நீதியரசர் சந்துரு அவர்களின் மறுபக்கத்தினை அறிந்துகொள்ளும் வகையில் பேட்டியினை எடுத்துக் கொடுத்துள்ளார் நூலின் ஆசிரியர்.

இந்தப் புத்தகத்தில் உள்ள பேட்டிகளைப் படிக்கப் படிக்க, அந்த ஆளுமைகளின் குரலினை பதிவு செய்து, அதனை சி.டி. வடிவிலும் இணைத்துக் கொடுத்திருந்தால், இன்னும் சிறப்பாக இருந்திருக்கும். அந்த அளவுக்கு, பேட்டியினைப் படிக்கும் போது, நம்மையும் அறியாமல் அவர்களின் குரல்களை நம் மனதில் ஒலிக்க வைத்துள்ளார் ஆசிரியர்.

வானொலிப் பேட்டிகளை மட்டுமே அதிகமாகக் கேட்ட எனக்கு, இந்த புத்தகத்தில் இடம்பெற்றுள்ள அனைத்து பேட்டிகளும், வானொலிக்கு உகந்த பேட்டிகளாகவே உள்ளதை உணர முடிகிறது. ஒரு வேளை, இந்தப் பேட்டிகளை ஒலிப்பதிவு செய்திருந்தால், அவற்றைத் தனியாக ஒரு போட்காஸ்டிங் வடிவத்திற்கு மாற்றலாம். அவ்வளவு இனிமையாகப் பேட்டிகள் அமைந்துள்ளன.

சிவில் சர்வீஸ், இசை, பட்டிமன்றம், மருத்துவம், எழுத்து, ஓவியம், கல்வி, சினிமா, அரசியல், வானிலை, பட்டிமன்றம், உணவகம் என பல்வேறு துறையில் கோலோச்சிய, கோலோச்சிக்கொண்டிருக்கிற முகம் தெரிந்த ஆளுமைகளையும், முகம் தெரியாத ஆளுமைகளையும் இப்புத்தகத்தில் அளித்திருக்கிறார்.

இந்தப் புத்தகம் யாரிடம் இருக்கிறதோ, இல்லையோ, பள்ளி மற்றும் கல்லூரி மாணவர்கள் கையில் இருக்க வேண்டிய மிக முக்கியமான புத்தகம். காரணம், ஒவ்வொரு ஆளுமையின் வாழ்க்கை வரலாற்றையும் தனியாகப் படிக்க வேண்டிய அவசியம் இல்லாதவகையில், அனைத்து ஆளுமைகளையும் ஒரே புத்தகத்தில் பதிவு செய்துள்ளார் மோ.கணேசன். ஒவ்வொருவரின் பேட்டியையும் குறும்படமாகவோ, திரைப்படமாகவோ உருமாற்றம் செய்யலாம். அந்த அளவுக்குத் தகவல்கள் நிரம்பிக்கிடக்கின்றன. இதில் இடம்பெற்றுள்ள ஆளுமைகளைப் பற்றி முழுமையாக அறிந்துகொள்ள உதவும் குறிப்புதவி நூலாக ('ரெபரென்ஸ்' புத்தகமாக) இந்நூல் திகழும்.

20 ஆளுமைகளின் பேட்டிகள் இடம்பெற்றுள்ள இப்புத்தகத்தில் ஒவ்வொருவரின் பேட்டியிலும் முத்தாய்ப்பாகப் பல அரிய தகவல்கள் தொகுக்கப்பட்டுள்ளன. அனைத்தினையும் தனித்தனியாக இங்கே பதிவு செய்திடவே ஆவல், ஆனால் படிப்பவர்களின் நலன் கருதி அவை இங்கே தவிர்க்கப்படுகிறது. படிக்கும்போது கிடைக்கும் சுவாரஸ்யமே தனி.

நல்லதொரு புத்தகத்தினை இன்றைய இளைய சமுதாயத்திற்கு 2022-ன் புத்தாண்டுப் பரிசாக வழங்கியுள்ள பத்திரிகையாளர் மோ.கணேசன் அவர்களுக்கு இந்தத் தருணத்தில் வாழ்த்தினைத் தெரிவித்துக் கொள்கிறேன்.

31.12.2021
சென்னை

முனைவர் **தங்க.ஜெய்சக்திவேல்**
உதவிப் பேராசிரியர்
இதழியல் மற்றும் தொடர்பியல் துறை
சென்னைப் பல்கலைக்கழகம்

எங்கள் வீட்டில் கேட்பதற்கு வானொலி பெட்டிகூட இருந்ததில்லை!

- பி.எச்.அப்துல் ஹமீத்

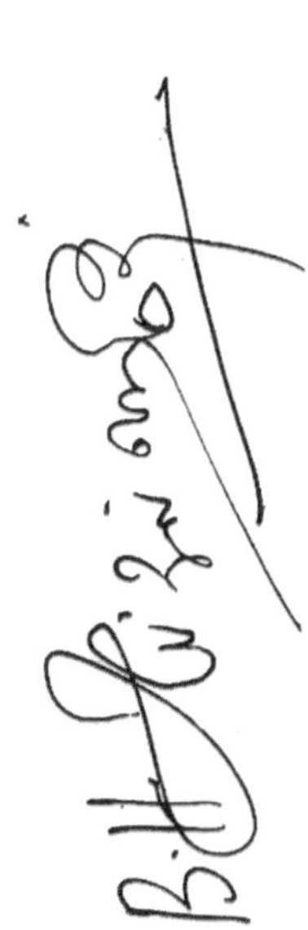

"இலங்கை வானொலி ஒலிபரப்புக் கூட்டுத்தாபனத்தின் வர்த்தக ஒலிபரப்பு... இது உங்கள் அன்பு அறிவிப்பாளர் பி.எச்.அப்துல் ஹமீத்..'' என்றபடி வான்வழியே வந்து, ஊனில் இறங்கும் இந்த மதுரக் குரலை அறியாத தமிழர் இந்த உலகில் இல்லை என்றுதான் சொல்ல வேண்டும். அத்தனை சிறப்புவாய்ந்த, பி.எச். அப்துல் ஹமீத் என்கிற பாவா ஹசன் அப்துல் ஹமீத் அவர்கள் இலங்கை வானொலி உருவாக்கிய ஜாம்பவான்களில் தனக்கென்று தனி இடம் பிடித்தவர்.

இவர் வானொலிக்கு வந்த கதை மிகவும் சுவாரஸ்யமானது. தனது மொழிப்புலமையினாலும், குரல் வளத்தினாலும், தனது அபாரத் திறமையினாலும் தேமதுரத் தமிழோசையை உலகமெலாம் ஒலி அலைகளால் பரப்பியவர். அதை இன்றும் பல்வேறு ஊடகத்துறைகளின் மூலம் பரப்பிக் கொண்டிருப்பவர் நமது அன்பு அறிவிப்பாளர் அப்துல் ஹமீத்.

2016-ஆம் ஆண்டு பிப்ரவரி மாதத்தின், இனியதொரு மாலை நேரம். போயஸ் கார்டனிலுள்ள விருந்தினர் மாளிகை ஒன்றில் அப்துல் ஹமீதைச் சந்தித்தேன்... இனி எனது கேள்விக்கணைகளும் ஈழத்தமிழில் வந்து விழுந்த அவரது பதில்களும்...

உங்களின் பிறப்பு, இளம்பிராயம் பற்றிச் சொல்லுங்கள்?

கொழும்பு மாநகருக்குள் ஒரு குக்கிராமம் போன்று இருக்கும் தோட்டப்பகுதிதான் நான் பிறந்து வளர்ந்த இடம். மின்சாரமற்ற, சன நெருக்கடிமிக்க அந்த தோட்டப்பகுதியில் ஒதுக்குப்புறமாக அமைந்திருந்தது என் வீடு. இச்சூழலில் வாழ்ந்தவர்கள் பெரும்பாலானோர் தமிழ்நாட்டு ஸ்ரீவில்லிபுத்தூர் கிறிஸ்தவ தமிழர்கள். ஆங்கிலேய காலனித்துவ காலத்தில் இங்கு குடியமர்த்தப்பட்டவர்கள். அதிகபட்ச தமிழர்கள் வாழ்ந்ததால் சிங்களப் பேச்சுவழக்கில் 'தெமலு கொட' என்று அடையாளம் காணப்பட்ட இவ்விடமே 'தெமட்டகொடை'யென்று பெயர் மருவியதாகச் சொல்லப்படுகிறது.

என் தந்தையார் ஹசன் அவர்களுக்கும் தாய் ஹாசியா உம்மாவுக்கும் நான்காவது மகனாக ஏப்ரல் 11, 1949-ல் பிறந்தேன். எனக்கு முன் பிறந்த அனைவரும் ஆண் சகோதரர்களே. எனக்கு மூன்றரை வயதிருக்கும்போதே என் தந்தையார் காலமாகிவிட்டார்.

தந்தையின் இழப்புக்குப் பின், என் அன்னையார் சின்னஞ்சிறிய எங்களைப் பல்வேறு சிரமத்திற்கு மத்தியிலும் அரவணைத்து வளர்த்தார். அவர் கடையப்பம் தயாரித்துத் தர, அதை நான் தெருத்தெருவாகச் சுமந்து விற்றிருக்கிறேன். அப்படி ஈட்டிய வருவாய்மூலம் வயிற்றுப் பசியைப் போக்கிக் கொண்டிருந்தோம்.

தங்களின் பள்ளிப்பருவம் எப்படி இருந்தது?

தெமட்டகொடை அரசினர் தமிழ் கலவன் பாடசாலையில், ஆசிரியராக இருந்த ஆ.பொன்னுத்துரை மாஸ்டர் எனக்கு அகரத்தை ஆரம்பித்து வைத்தார். கல்வியோடு என்னுள் இருந்த கலையார்வத்தையும் வளர்த்துவிட்டார். பள்ளியில் படித்த காலத்திலேயே நாடகங்களில் நடித்திருக்கிறேன். 1960-ஆம் ஆண்டளவில் பெரும் வெள்ளத்தால் பாதிப்புக்குள்ளானோருக்கு உதவும்வகையில், வெள்ள நிவாரண நிதியுதவிக்காகத் தெமட்டகொடை சைவக்கடை உரிமையாளர் ஆவுடையப்பன் ஏற்பாட்டில், கொழும்பு விவேகானந்தா சபை மண்டபத்தில்,

'வீரபாண்டிய கட்டபொம்மன்' நாடகம், லடிஸ் வீரமணி நடிப்பில் மேடையேற்ற ஒழுங்குகள் (ஏற்பாடுகள்) செய்யப்பட்டிருந்தன. சிறு தர்க்கம் காரணமாகக் கடைசிநேரத்தில் வீரமணி மேடையேற மறுத்துவிட்டார். எங்களில் அபார நம்பிக்கை வைத்திருந்த ஆவுடையப்பன், அந்த நாடகத்தை மேடையேற்றித் தரும்படி எங்களிடம் கேட்டார். துணிந்து மேடையேறினோம். பார்வையாளர்கள் மத்தியில் லடிஸ் வீரமணியும் அமர்ந்து பார்த்தார். இறுதியில் மேடைக்கு வந்த அவர், என்னை ஆரத்தழுவி ஆசிர்வதித்துப் பாராட்டினார்.

என் ஆசானின் வழிகாட்டலில், அகில இலங்கை ரீதியில் (அளவில்) விவேகானந்தா சபை நடத்திய 'ஆறுமுக நாவலர்' பேச்சுப்போட்டியில், ஏழாம் தரத்தில் (வகுப்பில்) படித்துக்கொண்டிருந்த நானும் பங்குகொண்டு முதலாம் பரிசாக தங்கப்பதக்கம் வென்றேன். சுவாமி சச்சிதானந்தன் எனக்குப் பதக்கத்தை அணிவித்தார். இவர் சூப்பர் ஸ்டார் ரஜினிகாந்தின் ஆன்மீக குருவாக இருந்தார் என்பதைப் பின்னாளில் தெரிந்து கொண்டேன்.

இச்சம்பவங்கள் எல்லாம் என் பள்ளி வாழ்க்கையில் ஓர் அங்கமாக அமைந்தது. இந்த திறமைக்கெல்லாம் அஸ்த்திவாரம், (அடித்தளம்) எங்கள் பள்ளியின் தலைமையாசிரியரான பண்டிதர் சிவலிங்கம் மாஸ்டர் எடுத்த இலக்கியப்பாடம். அ(ட்)ச்சரப் பிழையின்றிச் சொல்லித்தந்த தமிழ் உச்சரிப்பு இன்று உலகளாவிய புகழுக்கு அடித்தளமாக அமைந்துள்ளது.

இலங்கை வானொலியில் வாய்ப்பு எப்படி கிடைத்தது?

வானொலி பிரியனான எனக்குக் கேட்பதற்கு வீட்டில் வானொலிப்பெட்டிகூட இருந்ததில்லை. எங்கள் ஒழுங்கையில் (தெருவில்) ஒரே ஒரு வீட்டில்தான் பெரிய பெரக் பெட்டரியில் (பேட்டரியில்) இயங்கும் வானொலிப்பெட்டி இருந்தது. சிறுவர் நிகழ்ச்சி ஒலிபரப்பாகும் நேரத்தில், அந்த வீட்டு முற்றத்தில் சின்னப் பட்டாளமாகிய நாங்கள் அமர்ந்தபடி கேட்டு ரசிப்போம். இந்நிகழ்ச்சியின் இறுதியில் வானொலி மாமாவால் வாசிக்கப்படும் கடிதம் சுவாரஸ்யமாக இருக்கும். இதில் என்னுடைய கடிதமும் இடம்பெற வேண்டுமென்ற அவாவில், மூன்று சதத்திற்கு (மூன்று பைசா) தபால் அட்டையொன்றை வாங்கி, என் கருத்தையும் ஒரு நாள் எழுதியிருந்தேன்.

அடுத்த நிகழ்ச்சியில் வானொலி மாமா என் கடிதத்தை வாசித்து,"மருமகன் அப்துல் ஹமீத் எழுதியிருக்கிறார்" என்று அறிவித்தார். நான் அப்படியே சொர்க்கலோகத்தில் பறப்பதுபோல் உணர்ந்தேன். நிகழ்ச்சியை ஆர்வத்தோடு கேட்டுவந்த எனக்கு, அதில் கலந்துகொள்ள வேண்டுமென்ற அவா. மாதத்தின் கடைசிவாரத்தில் சிறுவர் மலர் நிகழ்வில் பங்குபெறுபவர் தன்னுடன் ஒருவரை அழைத்துக்கொண்டு செல்லலாம் என்றிருந்தது. அந்த வாய்ப்பு எனது நண்பன் ஜோசப் எட்வர்டுக்கு கிடைக்க, அவனோடு நானும் ஒட்டிக்கொண்டு, இருவரும் டொரிங்டனிலுள்ள வானொலி நிலையத்திற்கு நடந்தே சென்றோம்.

அப்போதெல்லாம் நிகழ்ச்சிகள் நேரடி ஒலிபரப்பாகவே இருக்கும். இதற்காக சிறுவர்களை நிலையத்திற்கு வரவழைத்து இரண்டுநாள் பயிற்சியளிப்பார்கள். நேரத்தை அவதானத்தில் (அனுசரித்து) வைத்து நிகழ்ச்சிகளை நிரல்படுத்துவது வழக்கம். நான் கலையக அரங்கில் அமர்ந்து நிகழ்ச்சிகளைக் காணும் அவாவில் இருந்தபோது, ஏற்கெனவே பயிற்சியளிக்கப்பட்டு இருந்தவர்களை நிகழ்ச்சிக்கு அழைத்தார்கள். அன்றைய தினத்தில் பயிற்சிபெற்ற சிறுவனுக்கு, உடல் நலமில்லாதபடியால் வானொலி நிலையத்திற்கு வரமுடியவில்லை.

'பச்சைமலை தீவு' எனும் தொடர் நாடகம், நேரடி நிகழ்ச்சியென்றபடியால் பயிற்சி இல்லாமல் எப்படி அவ்விடத்தை நிரப்புவது என்று யோசித்துக்கொண்டிருந்த வானொலி மாமா, எதிர்பாராதவிதமாக பார்வையாளராக வந்திருந்த எல்லோரையும்

பேசவைத்துப் பார்த்தார். அரங்கிலிருந்த என்னை அழைத்து "தம்பி, இதில் எழுதியிருப்பதை வாசியும், பார்ப்போம்" என்றார். பேச்சுப்போட்டி, நாடகங்களில் கலந்துகொண்ட அனுபவங்கள் இருந்ததால், முதன்முதலாக கலையகத்தில் கால்பதித்த நான், சற்றும் தயங்காமல் அப்படியே வாசித்து ஒப்புவித்தேன். அதன் பிரதிபலிப்பு தொடர்ந்து அந்த பாத்திரத்தில் என்னையே பங்கேற்கும்படி கேட்டுக்கொண்டார் வானொலி மாமா. முதல்படியே என்னை உச்சத்திற்குக் கொண்டுபோய் விட்டது.

நிகழ்ச்சி முடிந்து வீடு திரும்பியபோது, என் குடியிருப்பு பகுதியே திரண்டு, ஒரு சாதனையாளனை வரவேற்பதைப்போல வரவேற்றது. தொடர்ந்து சிறுவர் மலரில் அந்தப் பாத்திரத்தை வகிக்கும் வாய்ப்பு எனக்குக் கிட்டியது. அப்பாத்திரத்திற்கெனப் பயிற்றப்பட்டு (பயிற்சியளிக்கப்பட்டு) வாய்ப்பை இழந்தவர் என் அருமை நண்பர், கலையுலகத் தோழன் 'மரிக்கார்' என்ற மகுடம் பதித்த ராம்தாஸ்தான்.

சிறுவர் நிகழ்ச்சியிலிருந்து விடுவித்து இளைஞர் மன்ற நிகழ்ச்சிகளில் இணைத்துக் கொண்டார்கள். இளைஞர் மன்றம் போன்ற நிகழ்ச்சிகளில் பங்கேற்று வந்த காலத்தில் அறிவிப்பாளர் தேர்வுக்கு விண்ணப்பம் கோரியிருந்தார்கள். அந்தக் காலகட்டத்தில் அறிவிப்பாளர் என்பது மிக உயர்ந்த பதவியாக மதிக்கப்பட்டு வந்தது. மதிப்பிற்குரிய மயில்வாகனம் போன்றவர்கள் அறிவிப்பாளர்களாக இருந்த காலம் அது. மேட்டுக்குடி மக்கள்போல் நடமாடும் தொழில்சார் உத்தியோகத்தர்கள். இவர்கள் மத்தியில் பதினாறு வயதே நிரம்பிய நான் அரைக்கால் சட்டையோடு நிற்க முடியுமா? என்ற மனபேதலிப்பில் தயங்கியிருந்தேன்.

இவ்வேளையில், என்னுள் இருக்கும் திறமைகளை வெளிக்கொணர வேண்டுமென்ற அவாவில், என் மீது அன்பு கொண்ட திரு. வே.ஆ.சிவஞானம் அவர்கள் என்னை விண்ணப்பிக்கும்படி கேட்டுக்கொண்டார். பள்ளிப்படிப்பை முடித்து பல்கலைக்கழகம் நுழையும் தறுவாயில் அறிவிப்பாளர் தேர்வுக்காக என்னுடைய விண்ணப்பத்தைச் சமர்ப்பித்தேன். இதற்கு உந்துசக்தியாக இருந்த பணிப்பாளர் (நிகழ்ச்சி இயக்குநர்) திரு. வே. ஆ. சிவஞானத்தை நன்றியுணர்வுடன் நினைவுகூரக் கடமைப்பட்டுள்ளேன்.

தேர்வில் ஐந்து பேர் தெரிவானோம். அந்த ஐந்து பேரில் நடராஜசிவம், ஜோர்க்கின் பெர்ணாண்டோ, இருதய ஆனந்தராஜ், ராஜேஸ்வரி சண்முகம் உட்பட என்னையும் தேர்வு செய்திருந்ததாக அறிவித்தார்கள். தேர்வு செய்யப்பட்டவர்களைக் கல்வி சேவையில் பணிப்பாளராக (பொறுப்பாளராக) இருந்த திருமதி ஜோசப், ஒவ்வொருவராக தன் அறைக்கு அழைத்தார். என்னுடைய பெயரை அழைத்ததும், அரைக்கால் சட்டையுடன் நான் போய் நின்றேன். ஆபிஸ் பையன்தான் வந்துவிட்டானோ என்று எண்ணிய அந்த அம்மணி "என்ன வேண்டும்?" என கேட்டார். இல்லை 'நீங்க என் பெயரைக் கூப்பிட்டீங்க, அதுதான் வந்தேன். நான்தான் அப்துல் ஹமீத்' என்றேன். அவர் வியந்து போனார்.

வானொலி வரலாற்றிலேயே மிக இளம் வயதில் அறிவிப்பாளராகத் தெரிவு செய்யப்பட்டவன் நானாகத்தான் இருக்குமென்று நினைக்கின்றேன். தமிழ் பேரறிஞர் வ.ஆ.இராசையா நிகழ்ச்சித் தயாரிப்பாளராக இருந்தார். வானொலியில் என் பங்களிப்பைச் செதுக்கிப் பக்குவப்படுத்தினார். வானொலி மாமாக்களான எஸ். நடராஜன், கருணை ரத்தினம், வி.ஏ.கபூர், சரவணமுத்து மாமா ஆகியோரை மறக்க முடியாது. அதன்பிறகு செய்தி வாசிப்பாளராக, நேர்முக வர்ணனையாளராக, நிகழ்ச்சி தயாரிப்பாளராக, நாடகக் கலைஞராக பல்வேறு அம்சங்களிலும் காலூன்றினேன்.

ஆரம்ப காலகட்டத்தில் இளைஞர் மன்றத்திற்கும், கல்விச் சேவை நிகழ்ச்சிக்குமாக நாடகம், உரைச்சித்திரம் தயாரிக்கவும், குரல் கொடுக்கவும் வாய்ப்புகள் நிறைய தந்தார்கள். இதற்காக அந்தக் காலத்தில் வழங்கப்பட்ட சன்மானத்தை, நாளாந்த (அன்றாட) வாழ்வாதாரத்திற்காக, எனது அன்னையிடம் கொடுத்தேன். அந்த பதினாறு வயதினில் கிடைத்த வானொலி நிலைய சன்மானம் ஓரளவு குடும்பச் சுமையைத் தாங்கிப்பிடித்தது என்றே கூற வேண்டும்.

நீங்கள் வாங்கிய முதல் சம்பளத்தொகை எவ்வளவு?

சன்மானம் பெறும் வானொலிக் கலைஞராகத் தெரிவாகி, முதல் நிகழ்ச்சிக்காக நான் முதன்முதலாகப் பெற்றது எட்டு ரூபாய் ஐம்பது காசுகள். அதை, வறுமைக் கோட்டைத் தாண்டுவதற்காகத் தினமும் போராடிக்கொண்டிருந்த என் அன்னையின் கரங்களில் ஒப்படைத்தபோது, நான் அடைந்த மகிழ்ச்சிக்கு அளவே இல்லை.

வானொலி நிகழ்ச்சித் தயாரிப்புகளில், நீங்கள் செய்த புதுமைகளில் மறக்கமுடியாத ஒன்றைச் சொல்ல முடியுமா?

இலங்கை வானொலியில், கதம்பம் சஞ்சிகை ஆசிரியர் மோகனின் முயற்சியால் இலங்கை – இந்திய நடிகர்கள் பங்குபெறும் தொடர் நாடகமொன்று ஒலிபரப்பு செய்வதற்கான முயற்சிகள் செய்யப்பட்டன. அதற்கு விளம்பர முகமையாளராக மோகன் இருக்க, நிகழ்ச்சித் தயாரிப்பாளராக நானிருந்தேன். இலங்கை - இந்திய நடிகர்களின் ஒத்தாசையோடு ஒருவரை ஒருவர் சந்திக்காமல், அவரவரின் இடங்களுக்கே சென்று அந்த கதாபாத்திரங்களின் குரல்களில் வசனங்கள் அனைத்தும் ஒலிப்பதிவு செய்யப்பட்டன. அஷ்ரப்கானின் கதையில் 'அனிச்ச மலர்கள்' எனும் தொடர் நாடகம்தான் அது. இதில் பழம்பெரும் நடிகர் ஜெமினி கணேசன், நடிகை ஸ்ரீவித்யா, கே.பாலச்சந்தரின் 'எதிர்நீச்சல்' படப்புகழ் நடிகர் ஐ.எஸ்.ஆர். ஆகியோருடன் இலங்கையிலுள்ள பிரபல நடிகர் நடிகைகளும் வெவ்வேறு இடங்களில் இருந்து குரலைப் பதிவு செய்து கொடுத்திருந்தனர். இதனை நேர்த்தியாக ஒலிக்கலவை செய்து, வானலையில் பரவவிட்டு, ரசிகர்களை ஈர்ப்பது என்னுடைய வேலை. இது அந்நாளில் ஒரு சாதனை முயற்சியாகவே கருதப்பட்டது. நாற்பத்தைந்து வாரங்கள் ஒலிபரப்பான இந்தத் தொடர் நாடகத்திற்கு மக்களிடம் பிரமாண்டமான வரவேற்பு இருந்தது. மாபெரும் வெற்றியையும் பெற்றது. ஒவ்வொருவரின் இடத்திற்கே சென்று, அவர்களது பாத்திரங்களுக்கு ஏற்ப, அவர்களைப் பேசவைத்து, அதை ஒன்றாக்கி ஒலிபரப்பு செய்தது மறக்க முடியாத புதுமை.

வானொலியில் உள்ள நவீனங்களைத் தெரிந்து கொண்ட அனுபவம் இருக்கிறதா?

இலங்கை வானொலி நிலையத்தில் பலதுறைகளிலும் நிபுணத்துவம் பெற்றிருக்கும் வேளையில், மூன்றாவது பல்கலையில் சென்று படிக்கும் வாய்ப்பு அல்ல, பயிற்சி பெறும் வாய்ப்பு கிடைத்தது. எனக்குதான் வானொலித் துறையில் எல்லாம் தெரியுமே என்று இறுமாப்போடு இருந்தவனை, வானொலிக்கலை என்பது பெருங்கடல். அதில் கற்றுக்கொள்ள வேண்டியது இன்னும் எவ்வளவோ இருக்கிறது என்று எனக்கு உணர வைத்தது.

1985-ல், ஒல்லாந்து எனப்பட்ட நெதர்லாந்தில் உள்ள ஆர்.என்.டி.சி. என்கின்ற 'ரேடியோ நெதர்லாந்து டிரெயினிங்

சென்டரில்' புலமைப் பரிசிலோடு பயிற்சி பெறும் மாணவக் கலைஞனாகத் தேர்வு செய்யப்பட்டேன். உலக அளவில், பல்வேறு நாடுகளில் இருந்து 12 பேர் மட்டுமே இப்பயிற்சிக்குத் தேர்வு செய்யப்படுவார்கள். இதற்கு தேர்வுகள் இருக்கின்றன. அதை எழுதித் தேர்ச்சி பெற்றேன். ஆறு மாத பயிற்சியில் ரேடியோ ஒலிபரப்பு குறித்து பல்வேறு விடயங்களைத் தெரிந்து கொண்டேன். அங்கு கற்றுக்கொண்ட பாடங்கள்தான், என்னை ஒலிபரப்புக்கலையில் வித்தை தெரிந்த வித்தகனாக்கியது.

தமிழகத் திரையுலகப் பிரபலங்களை நீங்கள் பேட்டி கண்ட சுவாரசியங்களைப் பகிர்ந்துகொள்ளுங்களேன்?

நடிகர் திலகம் சிவாஜி கணேசன் எனது மானசீக குரு. அவரைச் சந்திப்பதே பாக்கியம் என்றிருந்தபோது, அவரைப் பேட்டி காணும் வாய்ப்பு கிடைத்தது. 'பைலட் பிரேம்நாத்' படத்தில் நடிப்பதற்காக அவர் இலங்கை வந்திருந்தபோது, இலங்கை வானொலிக்காகப் பேட்டி காணச்சென்றேன். அன்றுதான் அவரை நான் முதன் முதலாகச் சந்தித்தேன். அவரை நெருங்கி, "வணக்கம் அண்ணா" என்று நான் சொன்னதும், எனது கைகளைப் பற்றிக் கொண்டு "வணக்கம் கேப்டன் சாம்பசிவம்" என்று அவருக்கே உரிய பாணியில் என்னை வரவேற்றார்.

"என் மனைவி உடல் நலம் குன்றி மருத்துவமனையில் இருந்தபோது, நானும் அவருடன் தங்கியிருக்க நேர்ந்தது. அப்போது பொழுதுபோக்காக இலங்கை வானொலி நிகழ்ச்சிகளைக் கேட்டேன். தற்செயலாக உங்களின் 'ஒரு வீடு கோயிலாகிறது' நாடகத்தையும் கேட்டேன். அந்த நாடகம் என்னை வெகுவாகக் கவர்ந்ததால், தவறாமல் கேட்கத் தொடங்கினேன். அதிலும் நீங்கள் ஏற்று நடித்த கேப்டன் சாம்பசிவம் கதாபாத்திரம் என்னை மிகவும் கவர்ந்தது." என்று சிவாஜி கணேசன் என்னிடம் சொன்னார். அவரின் பாராட்டை மறக்கவே முடியாது. அவரை நான் பேட்டி கண்டபோது, ஒரு வார்த்தைகூட ஆங்கிலம் கலவாமல் அவரும் தூய தமிழிலேயே பதில் தந்தது என்றென்றும் மறக்கமுடியாது.

இது ஒரு சுகானுபவம் என்றால், சூப்பர் ஸ்டார் ரஜினிகாந்தை பேட்டி எடுத்தது மறக்கவியலா பாடம் என்றே சொல்லவேண்டும். சூப்பர் ஸ்டார் ரஜினிகாந்த் 'தீ' படத்துக்காக இலங்கை வந்திருந்தபோது, அவரை வானொலிக்காக நான் கண்ட நேர்காணலை மறக்கவே முடியாது.

அவருக்கும் அதுவே முதல் வானொலிப் பேட்டி என்று நினைக்கிறேன். காரணம், நான் முதலில் ஒரு கேள்வியைக் கேட்கிறேன். உடனே பதில் வராது. மேலே கூரையைப் பார்ப்பார். பின்பு, வலது இடது பக்கம் தலையை திருப்பிப் பார்ப்பார், ஒலிப்பதிவு நாடா தன் கடமையை செய்து கொண்டிருக்கும். சில வினாடிகளுக்குப்பிறகு... "ஆமாம்!" என்ற ஒற்றைச் சொல் பதிலாய்வரும். அடுத்த கேள்விக்கும் நீண்ட தாமதத்திற்குப் பிறகு "இல்லை" என்ற ஒற்றைச் சொல். அடுத்துவரும் கேள்விகளுக்கு... "பெரும்பாலும் நீங்கள் சொல்வது சரி" என்ற ஆமோதிப்பு. அப்படியே அரைமணி நேரத்துக்குமேல் ஓடிவிட்டது. நான் பேந்தப்பேந்த விழிப்பதைப்பார்த்து, உடன் வந்திருந்த நடிகரும் நண்பருமான வி.கோபாலகிருஷ்ணன் அவர்கள், விலா எலும்பு நோகும் அளவுக்கு சத்தம் போடாமல் சிரித்துக்கொண்டிருந்தார். சந்திப்பு முடிந்ததும் அவர்களை வழியனுப்பிவிட்டு, உள்ளே வந்து அமைதியாக இருந்து யோசித்துப்பார்த்தேன்.

இந்த ஒலிப்பதிவை எப்படியும் வானொலியில் ஒலிபரப்பவே முடியாது. இன்றுவரை ஒலிபரப்பவும் இல்லை. அன்றைய ரஜினிக்குத் தமிழ் சரளமாகப் பேசவராது என்பது அல்ல காரணம், நான் கேள்விகளைக் கேட்ட விதத்தில்தான் பிழை என்பதை உணர்ந்து கொண்டேன். நான் கேட்ட கேள்விகளுக்கு அப்படி ஒற்றைச் சொல்லிலும் பதில் சொல்லலாம்.

நான் அவரிடம் கேட்ட எல்லாக் கேள்விகளுமே, நான் தெரிந்து வைத்திருந்ததை அவரிடம் சரிபார்க்கும் பாணியிலேயே அமைந்திருந்ததை உணர்ந்து, அன்று முதல் என்னைத் திருத்திக்கொண்டேன். பேட்டி காண்பவர்களைப் பேசவைப்பது எப்படி என்பதைப் படிப்படியாக முயன்று என்னைப் பண்படுத்திக்கொண்டேன். அந்த வகையில், ஒரு நேர்காணலை எப்படிச் செய்யவேண்டும் என்று எனக்கு வழிகாட்டியவராகவே சூப்பர் ஸ்டாரை மதிக்கிறேன்.

24 மணி நேரத்தில் ஒரு நாடகத்தை உருவாக்கினீர்களாமே... அப்துல் ஜாப்பர் ஐயா ஒரு முறை என்னிடம் குறிப்பிட்டிருக்கிறார். அதைப் பற்றி..?

அப்துல் ஜாப்பர் ஐயாவின் தீவிர ரசிகன் நான். அவர் சொன்ன தகவல் உண்மைதான். 24 மணி நேரத்தில் ஒரு நாடகத்தை தயார் செய்யமுடியுமா..? என்றொரு சவால் வந்தது. அதைத் தயார்

செய்து காட்டினேன். 'ஆக்ராவின் கண்ணீர்' என்பதுதான் அந்த நாடகத்தின் பெயர். அக்பராக அப்துல் ஜாப்பர் ஐயாவும், அமீராக நானும் நடித்தோம். அப்போது, அவரது திறமையை அருகிலிருந்து பார்த்துப் பரவசப்படும் வாய்ப்பு எனக்கு கிடைத்தது.

நான் அவரைவிட வயதில் சிறியவன் என்றாலும், என்மேல் மிகுந்த அன்பு வைத்தவர். ஒரு முறை அப்துல் ஜாப்பரிடம், உங்களை விட அப்துல் ஹமீத் அசத்துகிறாரே... இதைப்பற்றி என்ன நினைக்கறீங்க? என்று கேட்டதற்கு, அப்துல் ஜபார் அவரது கிரிக்கெட் பாணியில் அளித்த பதில், அந்த பெருந்தகையின் பெருந்தன்மைக்கு எடுத்துக்காட்டு. "நான் டெஸ்ட் பேட்ஸ்மேன். அப்துல் ஹமீத் ஒன் டே பேட்ஸ்மேன்" என்று பதில் தந்தார்.

அறிவிப்பாளருக்கு குரல்வளம் முக்கியம். அத்தகைய குரல் வளத்தை எப்படிப் பாதுகாத்தீர்கள்?

அறிவிப்பாளன் என்பவன் ஒரு குறிப்பிட்ட வட்டத்திற்குள் நிற்காமல், பல்வேறு அம்சங்களைப் பற்றியும் தெரிந்து கொள்ளவேண்டும். தற்கால விஞ்ஞான மாற்றங்களை உள்வாங்கிக்கொண்டு, அதற்குத் தகுந்தாற்போல நிகழ்ச்சிகளை வடிவமைக்க வேண்டும். அப்படி ஒரு மாணவ சிந்தனையோடு, இன்றுவரை கற்றல் நிலையிலேயே நான் காணப்படுவதால், உள்ளத்தளவில் இளைஞனாக இருக்கிறேன்.

அகத்தின் அழகு குரலில் தெரியும் என்பதால் முடிந்தவரையிலும் என்னுடைய அகத்தைச் சுத்தமாக வைத்திருக்கிறேன். மொழியை நேசித்தல் என்பது பெற்ற தாயை நேசிப்பதற்குச் சமம். என்னைப் பொறுத்தவரையில் தாய்மொழி என்பது, தந்தை பேசிய மொழியோ அல்லது தாய் பேசிய மொழியோ அல்ல. குழந்தை முதன் முதலில் பேசிய மொழி. ஆகவே, நான் முதன்முதலில் பேசிய மொழி தமிழ். அதன்பால் அளவு கடந்த நேசம் வைத்துள்ளதால், வார்த்தைகளைக்கூட கடித்துக் குதறாமல், கேட்பவருடைய காதுகளை இம்சை செய்யாமல் அழகாக வார்த்தைகளை உச்சரிக்கக்கூடிய ஒரு பக்குவம் வரும்.

ஆகவே, கால மாற்றங்களைக் கருத்தில்கொண்டு புதிய தொழில் நுட்ப யுக்தியோடு, நிகழ்ச்சிகளைத் தயாரித்து, மொழியை நேசித்து நாம் அறிவிப்புச் செய்கின்றபோது, எவர் குரலும் எந்த வயதிலும் இனிமையானதாகத்தான் இருக்கும்.

இலங்கைத் தமிழரான உங்களுக்கு அங்கே மறக்கமுடியாத சம்பவங்கள் இருக்குமே... ஒன்றைப் பகிர்ந்துகொள்ளுங்களேன்?

1983, ஜூலை மாதத்தில் கலவரம் அரங்கேறிய சமயம் அது. என்னையும் என் மனைவியையும் காரில் வைத்து பெற்றோல் ஊற்றி எரித்து விட்டார்கள் என்ற செய்தி, தமிழகப் பத்திரிகைகளில் செய்தியாக வெளிவந்து, மக்களுக்கு அதிர்ச்சி கொடுத்திருந்தது. இந்த வதந்தி எப்படி பரவியது என்று தெரியவில்லை.

இலங்கையில் இனி தமிழர்கள் வாழ முடியுமா? என்னைப் போன்றவர்கள் தமிழ்பேசி எப்படி பிழைப்பு நடத்துவது? என்ற ஏக்கம் என்னை வாட்ட, வானொலி நிலையம் செல்லாது வீட்டிலேயே இருந்துவிட்டேன். அந்த வதந்தி உண்மையென உறுதியாகிவிட்ட சூழ்நிலையில்தான், இலங்கை அரசு உடனடியாக என்னை வானொலி நிலையத்திற்கு அழைத்தது. எனது பெயரை முதலிலேயே குறிப்பிட்டுவிட்டு, விஷேடச் செய்தியை வாசிக்க சொன்னார்கள். அதன் பிறகுதான் நான் உயிரோடு இருக்கும் விடயம் மக்களுக்குத் தெரியவந்தது. அப்போது நேயர்கள் காட்டிய அன்பும், பாசமும் என் வாழ்நாளில் மறக்க இயலாது.

பாட்டுக்கு பாட்டு என்ற நிகழ்ச்சியை உலகறியச் செய்தீர்களே... அதன் பின்னணி குறித்து சொல்லமுடியுமா?

இந்த நிகழ்ச்சியை இலங்கை வானொலியில் ஆரம்பித்து சுமார் 32 ஆண்டுகள் ஆகிவிட்டன. எனக்குள்ளே ஒரு மனக்குறை இருந்து வந்தது. இந்த ‘பாட்டுக்குப் பாட்டு’ நிகழ்ச்சியின் மூலம்தான் இந்த அப்துல் ஹமீதை இனங்காண்கிறார்கள் என்பதால், என்னைக் குறைத்து மதிப்பிடுவதைப்போல எண்ணினேன்.

காரணம்... வயதில் மிகக்குறைந்த அறிவிப்பாளனாக இலங்கை வானொலியில் இணைந்தபோதே வெறும் அறிவிப்புகளோடு மட்டும் நின்றுவிடாமல், ஒலிபரப்பிலே உள்ள பல துறைகளையும் கற்றுணரவேண்டும் என்ற உந்துதல் அந்த வயதிலேயே இருந்தது.

ஆகவே நான் இலக்கியத் துறை சார்ந்த சஞ்சிகை நிகழ்ச்சிகள், பொது அறிவு சம்பந்தப்பட்ட நிகழ்ச்சிகள், செய்தித் தொகுப்புகள், நான் இயக்கிய மிகச் சிறந்த நாடகங்கள் என பல நிகழ்ச்சிகள் இருக்கும்போது, இந்த பாட்டுக்குப் பாட்டு நிகழ்ச்சியால் மட்டுமே என்னை அடையாளம் காண்கிறார்களே என்ற மனக்குறைதான் அது.

இந்தப் பாட்டுக்குப் பாட்டு நிகழ்ச்சியை ஏன் ஆரம்பித்தேன் என்றால், அன்று நானே விரும்பி ஏற்றுக்கொண்ட வேலைப்பளுவில் இருந்து என்னை விடுவித்துக் கொள்வதற்காகவே. இரண்டே இரண்டு கலைஞர்களை மட்டும் வைத்துக்கொண்டு, ஈழத்துப் பாடகர்களான வி. முத்தழகு, கலாவதி சின்னச்சாமி ஆகியோர்களுடன் இந்நிகழ்ச்சியைப் பரீட்சார்த்தமாக முயற்சித்தேன். குளியலறை சங்கீத ஞானம் கொண்டவர்களின் திறமையை வெளிக்கொணர்வதற்காக, நான் தயாரித்த இந்நிகழ்ச்சி மாபெரும் வெற்றியடைந்ததோடு மட்டுமல்லாமல், விளம்பரதாரர்களும் மனமுவந்து உற்சாக வரவேற்பளித்தனர்.

இதன் பிறகு, உலகின் பல பாகங்களுக்கும் சென்று கலைஞர்களை நேரடியாக சந்தித்து, இந்த நிகழ்ச்சியை ரசிகர்களை வெகுவாகக் கவரும் நிகழ்ச்சியாக மாற்றினேன். ஆனால், தமிழகத்தில் இந்நிகழ்ச்சி மாபெரும் வெற்றியடையும் என்று நான் நினைக்கவில்லை.

1990-களில், பல தனியார் தொலைக்காட்சிகள் இந்தியாவில் ஆரம்பிக்கப்பட்டன. அதில் இந்த பாட்டுக்குப் பாட்டு நிகழ்ச்சியை **அந்தாக்ஷரி, பாடுவோர் பாடலாம்** என்று பல பெயர்களில் புகழ் பெற்ற பாடகர்களைக் கொண்டே முயன்றார்கள்.

இவ்வேளையில்தான் ரமேஷ் பிரபா அவர்கள், இந்த நிகழ்ச்சியை ஆரம்பித்தவரை வைத்தே நடத்தினால் என்ன? என்று என்னிடம் கேட்டார். சம்மதித்தேன். அதன்படி, தினமலர் பத்திரிகை சார்பில் சென்னையிலும் கோயம்புத்தூரிலும் முதன்முதலில் ஒலிப்பதிவு செய்து, இலங்கை வானொலியின் தென்னிந்திய சேவையில் ஒலிபரப்பு செய்யப்பட்டது.

பின்னர் சன் தொலைக்காட்சியிலும் இந்த நிகழ்ச்சியைக் கொண்டுவர வேண்டும் என ரமேஷ் பிரபா அவர்கள் முயற்சித்தபோது 'வானொலியை என்னால் மறக்க இயலாது... வானொலிக்கும் தொலைக்காட்சிக்கும் சேர்த்து, இந்த நிகழ்ச்சியை யார் தயாரிக்க முன்வருகிறார்களோ, அப்போதுதான் என்னால் ஒத்துழைக்க இயலும்' என்றேன்.

அப்போது, சென்னையில் புகழ் பெற்ற லலிதா நகை மாளிகையினர் இந்த நிகழ்ச்சியைத் தயாரிக்க முன்வந்தனர். லலிதாவின் பேராதரவோடு தொடர்ந்து பல வருடங்களைக் கடந்திருக்கிறோம் என்பது மட்டுமல்லாது, வானொலியிலும்

தொலைக்காட்சியிலும் தென்கிழக்காசியாவிலேயே ஒலி/ஒளிபரப்பான முதல் நிகழ்ச்சி பாட்டுக்குப் பாட்டுதான் என்பது, என்னை மிகவும் பெருமிதம் கொள்ள வைக்கின்றது.

நாளுக்கு நாள் இந்த நிகழ்ச்சியின் அபிமானம் பெருகிக்கொண்டே வந்தது. சகல தரப்பு மக்களும் இதில் கலந்துகொள்ள ஆசைப்பட்டார்கள். பதிவு செய்கின்ற நேரத்தில் கூட்டம் அரங்குகளில் நிரம்பி வழிந்தது. மக்களின் பேராதரவு சில சமயங்களில் என்னை திக்குமுக்காடச் செய்தது.

இந்த நிகழ்ச்சி மூலமாக என்னை இனம் காண்பதில் எனக்கிருந்த மனக்குறை நீங்கி, அதுவே எனக்கு மனநிறைவைத் தருகிறது. காரணம், இன்று புலம் பெயர்ந்து வாழும் தமிழர் மத்தியிலும் தமிழைக் கற்றுக் கொள்வதற்கான, ஓர் ஊடகமாக இந்த பாட்டுக்குப் பாட்டு திகழ்வதைக் கண்டும், இந்த நிகழ்ச்சியை அறிமுகப்படுத்தியவன் என்ற வகையில் பரிபூரணமான மனநிறைவு ஏற்பட்டிருக்கிறது.

பாட்டுக்குப் பாட்டு நிகழ்ச்சியில் மறக்க முடியாத நிகழ்வு ஏதேனும் உண்டா?

இந்த நிகழ்ச்சியை 32 ஆண்டுகளுக்கு முன்னதாகவே நான் தொடங்கியிருந்ததால், அக்காலப் பாடல்கள் முதல் இக்காலப் பாடல்கள் வரை, ஒரு வரி பிசகாமல் மனதில் வைத்திருப்பேன். அப்போதுதான் சிறு வார்த்தையை மாற்றிப் பாடினால் கூட, உடனே அதைக் கண்டுபிடிக்க முடியும். இலங்கை வானொலியில் ஒவ்வொரு பாடல் ஒலிபரப்பாகும்போதும், அந்த பாடல் இடம் பெற்ற திரைப்படம் எது?, யார் எழுதியது?, யார் பாடியது?, யார் இசையமைத்தது? போன்ற தகவல்களைச் சொல்லிவிட்டுத்தான் ஒலிபரப்புவோம். அந்த அனுபவ அறிவு இந்நிகழ்ச்சியில் எனக்கு மிகவும் கைகொடுத்தது.

இந்த நிகழ்ச்சியில், பிரபல பின்னணிப் பாடகர் எஸ்.பி. பாலசுப்ரமணியம் கலந்து கொண்டு சிறப்பித்தார். அப்போது அவர் சொன்னது…

“நான் எத்தனையோ ஆயிரம் பாடல்களைப் பாடியுள்ளேன். ஆனால், எனக்கு அது எந்த ஆண்டு?, எப்போது அந்தப் பாடலைப் பாடினேன்? யார் படம் என்று கூடத்தெரியாது. ஆனால், இவரோ அத்தனையும் அடுக்கடுக்காகச் சொல்லுவார்'' என்று மனம் திறந்து பாராட்டினார். அது எனக்கு மறக்கமுடியா நிகழ்வு.

நீங்கள் பாடல்களையும் எழுதியிருக்கிறீர்களாமே?

வானொலிக்காக பல மெல்லிசைப் பாடல்களை எழுதியிருக்கிறேன். தமிழ் திரைப்படங்களிலும் பாடல் எழுதியிருக்கிறேன். ‘இறைதாசன்’ என்ற புனைப்பெயரில் மெல்லிசைப் பாடல்கள், துள்ளலிசைப் பாடல்கள் மட்டுமின்றி, ‘இலங்கை பொப்பிசை’ (பாப் இசை) பாடல்களையும் எழுதி இருக்கிறேன்.

தமிழ் திரைப்படங்களில் நீங்கள் பாடல் எழுதியதாகச் சொன்னீர்களே... அதுகுறித்துச் சொல்லுங்களேன்?

‘தெனாலி’ படத்தில் யாழ்பாணத்துத் தமிழராக வரும் கமலஹாசனுக்கு யாழ்பாணத் தமிழை கற்றுக் கொடுப்பதற்காக என்னை அணுகினார்கள். மகிழ்வுடன் சம்மதித்தேன். உலகநாயகன் திறம்படக் கற்றுக்கொண்டு எங்களையே விஞ்சும் அளவுக்கு பேசினார். அப்படத்தில் பயத்தைப் பற்றி கமல் சொல்லும் வசனமும், ‘ஆலங்கட்டி மழை பூமிக்கு வந்தாச்சா...’ பாடலும் நான் எழுதியதுதான். இந்தப் படத்தில் எனது பங்களிப்புகள் குறித்து ஏதும் வெளியே தெரிய வேண்டாம் என்று அன்புக்கட்டளை இட்டபோதும், படம் ஆரம்பித்த சில நொடிகளிலேயே, ‘எங்களின் நன்றிக்குரியவர் திரு. பி.எச். அப்துல் ஹமீத்’ என்று திரை முழுவதும் பெயர் பளிச்சிட வைத்து தனது நன்றியைத் தெரிவித்திருந்தார் இயக்குனர் கே.எஸ்.ரவிக்குமார். இறுதிக்காட்சியில் என்னை நடிக்கவும் வைத்துவிட்டார். எல்லாம் கே.எஸ்.ரவிக்குமாரின் பேரன்பும் பெருந்தன்மையும்.

இதனையடுத்து, மணிரத்னம் இயக்கத்தில், ஏ.ஆர்.ரஹ்மான் இசையில் ‘கன்னத்தில் முத்தமிட்டால்’ படத்தில் வரும் ‘சிஞ்ஞோரே... சிஞ்ஞோரே...’ என்ற சிறு பாடலை எழுதியிருக்கிறேன். இந்த பாடல் ஈழத்தமிழில் எழுதியிருந்ததும், அது மக்களிடையே வரவேற்பைப் பெற்றதும் எனது பாடல் எழுதும் திறனுக்கு கிடைத்தப் பரிசாகக் கருதுகிறேன்.

இலங்கை வானொலியில் ‘கோமாளிகள் கும்மாளம்’ எனும் நாடகம் ஒலிபரப்பாகி, பின்னர் ‘கோமாளிகள்’ எனும் பெயரில் திரைப்படமாக உருவாகியது. இலங்கையில் உருவான இந்தத் திரைப்படத்தில் பாட்டுவாத்தியராக, பிராமணர் வேடத்தில் நடித்திருக்கிறேன். அவ்வளவுதான் நான் சினிமாவுக்குச் செய்தவை.

நீங்கள் பல்துறை வித்தகர்களைப் பேட்டி கண்டிருக்கிறீர்கள். அந்த பிரபலங்களைப் பட்டியலிட்டால் பக்கங்கள் பத்தாது எனினும் சில பிரபலங்களின் பெயர்களைச் சொல்லுங்களேன்?

இந்திய சுழல்பந்து வீச்சாளர் வெங்கட்ராகவனில் ஆரம்பித்து, தவத்திரு குன்றக்குடி அடிகள், சுத்தானந்த பாரதியார், கமல்ஹாசன், ரஜனிகாந்த், கவிஞர்கள் கவிக்கோ. அப்துல் ரகுமான், மு.மேத்தா, வாலி, வைரமுத்து, அறிவுமதி, புலமைப்பித்தன், எஸ்.வி.சஹஸ்ரநாமம், இயக்குநர் திருலோகச்சந்தர், இலங்கையர்க்கோன் ஆர்.எஸ்மனோகர், ஜெமினி கணேசன், மேஜர் சுந்தராஜன், வி.எஸ்.ராகவன், கே.எஸ்.கோபாலகிருஷ்ணன், நாகேஷ், சிவகுமார், கவுண்டமணி, விவேக், நாசர், ஜெயராம், மாதவன், சார்லி, விஜயகுமார், சரத்குமார், மஞ்சுளா, சௌகார் ஜானகி, சுஜாதா, குஷ்பு, ராதிகா, அபிராமி, திரையுலகின் முதலாவது இசையமைப்பாளர் எஸ்வி.வெங்கட்ராமன், மெல்லிசை மன்னர்கள் எம்.எஸ்.விஸ்வநாதன் - ராமமூர்த்தி, ஜி.கே. வெங்கடேஷ், இசைஞானி இளையராஜா, கங்கை அமரன், சங்கர் கணேஷ், இசைப்புயல் ஏ.ஆர்.ரஹ்மான், தேனிசைத்தென்றல் தேவா, சிற்பி, பரத்வாஜ், வித்யாசாகர், எஸ்.ஏ.ராஜ்குமார், பழம்பெரும் பாடகர் வி.என்.சுந்தரம். இசைச்சித்தர். சி.எஸ். ஜெயராமன், திருச்சி லோகநாதன், டி.எம்.சௌந்தர்ராஜன், சீர்காழி கோவிந்தராஜன், ஜேசுதாஸ், எஸ்.பி.பாலசுப்ரமணியம், மலேசியா வாசுதேவன், ஜெயச்சந்திரன், உன்னிக்கிருஷ்ணன், உன்னி மேனன், கிருஷ்ணராஜ், ஹரீஷ் ராகவேந்திரா, கார்த்திக், மாணிக்க விநாயகம், இசையரசி எம்.எல்.வசந்தகுமாரி, பால சரஸ்வதிதேவி, யூ.ஆர். ஜீவரத்தினம், ஜிக்கி, ஜமுனாராணி, பி.லீலா, எம்.எஸ்.ராஜேஸ்வரி, பி.சுசீலா, எல்.ஆர்.ஈஸ்வரி, சித்ரா, சுஜாதா, சுனந்தா, ஹரிணி, ஃபெபிமணி, சுஜாதா, சுனந்தா, சுவர்ணலதா உள்ளிட்ட பலரையும் பேட்டி கண்டிருக்கிறேன். எனது குருவான சிவாஜி கணேசனை பேட்டிகண்ட அதே வாயால், அவரது இறுதி ஊர்வலத்திற்கு நேரடி வர்ணனை செய்யும் துர்பாக்கிய நிலையும் வந்தது. அழுகையைக் கட்டுப்படுத்திக்கொண்டு செய்து முடித்தேன். அதை என்னால் மறக்கவே முடியவில்லை.

ஏன் நீங்கள் இலங்கை வானொலியில் இருந்து ராஜினாமா செய்தீர்கள்?

1992-ல் இலங்கை வானொலி நிலையத்தில் அரசியல் தலையீடு அதிகரிக்கவே, எனது பதவியை ராஜினாமா செய்வதாகக் கடிதம்

எழுதிக் கொடுத்தேன். தமிழ், சிங்கள, ஆங்கில சேவைகளில் பணிபுரியும் நூற்றுக்கும் மேற்பட்டவர்கள் கையெழுத்திட்டு, எனது ராஜினாமாவை ஏற்கவேண்டாம் என வேண்டி, பணிப்பாளர் நாயகத்திடம் மனு கொடுத்திருந்தார்கள். ஆனால், எனக்கு மனம் ஒப்பவில்லை. அனைவரின் அன்புக்கும் நன்றி பாராட்டிவிட்டு, என் நிலையிலிருந்து மாறாமல் ராஜினாமா செய்துவிட்டு வந்தேன்.

உங்கள் பார்வையில் இப்போது தமிழ் வானொலி ஊடகம் எப்படி இருக்கிறது?

பிபிசியின் தமிழோசை, சீனத் தமிழ் வானொலி நிகழ்ச்சிகளையும், பல்வேறு நாடுகளில் இயங்கும், சில சமூக வானொலிச் சேவைகளையும் தவிர்த்துப் பார்த்தால்...? - தமிழ் வானொலிகள், குறிப்பாக தமிழகத்தில் – சென்னையில் இயங்கும் வானொலிகள் வெறும் சினிமாப் பாடல்களை மட்டுமே நம்பி இயங்குகின்றன. பெரும்பாலும் பாட்டுப்பெட்டிகளாக, தமிங்கிலிஷ் பரப்பும், அல்லது காலத்தை விரயமாக்கும் தொலைபேசி உரையாடல் தளமாக மாறிவருகின்றன. எட்டு கோடி தமிழர்கள் வசிக்கும் தமிழகத்தில் தமிழை வளர்க்காமல், தமிங்கிலீஷை வளர்த்தால் தமிழ் எங்கே வாழும்? இதைப் பார்க்கும் அயலகத் தமிழர்களும் இதே நிலையைப் பின்பற்றுவதைக் கண்டு வேதனைப்படுகிறேன்.

தற்போதுள்ள வானொலி நிகழ்ச்சிகளில் உங்கள் பார்வையில் எது சிறந்த நிகழ்ச்சி தயாரிப்பென்று சொல்வீர்கள்?

பாட்டும், தொலைபேசி உரையாடல்களுமே ஆக்கிரமித்துள்ள வானொலிகளில், தயாரிக்க என்ன இருக்கிறது..? பயணம் செய்யும் வேளைகளில் அதுவாக வந்து செவிகளில் விழுவதைத் தவிர, இப்போது நான் அதிகமாக வானொலியைக் கேட்பதில்லை என்பதால் பதில் சொல்லவியலாது. கடந்த காலத்தில் என்றால்! ஒன்றா இரண்டா? எத்தனை எத்தனையோ..!

எதிர்காலத்தில் வானொலி ஊடகம் எப்படி இருக்கும்? உங்கள் பார்வையில் அது எப்படி இருக்க வேண்டும்?

மேலைத்தேய நாடுகளில் வெவ்வேறு மொழிகளில் இயங்கும் வானொலிகள், எந்த வகையான நேயர்களுக்கு நிகழ்ச்சியை ஒலிபரப்புகிறோம் என்பதை மிகச் சரியாகத் தரம் பிரித்துணர்ந்து, பொழுதுபோக்கு, இசை, செய்தி, தகவல், அரசியல் என வகைப்படுத்தி, ஒவ்வொன்றுக்கும் தனித்தனியான வானொலிகளை

நடத்துகிறார்கள். நெடுஞ்சாலையில் வாகனங்களில் செல்வோருக்கேன்றே தனியாக வானொலிச் சேவைகள் உண்டு. எதிர்காலத்தில் இவை இன்னும் சிறப்பாகச் செயல்படும் என்றே எதிர்பார்க்கிறேன். இந்தத் தெளிவு தமிழ் ஊடகங்கள் (செய்தி ஊடகங்கள் தவிர்த்து) மத்தியில் இல்லை. வானொலியும் தொலைக்காட்சியும், அவ்வளவு ஏன்? வெகுஜனப் பத்திரிகைகள், சஞ்சிகைகள் எல்லாமே திரைத்துறையைச் சார்ந்தே இயங்குகின்றன.

நல்ல தமிழ் என்பதே கேலிக்குரியதாகி, நன்றி-வணக்கம் போன்ற சொற்கள்கூட புறக்கணிக்கப்பட்டு தமிங்கிலிஷ் தாண்டவமாடுகிறது. தமிழ் நிகழ்சிகளுக்குத் தலைப்புக்கூட *Super Stars - Junior - Senior, Top Ten - Coffee with.......?, Voice of Tamil Nadu* என ஆங்கிலத்தில் வைப்பதே நவீனமாகக் கருதப்படுகிறது.

மெல்லத் தமிழினிச் சாகும் எனவோர் பேதையுரைத்தபோது வெகுண்டெழுந்த பாரதியும் இன்று இல்லை. இனி நாளை என்னவாகுமோ... என கவலையும் அவமானமும் வாட்டுகின்றன. எல்லோருக்கும் பொதுவான இறைவன், தமிழ் மொழியையும், தமிழ் வானொலியையும் காத்தருள வேண்டுகிறேன்.

சில வருடங்களுக்கு முன்னால் லண்டனில் ஒரு வானொலிச் சேவை ஆரம்பித்தார்கள்... அது எப்படி இயங்கியது தெரியுமா? ஆங்கிலத்தில் அறிவிப்பும் உரையாடலும் செய்துவிட்டு, இடையிடையே தமிழ் திரையிசைப் பாடல்களை ஒலிபரப்பினார்கள். தமிழ் வானொலியின் எதிர்காலம் எப்படி அமையும் என்பதை கோடிட்டுக்காட்டுவதாகவே இதனை நான் கருதுகிறேன்.

'செல்வத்துள் செல்வம் செவிச்செல்வம்' என ஐயன் வள்ளுவனே மேன்மைப் படுத்திய செவியே நாம் கருவில் உருவாகும்போது தோன்றும் முதல் உறுப்பு. நாம் பேசக்கற்றுக் கொண்டதே செவிவழி வந்த ஒலிகளைக் கேட்டல்லவா? அவ்வாறெனில் இந்த 'செவி வழி' ஊடகம் எத்தனை பொறுப்போடு கையாளப்படவேண்டும்?

வளரும் தலைமுறை, மொழி அடையாளத்தைத் தொலைத்துவிடாமல், மொழி சார்ந்த பண்பாட்டுக் கோலங்களையும் விழுமியங்களையும் அறியாத தலைமுறையாக மாறாமல் காத்திட, பெரும் பங்காற்றவேண்டிய ஊடகங்களில் முதன்மையானது

வானொலியே. ஏனெனில், எத்தனை நவீன சாதனங்கள் வந்தாலும், வானொலியின் சக்திக்கு ஈடாகாது. மற்றவை எல்லாம் நம் புலன்களை ஒருமுகப்படுத்த வேண்டிய தேவை உள்ளவை. ஆனால் வானொலி மட்டுமே ஒருவனது அன்றாடப் பணிகளுக்கு இடையூறு செய்யாமல் செவிவழியாகச் சென்றடையும் சக்தி மிக்கது.

மொழியைச் செம்மையாகக் கையாளாமல், தமிங்கிலீஷில் பேசுவதுதான் இயல்பு என்ற மாயையில் இருந்து விடுபட்டு, நல்ல தமிழைப் பெருமையோடு பேசும் தலைமுறை உருவாகப் பணிசெய்ய வேண்டும். வர்த்தக நோக்கத்தை மட்டுமே முதன்மைப்படுத்தி, நம் மண்ணுக்கே உரிய பெருமைகளைப் புறக்கணித்து, அந்நிய நாகரிகத்தை மட்டுமே போற்றிவளர்க்கும் இழிநிலை மாறவேண்டும். இவையெல்லாம் எனது ஆசை. சங்கினை ஊதிவிட்டேன்... செவிகளில் ஏறுமா?

[வானொலி உலகில் பல சாதனைகளைச் செய்த அப்துல் ஹமீத் இன்றளவும் பல்வேறு தொலைக்காட்சிகளிலும், உலக நாடுகளில் நடைபெறும் நிகழ்ச்சிகளில் தொகுப்பாளராகவும் இருந்து வருகிறார். பல்வேறு வானொலி அறிவிப்பாளர்களுக்கு, உலக அளவில் பயிற்சியினையும் தந்து வருகிறார்.]

(சந்திப்பு நிகழ்ந்தது: பிப்ரவரி 2016)

வானொலி ஒலிபரப்பின் தந்தை

வானொலி என்பது செவிவழியே நுழைந்து மக்களின் மனங்களை ஆக்கிரமிக்கும் மிகவும் சக்தி வாய்ந்த ஊடகம். ஏழை, எளியவருக்கும் மிக எளிதாக சென்று சேர்ந்த சாதனம். ஆரம்ப காலத்தில் அரசின் தகவல்களை மக்களிடம் கொண்டு சேர்க்கவே வானொலி பயன்பட்டது. அப்படிப்பட்ட தகவல்களை மக்களிடம் கொண்டு செல்ல அறிவிப்பாளர் என்ற ஒருவர் தேவைப்பட்டார். அவர் தங்கு தடையின்றிப் பேசக்கூடிய திறன் வாய்ந்தவராகவும் சமயோசிதமாகச் செயல்படத் தெரிந்தவராகவும் துடிப்புடனும் இருக்க வேண்டும்.

பின்னாட்களில் இது மதிப்பு வாய்ந்த, கௌரவம் மிக்க பணியாக மாறியது. வசீகரிக்கும் குரல், தெளிவான உச்சரிப்பு, ஆழ்ந்த மொழிப்புலமை, மடை திறந்த வெள்ளம் போன்ற

பேச்சு நடை, அவசரச் சூழலையும் சமாளிக்கும் திறன், மொழி பெயர்க்கும் திறன், மக்களின் மனநிலையைப் பிரதிபலிக்கும் பேச்சு, நகைச்சுவை உணர்வு போன்றவை எல்லாம் அதன் அடையாளமாகின. வானொலி அறிவிப்பாளர்கள் சினிமா நட்சத்திரங்களைப் போல, அரசியல் பிரபலங்களைப் போல மக்களின் பிரபலங்களாக மாறிப்போனார்கள்.

வானொலி அறிவிப்பாளரின் வரலாற்றைப் புரட்டிப் பார்த்தால், கனடாவில் பிறந்த ரெஜினால்டு ஃபெஸென்டென் *(Reginald Fessenden)* என்பவர்தான், வானொலியில் முதன் முதலாகக் குரல் கொடுத்திருக்கிறார். இவரை வானொலி ஒலிபரப்பின் தந்தை *(The Father of Radio Broadcasting)* என்று வரலாறு குறிப்பிடுகிறது. அமெரிக்காவின் வாஷிங்டன் நகரிலிருந்து 80 கி.மீ. தூரத்தில் இருக்கிறது மேரிலேண்ட். அங்கே இருந்த மலைப்பகுதியான 'ராக் பாயிண்ட்' என்ற இடத்திலிருந்து, 1900 டிசம்பர் 23 அன்று முதன்முதலாய், அங்கு காலநிலை மற்றும் வானிலை எப்படி இருந்தது என்று பேசினார். இது 1.6 கி.மீ. தூரம்வரை வானலைகளில் பரவி, வானொலியில் கேட்டது. இதனால்தான் இவரை வானொலி ஒலிபரப்பின் தந்தை என மேலை நாட்டு உலகம் அழைக்கிறது.

ஆசிய அளவில் பார்த்தோமென்றால், இலங்கை வானொலிதான் முதன் முதலில் தனது ஒலிபரப்பைத் துவக்கியது. எட்வர்டு ஹாப்பர் என்பவரால் துவக்கப்பட்ட இந்த வானொலியில் முதன் முதலாக கிராமபோன் இசை ஒலிபரப்பு செய்யப்பட்டது. இந்த சோதனை முயற்சி வெற்றிபெறவே மூன்று ஆண்டுகளுக்குள், அடிப்படைக் கட்டமைப்புகள் செய்யப்பட்டு, 1925 டிசம்பர் 22-ஆம் தேதி முறையான ஒலிபரப்புச் சேவை தொடங்கப்பட்டது.

இலங்கை வானொலியின் வர்த்தக சேவை, 1950 செப்டம்பர் 30-ல் ஆரம்பிக்கப்பட்டது. இச்சேவை இந்தியத் துணைக் கண்ட அளவில் பெரும் தாக்கத்தை ஏற்படுத்தியது. இதற்குக் காரணம் இல்லாமல் இல்லை. 1952-ஆம் ஆண்டு, இந்திய தகவல் ஒலிபரப்பு அமைச்சராக இருந்த பி.வி.கேசகர் *(B.V.Kesakar)* அகில இந்திய வானொலியில் சினிமா பாடல்களுக்கு விதித்திருந்த தடையாகும். இதனால், தமிழ் சினிமாத் துறையினர் தங்களின் புதிய திரைப்படம் வெளியாகும் சமயத்தில், அதை விளம்பரப்படுத்த முற்றிலும் இலங்கை வானொலியைத்தான்

சார்ந்திருந்தார்கள். இலங்கை வானொலியில் பாடல் ஒலிபரப்பானால் போதும். படம் வெற்றியடைந்துவிடும் என்ற காலத்தை இலங்கையின் வர்த்தக ஒலிபரப்பு உருவாக்கி வைத்திருந்தது. வட இந்தியாவிலுள்ள இந்தி சினிமாத்துறையினரும், இலங்கை வானொலியின் இந்தி வர்த்தக சேவையினை முழுதாக நம்பியிருந்தார்கள். அந்த அளவிற்குத் தனது ஒலிபரப்பின் வீச்சை தொழில் முறையிலும் தொழில் நுட்ப அளவிலும் இலங்கை வானொலியின் வர்த்தக ஒலிபரப்பு பெற்றிருந்தது.

தொழில் நுட்ப அளவில் இதன் வீச்சைச் சொல்ல வேண்டுமெனில், எவரெஸ்ட் சிகரத்தின் உச்சியில் கால் பதித்த ஹிலாரியும் டென்சிங்கும் இலங்கை வானொலியின் வர்த்தக ஒலிபரப்பைத்தான் முதலில் கேட்டார்கள். இது கின்னஸ் புத்தகத்திலும் இடம்பிடித்திருக்கிறது. அத்துனை பெருமை வாய்ந்த, வர்த்தக சேவையின் முதல் அறிவிப்பாளராக எஸ். பி.மயில்வாகனம் இருந்தார் என்பது குறிப்பிடத்தக்கது.

மூன்றாம் வகுப்பு படிக்கும்போதே
நான்காம் வகுப்பு பாடத்தைப் படிப்பேன்!

-மயில்சாமி அண்ணாதுரை

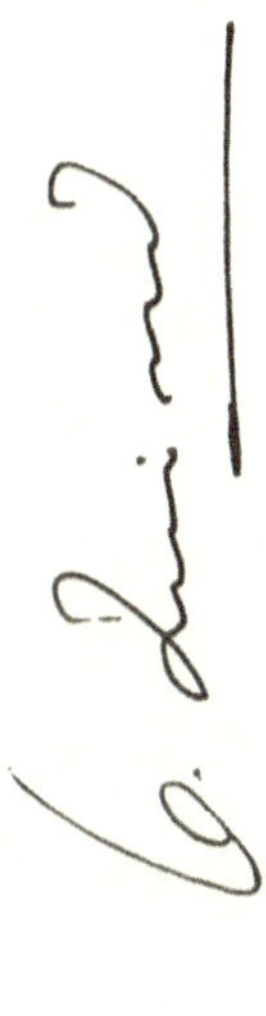

கோயம்புத்தூர் மாவட்டம் பொள்ளாச்சிக்கு அருகே உள்ள கோதவாடி கிராமத்தில் உள்ள பள்ளிக்கூடம் ஒன்று. இரண்டாம் வகுப்பு மாணவர்களுக்கு அப்பள்ளி ஆசிரியர், களிமண்ணால் உருவங்கள் செய்கிற போட்டியை வைக்கிறார். எல்லா மாணவர்களும் வண்டி, சக்கரம், அம்மி, உரல் என்று செய்துகொண்டிருக்க, ஒரு சிறுவன் மட்டும் நிலவையும், அதில் இந்தியர் ஒருவர் நிலவில் கால் பதித்து தேசியக்கொடியை நட்டுவைத்திருப்பது போன்ற பொம்மையைச் செய்து வந்து காட்ட, அதைப் பார்த்ததும் சிலிர்த்துப்போன ஆசிரியர், இரண்டு பைசா பென்சிலைப் பரிசாகக் கொடுத்தார். அந்த இரண்டு பைசா பென்சில் தந்த மாற்றம்தான் அச்சிறுவனை சந்திரனுக்கு செயற்கைக்கோளை அனுப்பும் அனுபவத்தைத் தந்தது. அந்தச் சிறுவன்தான் இன்று உலகளவில் தமிழகத்துக்குப் பெருமை சேர்த்துக்கொண்டிருக்கும் விஞ்ஞானியான மயில்சாமி அண்ணாதுரை.

சத்தியபாமா பல்கலைக்கழகத்தில் நடைபெற்ற நிகழ்வுக்காக வந்திருந்தவர், "அங்கேயே வாங்களேன் நாம் சந்தித்து உரையாடலாம்" என்றார். அங்கே சென்று சந்தித்தேன். கொங்கு தமிழை எதிர்பார்த்தவனுக்கு, அவரிடமிருந்து அறிவியல் தமிழே என்னிடம் உரையாடியது. இனி அவரிடம் நான் கேட்ட கேள்விகளும், அவரது ஏவுகணை வேக பதில்களும்...

உங்கள் பிறப்பு, இளம்பருவம் பற்றி சொல்லுங்களேன்?

கோவை மாவட்டம் கோதவாடி கிராமத்தில் ஆசிரியராக இருந்த மயில்சாமி - பாலசரஸ்வதி தம்பதியருக்கு 1958, ஜூலை 2 அன்று, மூத்த மகனாகப் பிறந்தேன். தமிழ் மேல் தீராத பற்றினால், எனக்கு அண்ணாதுரை என்று பெயர் வைத்தனர். எனக்குப் பிறகு இரண்டு தம்பிகள், இரண்டு தங்கைகள். அப்பா ஆசிரியர் என்பதால், அவர் பணியாற்றிய பள்ளியிலேயே நாங்கள் ஐவரும் படித்தோம். முதல் ஐந்து வருடம் கோதவாடியில் உள்ள ஆரம்பப் பள்ளியில்தான் படித்தேன். அதில் முதல் வருடம் ஒரு மாட்டுக் கொட்டகையில், இரண்டாம் வகுப்பு மாரியம்மன் கோவில் திண்ணையில். நான் மூன்றாம் வகுப்பில் நுழைந்த பின்னரே, எங்கள் பள்ளிக்கூடத்திற்கு ஒரு நிரந்தர கட்டடம் கிடைத்தது. பள்ளியில் படித்ததுபோக வீட்டிலும் வந்து எங்களுக்கு அப்பா பாடம் நடத்துவார். பள்ளியில் நாங்கள் மூன்றாம் வகுப்பு படித்தால், வீட்டில் நான்காம் வகுப்பு பாடத்தை நடத்துவார். எதிலும் நாங்கள் சோர்ந்துவிடக்கூடாது என்பதில் அப்பா மிகவும் கவனமாக இருந்தார்.

இரண்டாம் வகுப்பு படிக்கும்போது பரிசாக 2 பைசா பென்சில் கிடைத்தது (இந்த நேர்க்காணலின் முதல் பத்தியில் இருக்கும் சம்பவத்தின் மூலம் கிடைத்த பரிசுதான் இது). அதைக்கொண்டு போய் அம்மாவிடம் காட்டியபோது, அப்பா அப்போது கேட்டார். "பென்சில் வாங்கிட்ட.... அடுத்து என்ன வாங்கப்போற?" இந்த கேள்விதான், என் வாழ்வில் நான் சந்தித்த முதல் திருப்புமுனையாக இருந்தது. அடுத்து என்ன? அடுத்து என்ன செய்யப்போறேன் என்ற உந்துதலே, பள்ளி வாழ்க்கையில் பேனா, ஜாமெட்ரி பாக்ஸ், தங்கப்பதக்கம்... என்று வளர்ந்து இன்று பத்மஸ்ரீ வரை வந்துள்ளது.

தமிழ் மீது ஆர்வம் கொண்டிருந்த நீங்கள், அறிவியல் துறைக்கு வந்தது எப்படி?

ஒன்று முதல் பதினோறாம் வகுப்பு வரை நான் அரசுப்பள்ளியில், குறிப்பாகத் தமிழ் வழியில்தான் படித்தேன். தமிழ்மேல் உள்ள

பற்றால் அப்பா எனக்கு அண்ணாதுரை என்று பெயரிட்டது மட்டுமின்றி, என்னை ஒரு தமிழ் பேராசிரியராகப் பார்க்க வேண்டுமென்று ஆசைப்பட்டார். அப்படித்தான் நானும் படித்தேன்.

1972-ல், பொள்ளாச்சி உயர்நிலைப் பள்ளியில் பதினோராம் வகுப்பு படித்துக்கொண்டிருந்த நேரம். அப்போது, பொள்ளாச்சி நல்லமுத்துக் கவுண்டர் மகாலிங்கம் கல்லூரி மாணவர்களான திருநாவுக்கரசு, ஆறுமுகம், வெள்ளிங்கிரி ஆகிய மூவரும், பொள்ளாச்சியில் உள்ள பள்ளிகளில் படித்துக் கொண்டிருக்கும் 20 மாணவர்களைத் தேர்ந்தெடுத்து கணிதம் மற்றும் அறிவியலில் பயிற்சி கொடுத்தார்கள். அதில் நானும் ஒருவன். அப்போது தமிழைத் தாண்டி அறிவியல் மற்றும் கணிதத்திலும் பரிணமிக்க முடியும் என்பதை உணர்ந்தேன். இனி நமது துறை அறிவியல்தான் என முடிவு செய்தேன். தமிழ் பேராசிரியர் வேண்டாம். அறிவியல் பேராசிரியராக வேண்டும் என்ற கனவு வளர்ந்தது. கடினமாகப் படிக்க ஆரம்பித்தேன். எதையும் புரிந்துகொண்டு படிப்பதுதான் எனது வழக்கம். கடின உழைப்பின் பலனாக, பள்ளியின் இறுதித்தேர்வில் கணிதம் மற்றும் அறிவியல் பாடங்களில் 99 மதிப்பெண்களுடன், மாவட்ட அளவில் முதல் மாணவனாக வந்ததற்கு தங்கப்பதக்கம் கிடைத்தது. கூடவே, மேற்படிப்பு படிப்பதற்காக மாதம் 110 ரூபாய் உதவித்தொகையும் கிடைத்தது. பியூசியிலும் முதல் மாணவனாக வந்ததற்கு தங்கப்பதக்கம் கிடைத்தது. இப்படித்தான் அறிவியல் துறைக்கு மாறினேன்.

தமிழ் வழியில் பள்ளிப்படிப்பை முடித்த நீங்கள், ஆங்கில வழியில் இருக்கும் கல்லூரிப் படிப்பை எப்படி எதிர்கொண்டீர்கள்?

கணிதம், அறிவியல் மீது ஆர்வம் கொண்டிருந்ததால், மேற்படிப்பில் பொறியியல் சேரலாம் என நண்பர்கள், ஆசிரியர்கள் வழிகாட்டினர். எனக்கோ சென்னை ஐஐடியில் படிக்க வேண்டும் என்று விருப்பம். அதற்காக விண்ணப்பித்திருந்தேன். ஐஐடியில் எனக்கு இடம் கிடைக்கவில்லை. ஆனாலும் சோர்ந்து போகவில்லை. அப்போது, தமிழ்நாட்டில் 7 அரசு பொறியியல் கல்லூரிகள் மட்டுமே இருந்தன. அந்த காலகட்டத்தில், மாணவர் சேர்க்கையானது கவுன்சிலிங் முறையில் நடைபெற்றதால், தகுதி உள்ள மாணவர்களுக்குத்தான் இடம் கிடைக்கும். அதற்கு விண்ணப்பித்தேன். அரசு பொறியியல் கல்லூரியிலேயே இடம் கிடைக்கும் என்று நம்பினேன். அப்பாவோ என்னை பிஎஸ்சி இயற்பியலில் சேர்க்க முற்பட்டார். எனக்கு நிச்சயம் இடம் கிடைக்கும் என்று அப்பாவிற்கு நம்பிக்கை தந்தேன்.

நம்பிக்கை வீண் போகவில்லை. கோவை அரசு பொறியியல் கல்லூரியில் இசிஇ எனப்படும் மின்னணுவியல் மற்றும் தகவல் தொடர்பு பொறியியல் (ECE - Electronics and Communication Engneering) படிக்கச் சேர்ந்தேன். பள்ளிகளில் தமிழ் வழியில் படித்த எனக்கு, பொறியியல் கல்லூரியில் ஆங்கில வழியிலான பாடங்கள் மிகுந்த சிரமத்தைத் தந்தன. ஆனாலும் சோர்ந்து போகவில்லை. தினந்தந்தி படித்துவிட்டு, ஆங்கிலத்தில் 'தி இந்து' நாளிதழைப் படிப்பேன். வானொலியில் தமிழ் செய்தியைக் கேட்டுவிட்டு, ஆங்கிலச் செய்தியைக் கேட்பேன். இப்படியாக எனது 'பட்லர் இங்கிலீஷ்' அறிவை மெல்ல மெல்லச் சரிசெய்துகொண்டேன்.

கல்லூரியில் நீங்கள் தேர்வு செய்த சிறப்புப்பிரிவு என்ன? அதன் பயன் எப்படி இருந்தது?

அப்போது இசிஇ என்பது 5 ஆண்டு கால படிப்பு. மூன்றாம் ஆண்டில் இருந்து எலெக்ட்ரானிக்ஸ் மற்றும் கம்யூனிக்கேஷன் துறை சார்ந்து படிக்க ஆரம்பித்துவிட்டோம். விருப்பப்பாடம் எடுக்க வேண்டும் என்றால், ரேடியோ, டிவி மற்றும் ரேடார் ஆகியவைதான் இருந்துன. கம்ப்யூட்டர் பெரிதாக அறிமுகமாகாத காலம் அது. இருப்பினும் கம்ப்யூட்டரை விருப்பப்பாடமாக

எடுத்துப் படித்தேன். பரிச்சயமில்லாத பாடம் இது என்று பேராசிரியர்கள் சொன்னபோது, தன்னம்பிக்கையுடன் நானே தேடிப்பிடித்து படித்துக்கொள்கிறேன் என்றேன். இறுதி ஆண்டில் புராஜெக்ட் செய்ய வேண்டும். இங்கே கணினியைப் பயன்படுத்திக் 'கையடக்கக் கதிர் அளவிடும் கருவி'யை என்னுடைய புராஜெக்ட்டாக செய்தேன். அதுமட்டுமின்றி எனது நண்பர்களின் புராஜெக்டையும், எம்.இ. யில் சி.என்.சி லேத் என்றும் எடுத்து செய்தேன். அது கம்ப்யூட்டரை எலெக்ட்ரானிக்ஸ் மட்டுமின்றி மெக்கானிக்கல் துறையிலும் பயன்படுத்த முடியும் என்ற நம்பிக்கையை எனக்குள் விதைத்தது. இந்த அனுபவம் பின்னாட்களில் செயற்கைக்கோள் ஏவும்போது பெரிதும் பயன்பட்டது. படிப்பு முடிந்தது. வேலைக்காகத் தயாராகிக் கொண்டிருந்தேன்.

முதன்முதலாக எந்த நிறுவனத்தில் வேலை செய்தீர்கள்?

எனது வகுப்பில் மொத்தம் 25 மாணவர்கள். படித்து முடித்தபோது, 25 பேரில் எனக்கு மட்டுமே 'பிபிஎல் டிவி' தயாரிப்பு நிறுவனத்தில் 'இன்ஸ்ட்ரூமெண்ட் என்ஜினீயர்' வேலை கிடைத்தது. கேரள மாநிலம் பாலக்காட்டில் இருந்த அலுவலகத்துக்குச் சென்றேன். டிரான்ஸ்மீட்டர்கள், சென்சார்கள் சரியாக வேலை செய்கிறதா என்று சரிபார்த்துக் குறிப்பெடுக்கும் வேலை. ஒரே நாளில் வெறுத்துப்போய் வீட்டிற்கு வந்துவிட்டேன். ஒரு நாள் முதல்வர் போல, ஒரு நாள் என்ஜினீயராக இருந்துவிட்டு, வீட்டுக்கு வந்துவிட்டேன். அப்பாவிடம் மேற்கொண்டு எம்.இ. படிக்கப்போகிறேன் என்றேன். அதன்படி கோவை பிஎஸ்ஜி கல்லூரியில் எம்இ படித்து முடித்தேன். இங்கும் ஒன்றுக்கு மூன்று புராஜெக்ட்கள் புதுமையான முறையில் செய்தேன்.

கணினி சார்ந்த பணி கிடைத்ததா?

எம்.இ. படித்து முடித்ததும், பாண்டிச்சேரியில் ஆரோஎலெக் என்ற நிறுவனத்தில் ரிசர்ச் அண்ட் டெவலப்மெண்ட் என்ஜினீயராகப் பணியில் சேர்ந்தேன். ஜெர்மனி, பிரான்ஸ் ஆகிய நாடுகளில் இருந்து இங்கே பணியாற்றிக்கொண்டிருந்தார்கள். இங்கே கம்ப்யூட்டர் போர்டு சார்ந்த பணி என்பதால் வேலை செய்ய சம்மதித்தேன். பாண்டிச்சேரியில் பணியாற்றும்போது கணினி சார்ந்த அறிவை அனுபவப்பூர்வமாக வளர்த்துக்கொண்டேன்.

இஸ்ரோவில் எப்போது பணிக்குச் சேர்ந்தீர்கள்?

நான் வேலைக்குச் சேர்ந்து மூன்று மாதம் போயிருக்கும், ஒரு முறை அப்பா நான் செய்யும் வேலையை நேரே பார்த்தவர், "பேராசிரியரா வருவேன்னு பார்த்தேன். இப்படி மாறி வந்துட்ட. இது நிரந்தரமல்ல. அரசாங்க வேலைக்கு முயற்சி பண்ணு. அதுதான் நல்லது" என்றார். அப்பா இப்படி சொல்லிவிட்டுப்போனதும், ஆங்கில செய்தித்தாள்களை அடிக்கடி கவனித்துக்கொண்டே இருந்தேன். அப்போது இஸ்ரோவில் வந்த அறிவிப்பைப் பார்த்து விண்ணப்பித்தேன்.

இஸ்ரோ நிறுவனத்தில், 1982-ல், சயின்டிஸ்ட் அசிஸ்டெண்ட் பணி கிடைத்தது. அங்கும் டிரான்சிஸ்டர்களைக் கவனிக்கும் பணிதான். மூன்று மாதங்கள் போயிருக்கும். அப்போது இஸ்ரோ தலைவராக இருந்த வி.ஆர்.ராவ் சாரிடம் ஒரு திட்டமொன்றைச் சமர்ப்பித்தேன். சாட்டிலைட் செயல்பாடு, செல்லும் திசை, வேகம் என அதன் அனைத்து இயக்கங்களையும் சாஃப்ட்வேர் மூலம் கம்ப்யூட்டர் திரையில் காண்பிப்பது. அப்படிச் செய்வதனால் அதன் இயக்கங்களை, முன்னரே சாஃப்ட்வேர் வழியாகப் பார்த்துக்கொள்ள முடியும். ஒரு வாரம் ஆனது. ராவ் சார் என்னை நேரில் அழைத்து, "திட்டம் நன்றாக இருக்கிறது, செயல்படுத்த அனுமதி வாங்கியாச்சு. நீயே செய்வதாக இருந்தால், தாராளமாகச் செய்" என்று சுதந்திரம் கொடுத்தார்.

அது ஒரு மாதத்தில் முடியும் வேலை அல்ல என்று தெரிந்தது. கம்ப்யூட்டர் சாஃப்ட்வேர் சார்ந்தது மட்டுமல்லாமல், விண்வெளி, சாட்டிலைட், அதன் பாகங்கள் என பலவற்றை தேடித்தேடிப் படித்து சாஃப்ட்வேரில் பயன்பாட்டுக்கு கொண்டுவந்தேன். அப்போது பயன்பாட்டில் இருந்த ஃபோர்ட்ரான், பாஸ்கல் ஆகிய கணினி மொழியைப் பயன்படுத்தி, 'சாப்ட்வேர் சாட்டிலைட் ஸ்டிமுலேட்டர்' எனும் புதிய சாஃப்ட்வேரை 6 ஆண்டுகளில் செய்து முடித்தேன். இன்றளவும் இந்திய விண்வெளித்துறையில் சாஃப்ட்வேர் பயன்பாட்டிற்கு இது அடித்தளமாக இருந்து வருகிறது. அதன்பிறகு பல்வேறு செயற்கைக்கோள் திட்டங்களில் பணியாற்றினேன். குறிப்பிட்டுச் சொல்ல வேண்டுமெனில், ஐஆர்எஸ்-1ஏ, இன்சாட்- 2ஏ, இன்சாட்-2பி ஆகிய திட்டங்களில் இயக்க மேலாளராகவும், இன்சாட்-2சி செயற்கைக்கோள் திட்டத்தின் துணை இயக்குநராகவும், இன்சாட்-2டி, இன்சாட்-2இ, ஜிசாட்-1, இன்சாட்-3இ உள்ளிட்ட செயற்கைக்கோள் திட்டங்களில் திட்ட இயக்குநராகவும் பணியாற்றினேன்.

சந்திரயான் திட்டத்தின் இயக்குநர் அனுபவம் பற்றி..?

நிலவில் தண்ணீர் இல்லை என்று அமெரிக்காவின் நாஸா சொல்லியது. ஆனால், தண்ணீர் இருக்கிறது என்று உலகிற்கு நிரூபித்தது, நான் திட்ட இயக்குநராக இருந்து, 2004-ல் நிலவிற்கு அனுப்பிய சந்திரயான் விண்கலம்தான். நிலவிற்கு 100 கி.மீ. தொலைவில் செயற்கைக்கோளை நிலைநிறுத்தி ஆராய்ச்சி செய்வதுதான் சந்திரயானின் திட்டம்.

அமெரிக்கா, பல்கேரியா, ஐரோப்பா ஆகிய நாடுகளின் சில அறிவியல் கருவிகளையும் சந்திரயான் திட்டத்தில் சேர்த்துக்கொண்டேன். "நிலவில் தண்ணீர் இல்லை என்று நாஸாவே சொல்லிடுச்சு. நீ ஏன் அதை நம்பாமல், இவ்வளவு அறிவியல் கருவிகளை அனுப்பறே? வெளிநாட்டுக்காரங்களையும் கூட்டு சேத்துக்கற" என்று, மூத்த விஞ்ஞானிகளெல்லாம் விமர்சனம் செய்தார்கள். சந்திரயானில் இந்தியா சார்பில் அனுப்பும் அறிவியல் கருவிகள் மட்டும் முடிவுகளைச் சொன்னால் சரிவராது. உலக நாடுகளின் அறிவியல் கருவிகளும் அதை ஒத்துக்கணும் என்றுதான், உலக நாடுகளின் அறிவியல் கருவிகளைச் சந்திரயானோடு சேர்த்துக்கொண்டேன். சந்திரயான் ஏவத் தயாராக இருந்த காலகட்டம் அது.

அப்துல் கலாம் அப்போது குடியரசுத் தலைவராக இருந்தார். இந்த திட்டத்தில் ஒரு மாற்றம் செய்யச் சொன்னார். "நிலவில் இறங்கி ஆய்வு செய்யும்படி திட்டத்தை மாற்றி செயல்படுத்து" என்றார். முதலில் மறுத்தாலும், அவர் கொடுத்த ஊக்க வார்த்தைகளால், நிலவில் இறங்கி ஆய்வு செய்ய ஒரு குட்டி செயற்கைக்கோளை அதில் இணைத்து மாற்றம் செய்தேன். அதற்கு இன்னும் 6 மாதங்கள் ஆனது.

3 லட்சத்து 84 ஆயிரம் கி.மீ. தொலைவில் இருக்கும் நிலவில் தண்ணீர் இருக்கிறது. வளிமண்டலம் இல்லை என்றார்கள். தண்ணீர் இருக்கிறது எனில், சூரிய ஒளி படும்போது நீர் ஆவியாகும். அப்படி எனில் அங்கே வளிமண்டலமும் இருக்கும் என்று தீர்க்கமாக நம்பினேன். சந்திரயானை வெற்றிகரமாக 2008-ல் ஏவினோம். நிலவின் தரையை நமது செயற்கைக்கோள் முழுதாய் ஆய்வு செய்தது. நிலவில் தண்ணீர் இருப்பதும் வளிமண்டலம் இருப்பதும் உறுதியானது. இந்த உண்மையை உலகிற்கு உரத்துச் சொன்னது சந்திரயான்.

செவ்வாய்க்கு மங்கள்யான் திட்டம் எப்படி உருவானது?

சந்திரயான் கொடுத்த வெற்றி... செவ்வாய்க்கு மங்கள்யான் செயற்கைக்கோள் திட்டம் தயாரானது. அதையும் வெற்றிகரமாக செய்து முடித்தேன். கிட்டத்தட்ட 48 வார பயணத்திற்குப்பிறகு, செவ்வாயின் சுற்றுப்பாதையில், 2014 செப்டம்பரில் மங்கள்யான் நிலைநிறுத்தப்பட்டது. இந்தியாவின் மிகப்பெரிய வெற்றிகளில் இதுவும் ஒன்று. 2015-ல், பெங்களூருவில் உள்ள இஸ்ரோ சாட்டிலைட் சென்டரின் இயக்குநராகப் பொறுப்பேற்றுக்கொண்டேன். சூரியனை ஆய்வு செய்வதற்கான ஆதித்யா செயற்கைக்கோள் திட்டத்திலும், சந்திரயான் 2 திட்டத்திலும் ஈடுபட்டிருந்தேன். இந்நிலையில் 2018 ஜூலை 31 அன்று, எனக்கு 60 வயது நிறைவடையவே, ஓய்வு பெற்றுவிட்டேன். எனது அனுபவங்களை 'கையருகே நிலா', 'சிறகை விரிக்கும் மங்கள்யான்' என்ற தலைப்புகளில் புத்தகங்களாக எழுதி இருக்கிறேன்.

உங்களைப்போல விண்வெளி அறிவியல் துறைக்கு வரவிரும்பும் மாணவர்களுக்கு உங்களது ஆலோசனை என்ன?

பள்ளியில் அறிவியல் மற்றும் கணிதப் பாடங்களை விருப்பத்தோடும், புரிந்துகொண்டும் படிக்க வேண்டும். செய்முறை அறிவியல் தொழில் நுட்பத்தில் நாட்டமும் விருப்பமும் மிகவும் தேவை. கல்லூரியில், இந்திய விண்வெளி ஆய்வுக் கழகத்தால், திருவனந்தபுரத்திலிருந்து நடத்தப்படும் IISTஇல் சேர்ந்து படிப்பது, இந்திய விண்வெளி ஆய்வுக்கழகத்தில் சேர நல்ல வாய்ப்பை உருவாக்கும்.

அதில் இடம் கிடைக்கவில்லையா, IIT மற்றும் NITகளிலும் படிக்கலாம். அடுத்த கட்ட பொறியியல் கல்லூரிகளில் கூட இளநிலையில் இயந்திரவியல், மின்னணுவியல், கணினியியல் படிக்கலாம். செய்முறை அறிவியல் தொழில் நுட்பத்தில் நாட்டமும் விருப்பமும் மிகவும் தேவை. உங்கள் புராஜெக்ட்களை நீங்களே செய்வது அவசியம்.

அறிவியல் படிப்பெனில், இயற்பியல், தொலையுணரியல் (Remotesensing) மற்றும் வேதியியல் படிக்கலாம். முதுநிலை மற்றும் முனைவர் பட்டத்திற்காகப் படிப்பவர்கள் மற்றும் ஆராய்ச்சியில் ஈடுபடுபவர்கள் ஏரோநாட்டிகல், மைக்ரோவேவ், ஆன்டெனா, ஸ்ட்ரக்சுரல் என்ஜினீயரிங், தெர்மல் என்ஜினீயரிங், க்ரையோஜெனிக், ஆப்டிகல் என்ஜினீயரிங், செமிகண்டக்டர்

அண்ட் டிவைசஸ் என்ஜினீயரிங், நானோ சயின்ஸ் மற்றும் நானோ என்ஜினீயரிங் போன்ற துறைகளைத் தேர்வு செய்து படிக்கலாம். விண்வெளி அறிவியல் தொழில் நுட்பத்தின் வரலாறு மற்றும் தற்போதைய முன்னேற்றங்களை அறிந்து வைத்துக் கொள்வது நேர்முகத் தேர்வின்போது கைகொடுக்கும்.

(சந்திப்பு நிகழ்ந்தது: அக்டோபர் 2018)

பள்ளி பாடப்புத்தகத்தில் இடம்

பல்வேறு இதழ்களில் தாய்மொழி தமிழில் அறிவியல் கட்டுரைகளை எழுதியும், பல்வேறு பள்ளி, கல்லூரிகளில் தாய்மொழிக்கல்வியின் அவசியத்தை வலியுறுத்திப் பேசியும் வருகிறார். 'வளரும் அறிவியல்' என்று தமிழில் வெளிவரும் அறிவியல் மாத இதழின் கௌரவ ஆசிரியராக இருக்கிறார். தற்போதைய பத்தாம்வகுப்பு தமிழ்ப் பாடப்புத்தகத்தில் இவரது வாழ்க்கை வரலாறு பாடமாக வைக்கப்பட்டுள்ளது. ஐந்து முனைவர் பட்டங்கள், சர்வதேச மற்றும் தேசிய அளவில் பல்வேறு விருதுகள் பெற்றிருக்கும் அண்ணாதுரைக்கு, இந்திய அரசு 2016-ல் பத்மஸ்ரீ விருதை வழங்கிக் கௌரவித்தது. 2019-லிருந்து தமிழ்நாடு அறிவியல் தொழில் நுட்ப மன்றத்தின் துணைத்தலைவராகப் பணியாற்றி வருகிறார் மயில்சாமி அண்ணாதுரை.

அதிகாலை 4 மணிக்கெல்லாம் எழுந்து வீணை வாசிக்கச் சொல்வாங்க!

-வீணை காயத்ரி

வயலின் எனில் குன்னக்குடி வைத்தியநாதன், நாதஸ்வரம் எனில் காருக்குறிச்சி அருணாசலம் என்பது போல் வீணை எனில் காயத்ரி நினைவுக்கு வருவார். நான்கு வயதில் வீணையில் அவர் விரல்கள் விளையாட ஆரம்பித்தன. ஒன்பது வயதில் தனது முதல் இசை அரங்கேற்றத்தைத் துவக்கினார். தமிழகத்தைக் கட்டிப்போட்ட 'பேபி' காயத்ரியின் வீணை நாதம், உலகெங்கும் பரவிற்று. பின்னாட்களில் இசைத்துறையில் அவர் செய்த சேவைக்காகக் கலைமாமணி விருது வழங்கப்பட்டது. அவரது மகுடத்தில் மற்றொரு மாணிக்கமாக கடந்த 2013-ஆம் ஆண்டு, சென்னையில் புதிதாய் துவங்கப்பட்ட தமிழ்நாடு இசை மற்றும் கவின்கலை பல்கலைக்கழகத்தின் முதல் துணைவேந்தராக நியமிக்கப்பட்டார். அவர் துணைவேந்தராக இருந்தபோது, பல்கலைக்கழகத்திற்கே சென்று அவரை சந்தித்தேன். அந்த சந்திப்பில் நடந்த உரையாடல் அப்படியே இங்கே...

உங்களது இளம்பருவம் பற்றிச் சொல்லுங்கள்?

தெலுங்குத் திரையுலகில் இசையமைப்பாளராக இருந்த ஜி.அஸ்வத்தாமா வீணை இசைக் கலைஞர் கமலா தம்பதியருக்கு, ஆந்திர மாநிலம் ஈச்சம்பட்டியில், 1959 நவம்பர் 9 அன்று மகளாகப் பிறந்தேன். எனக்கு பெற்றோர் வைத்த பெயர் காயத்ரி வசந்த ஷோபா.

பள்ளிக்கு செல்லவில்லை. வீட்டில்தான் எல்லாமே. இசைத்துறையில் எனது முதல் ஆசிரியர்கள் எனது அப்பா, அம்மாதான். திரைப்பட இசையமைப்பாளர், வீணைக் கலைஞராக என் பெற்றோர்கள் இருந்ததால், சிறுவயதிலிருந்தே எனக்கு இசை மீது நாட்டம் வந்தது.

இளம் வயதில் உங்களுக்கான இசைப்பயிற்சி எப்படி இருந்தது?

அதிகாலை 3.30 மணிக்கெல்லாம் அப்பா என்னை எழுப்பிவிடுவார். அப்போது எழுந்து வீணை வாசிக்கச் சொல்வார். அம்மாவும் அந்த நேரத்தில் எழுந்து, சமையல் செய்ய ஆரம்பித்துவிடுவார். அப்பா இசையமைப்பாளர் என்பதால், பல பாடல்களை ராகங்களுடன் பாடிக் காட்டுவார். அதைப்போல், வீணையில் வாசித்துக் காட்டச் சொல்லுவார். அப்போது எனக்கு நான்கு வயதுதான் இருக்கும். சின்ன பொண்ணு நான். வீணை ரொம்ப பெரிசா இருக்கும். என் விரல்கள் வீணைக்கம்பியில கூட எட்டாது. போகப்போக காலை 4 மணியிலிருந்து காலை 8 மணி வரையிலும், மாலை 2 மணி நேரம் வரை அசுர சாதகம் செய்யத் தொடங்கினேன்.

அப்பா பாடுவதற்கு ஏற்றாற்போல் நான் வீணை வாசிக்க வேண்டும். எங்கேனும் நான் தவறு செய்தால், “இந்த இடத்தில் இப்படி வரக்கூடாது. தப்பா வாசிக்கறம்மா” என்று சமையலறையில் இருந்து என் அம்மாவின் குரல், என்னைத் திருத்தும். அசுர சாதகத்தின் பலனாக 8 வயதிலிருந்து கச்சேரி செய்ய ஆரம்பித்தேன்.

உங்களுடைய முதல் மேடைக் கச்சேரி குறித்து சொல்லுங்களேன்?

எனது முதல் மேடைக் கச்சேரி, சென்னை திருவல்லிக்கேணி ஸ்ரீ பார்த்தசாரதி சுவாமி சபாவில் 1968-ஆம் ஆண்டு நடைபெற்றது. அதன்பிறகு, கச்சேரி... கச்சேரி... என இசையே என் உலகமாய் இருந்தது. இளம் வயதிலேயே இசை நிகழ்ச்சி நடத்தியதால், 13 வயதிலேயே என்னை ஒரு முதுநிலை இசைக்கலைஞர் என

அனைத்திந்திய வானொலி எனக்கு அங்கீகாரம் தந்தது. அதாவது, 'இளம் மேதை' (child prodigy) கௌரவம் எனக்கு கிடைத்தது.

உங்களுக்கு பக்கபலமாய் இருந்தது யார்?

எனக்கு பக்கபலமாய் என் அப்பாவும் அம்மாவும் இருந்தனர். என் அப்பா ஒவ்வொரு முறையும் என்னை உற்சாகப்படுத்துவார். அவருடைய அன்பும், அரவணைப்பும் எப்போதும் எனக்கு பாதுகாப்பாக இருக்கும். இசைத் தென்றல் விளையாடிக் கொண்டிருந்த எனது குடும்பத்தில், அப்பாவின் மரணம் எனும் சூறாவளி என்னைச் சுழற்றி எறிந்தது. தெலுங்கு திரையுலக இசைத்துறையில் ஜாம்பவானாக இருந்த எனது தந்தை இறந்தபோது அவருக்கு வயது 47. அப்போது எனக்கு வயது 16. எனக்கு எல்லாமுமாய் இருந்த எனது தந்தையின் திடீர் மறைவினால், என் வாழ்வே சூனியமாய் ஆனதுபோல் மாறிவிட்டது. அடுத்த மூன்றாண்டுகள் இசைக்கச்சேரிகள் செய்தாலும், அவை எனக்கு மனத்திருப்தியைத் தரவில்லை. என் தந்தையை இழந்த சோகம் என்னை வாட்டிக்கொண்டே இருந்தது.

அப்பாவின் மரணத்தில் இருந்து எப்படி மீண்டு வந்தீர்கள்?

சோகத்திலேயே இருப்பதைப் பார்த்துவிட்டு, மகளை கரைசேர்க்க வேண்டும் என்ற எண்ணத்தில், அம்மா எனக்கு திருமணம் செய்து வைத்தார். என் கணவர் ராமகிருஷ்ணன் மரைன் என்ஜினீயர். அப்பா இல்லாத இடத்தினை எனது கணவர் அவரது அன்பால் நிரப்பினார். அவருடன் கப்பலில் பல நாடுகளுக்குச் சென்று வந்தேன். அது ஆறுதலைத் தந்தது.

திருமணத்திற்குப்பின் இசைத்துறையில் இருந்து ஒதுங்கி வந்துவிட்டேன். எந்த கச்சேரிக்கும் ஒத்துக்கொள்ளவில்லை. எனது மூன்றாவது கரமாக இருந்த வீணையைத் தனிமைப்படுத்தி வைத்துவிட்டேன். எனது முதல் மகள் தீப்தா பிறந்து அவள் பிரீகேஜி செல்லும்வரை, இசைப்பக்கம் நான் தலை வைத்துக்கூட படுக்கவில்லை. அவள் பள்ளி சென்றாள். அவள் இருக்கும்வரை வீட்டிற்குள் அவளது குரல் சங்கீதமாய் இருந்தது. அவள் பள்ளி சென்றதும், சங்கீதமின்றி எனது வீடு வெறுமையாய் இருந்தது. அப்போதுதான் வீணையை மீண்டும் மீட்டினால் என்ன என்று தோன்றியது. ஆனால் பழையபடி எனக்கு வீணை வாசிக்க வரவில்லை.

வீணை வாசிக்க வரவில்லை என்றீர்கள்? அப்புறம் எப்படி மீண்டும் வாசிக்க ஆரம்பித்தீர்கள்?

நான் கச்சேரியில் வீணை வாசிக்கும்போது, என்னோடு மிருதங்கம் வாசித்த நண்பரான திருச்சூர் நரேந்திரனிடம், 'வீணை மீது மீண்டும் நாட்டம் வந்திருக்கிறது. ஆனால் எதையும் என்னால் வாசிக்க முடியவில்லை. என்ன செய்வது?' என்று ஆலோசனை கேட்டேன்.

"சங்கீத கலாநிதி டி.எம். தியாகராஜனிடம் மாணவியாகப் போய் சேர்ந்து கொள்ளுங்கள். உங்களை மீண்டும் புதுப்பித்துக் கொள்ளுங்கள். அவர் உங்களுக்கு வழிகாட்டியாக இருப்பார்" என்றார். நானும் அவரது சொல்படி, டி.எம்.டி. அவர்களைச் சந்தித்துப் பேசினேன்.

"என்னம்மா வேணும்?" என்று கேட்டார். 'எப்படி வேண்டுமானாலும் என்னிடம் வீணை பேசும். நான் என்ன சொன்னாலும் வீணை கேட்கும். ஆனால், அதை எப்படி பேச வைப்பது, வீணைகிட்ட என்ன சொல்றதுன்னும் தெரியல. நீங்கதான் அதற்கு உதவணும்' என்றேன்.

சற்றுநேரம் எனை உற்றுப்பார்த்துவிட்டு, "சரி... நான் சொல்றபடி செய்... மீண்டும் வர்ணத்திலிருந்து கற்றுக்கொள்" என்றார். அதாவது, இசையில் அடிப்படை பாடத்திற்கு அடுத்த நிலை, வர்ணம். இவை எல்லாம் எனக்கு முன்பே தெரிந்திருந்தாலும் மீண்டும் வர்ணத்திலிருந்து எனை கற்றுக்கொள்ளச் சொன்னார்.

ஆசிரியன் சொல்லுக்கு மறுப்பேது. வர்ணத்திலிருந்து மீண்டும் ஆரம்பித்தேன். இசையில் மீள ஆரம்பித்தேன். வீணையை மீண்டும் மீட்ட ஆரம்பித்தேன்

இதுவரை எவ்வளவு கச்சேரிகள் செய்திருப்பீர்கள்?

பேபி காயத்ரியாக இருந்தபோது 4 ஆயிரம் கச்சேரிகள் செய்திருப்பேன். இடைவெளிக்குப் பிறகு மீண்டு(ம்) வந்தபோது, 40 ஆயிரம் கச்சேரிகள் செய்திருப்பேன். இப்போது எனது இசையுலக ஆசான் உயிரோடு இல்லை. ஆனால், அவர் இல்லாமல் நான் இந்த நிலையில் இல்லை என்றுதான் சொல்வேன்.

உங்கள் குருவைப் பற்றிச் சொல்லுங்களேன்?

இதே இசைக்கல்லூரியில் உதவிப்பேராசிரியராகப் பணியாற்றியவர் எனது குரு டி.எம்.டி. இப்போது நான், இந்த பல்கலைக்கழகத்தின் துணைவேந்தராக அமர்ந்திருக்கிறேன் என்றால், அதற்கு அவரும் ஒரு காரணம். அவர் அசாத்திய மனிதர். சாமா வர்ணம் என்ற ஒரு வர்ணம் இருக்கிறது. அது கற்றுக்கொள்வது சற்று சிரமம்தான். அதை ஒரேநாளில் கற்றுக்கொண்டேன். அவரிடம் மாணவியாக சேர்ந்தபிறகு, இசையின் உலகத்தை எனக்குப் பல பரிணாமங்களில் திறந்து விட்டார் அவர். இசையில் இருந்த புது உலகத்தின் சாவி அவர் கையில் இருந்தது. அந்த உலகத்தை எனக்குத் திறந்து காட்டிய மாமனிதர் அவர். அவரைப் பார்த்தாலே போதும், சங்கீதம் தானாக வந்து விடும். தினமும் ஒரு மணி நேரம்தான் பாடம் சொல்லிக்கொடுப்பார். அந்த ஒரு மணி நேரமும் என் வாழ்வின் பொன்னான நேரங்கள் என்று சொல்வேன். புதுப்புது விஷயங்களைக் கற்றுக்கொடுத்துக் கொண்டே இருப்பார். அந்த இசை ஜாம்பவன், இசை உலக சக்கரவர்த்திகளில் ஒருவரான செம்மங்குடி சீனிவாச ஐயரின் பிடித்தமான, பிரதான சிஷ்யர்.

உங்கள் குருவிடம் மிகவும் பிடித்த விஷயங்கள் என்ன?

எனது குரு ஒரு கர்நாடக இசைக் கலைஞர். கீர்த்தனைகள் இயற்றுவார். அனாசயமாகப் பாடுவார். இசையில் எப்போதும் புதுமைகளைச் செய்து கொண்டே இருப்பார். எதிலும் ‘ரிப்பீட்’ இருக்கவே இருக்காது. இசை என்பது ஆன்மாவைத் தொடும் என்பார்கள். அவரது இசையைக் கேட்டால், அந்த இசை எனது ஆன்மாவை மட்டுமல்ல எனது மூளையிலுள்ள நியூரான்

செல்களையும் தொடும். அவரால் மட்டும் எப்படி இப்படி முடிகிறது என்று அடிக்கடி வியந்து போவேன். அதே குணத்தை நானும் எனது துறையில் பின்பற்றி வந்திருக்கிறேன். அவர் யாருக்கும் கீழ்படிந்து போகமாட்டார். இசைக் கலைஞனுக்கு உரிய கம்பீரமும், மரியாதையும் அவருடன் நிழலாய்த் தொடர்ந்து கொண்டே இருந்தன.

குருவிடம் பாடம் கற்றுக்கொண்டபோது மறக்க முடியாத அனுபவங்கள் இருக்கிறதா?

நிறைய இருக்கின்றன. ஒரு சிலவற்றை மட்டும் சொல்கிறேன். தினமும் அவர் வீட்டிற்குச் சென்றுதான் பாடம் கற்றுக்கொள்வேன். அவர் பாடம் கற்றுக்கொடுக்கிறார் என்றால், உலகத்தையே மறந்து விடுவார். யாருடைய தொந்தரவையும் சகித்துக் கொள்ளமாட்டார். இசைப்பாடத்தில் அவ்வளவு உறுதியாக இருப்பார். அவர்கள் வீட்டில் உள்ளவர்கள் கூட அவரை தொந்தரவு செய்ய பயப்படுவார்கள். அப்படி ஒருநாள், பாடம் நடந்துகொண்டிருக்கும்போது, அவரது மகன் எங்களது வகுப்பை இடைமறித்து, "அப்பா, அவங்க பொண்ணு வந்திருக்காங்க" என்று பயந்துகொண்டே சொன்னார். இதைக்கேட்டதும் 'நாம இன்னிக்குத் தொலைஞ்சோம், எங்கே என்னைத் திட்டிவிடுவாரோ' என்று எனக்குள்ளும் பயம் தொற்றிக்கொண்டது. ஆனால், என் மகளுக்கு விபத்து ஏற்பட்டதால், அவள் நேரே எனது குருவின் வீட்டிற்கே வந்துவிட்டாள். நிலைமை அறிந்ததும், "முதலில் உன் மகளைப் போய் கவனிம்மா. அமைதியான மனதில்தான் இசை தவழும். இன்று இந்த வகுப்பு போதும்" என்றார். அவர் சொன்ன வார்த்தைகள் என்னுள் பசுமரத்தாணி போல் பதிந்திருக்கிறது. மனம் அமைதியாக இருந்தால்தான் இசை பிரவாகமாய் ஊற்றெடுக்கும். அவர் சொன்னதை இன்றுவரை பின்பற்றி வருகிறேன்.

உங்கள் ஆசிரியருடன் இணைந்து கச்சேரி செய்திருக்கிறீர்களா?

ஒவ்வொரு மாணவிக்கும் இந்த ஆசை இருக்கத்தானே செய்யும். மிகப்பெரிய இசை ஜாம்பவானான என்னுடைய ஆசிரியருடன் இணைந்து ஒரே மேடையில் கச்சேரி செய்ய வேண்டும் என்பது எனக்கும் தீராத ஆசையாக இருந்தது. அவர் பாடகர் என்பதால் அவருக்கு வயலின்தான் துணையாக வரும். வீணை வராது என்பதால் அந்த வாய்ப்பு எனக்கு கிடைக்காமலேயே போய்விட்டது.

ஒவ்வொரு விஜயதசமி அன்றும் அவரது வீட்டிற்கு சென்று விடுவேன். என்னைப்போல் நிறைய மாணவர்கள், அவரது வீட்டில் அன்றையதினம் ஒன்று கூடுவோம். குருவிற்கு வேண்டிய தட்சணைகளைக் கொடுத்து அவரிடம் ஆசிர்வாதம் பெற்றுக்கொள்வேன்.

எங்கள் வீட்டிற்கு அவர் ஒரு சிலமுறை வந்திருக்கிறார். அவர் எங்கள் வீட்டிற்கு வந்துவிட்டால். அன்றைய நாள் முழுக்க எங்கள் வீடு, அவரது சங்கீதத்தால் நிரம்பித் ததும்பி வழியும். என் வீட்டுச் சுவர்கள் கூட அவரது சங்கீதத்தினை எதிரொலிக்காமல் அமைதியாய்க் கேட்டுக்கொண்டிருக்கும்.

அவருடைய பிறந்தநாளில் அவரது சிஷ்யர்கள் எல்லாம் ஒன்றாய் சேர்ந்து, மதியவேளையில் அவருக்குப் பிடித்தமான உட்லண்ட்ஸ் ஹோட்டலுக்குக் கூட்டிச்செல்வோம். சந்தோஷமாக எங்களுடன் வருவார். எல்லோரும் சேர்ந்து மதிய உணவைச் சாப்பிடுவோம். அது எங்களுக்கு இன்னும் சந்தோஷத்தைத் தரும்.

சினிமாவில் வீணை வாசித்தது பற்றி..?

கர்நாடக இசை மட்டுமின்றி, சினிமாத் துறையிலும் என்னை ஊக்குவித்தார் எனது ஆசிரியர். தமிழ், தெலுங்கு, கன்னடம், மலையாளம் உள்ளிட்ட நான்கு மொழிப்படங்களில் வீணை வாசித்திருக்கிறேன். இளையராஜா இசையமைப்பில் அன்னக்கிளி, பத்ரகாளி (கண்ணன் ஒரு கைக்குழந்தை...), உறவாடும் நெஞ்சம், தீபம் உள்ளிட்ட பல படங்களில் வீணை வாசித்திருக்கிறேன். இவை எல்லாமே எனது ஆசிரியர்கள் எனக்கு வழங்கிய இசை அறிவால் விளைந்தவை.

உங்கள் மகள்களுக்கு வீணை வாசிக்கத் தெரியுமா?

மூத்த மகள் தீப்தா. இளைய மகள் ஹரிதா. இருவருக்கும் வீணை வாசிக்கத் தெரியும். ஆனால் அவர்கள் சாப்ட்வேர் துறை வல்லுநர்களாக இருக்கிறார்கள். என்னைப்போல முழுமையாக இந்த இசைத்துறைக்கு அவர்கள் வரவில்லை.

இப்பல்கலைக்கழகத்தில் துணைவேந்தராகப் பணியாற்றுவது குறித்து சொல்லுங்க?

இங்கே நான் பணியில் அமர்வதற்கு முன்பு, தமிழ்நாடு இயல், இசை, நாடக மன்றத்தில் உறுப்பினராக இருந்தேன். இந்தத்

துறையில் தொடர்ந்து இருக்கப் பிடிக்காமல் என் கணவர் வேலை பார்க்கும் இடமான மும்பைக்கே திரும்பிவிட முடிவு செய்தேன். வீட்டைக் காலி செய்துவிட்டு, வீட்டினைப் பூட்டும்போது ஒரு போன் வந்தது.

அந்த போன் அம்மா(ஜெயலலிதா)விடமிருந்து. "தமிழ்நாடு இசைப் பல்கலைக்கழகத் துணைவேந்தராக விருப்பமா?"னு கேட்டாங்க. எனக்கு என்ன சொல்றதுனே தெரியல. கண்கள் கலங்கிடுச்சு. சரின்னு சொன்னேன். இயல்பாகவே நான் ரொம்ப தைரியமானப் பெண்மணி. எதற்கும் கலங்கவே மாட்டேன். ஆனா, அன்றைக்கு அம்மாவிடமிருந்து போன் வரவில்லை என்றால் தமிழ்நாட்டிலேயே இருந்திருக்க மாட்டேன். நான் இப்போ வாழ்ந்து கொண்டிருப்பது அவங்க கொடுத்த வாழ்க்கை.

ஜெயலலிதா அவர்களுடன் உங்களுக்கு மறக்கமுடியாத அனுபவம் எது?

நிறைய இருக்கு. அதில் சிலவற்றை மட்டும் சொல்கிறேன். முன்பெல்லாம் திருமண ரிசப்ஷன் நிகழ்ச்சிகளில் வீணை வாசிப்பது உண்டு. அப்படி வாசிக்கும் போது மூன்று விழாக்களில் அவங்களைப் பார்த்திருக்கேன். அவங்களும் என்னைக் கவனிச்சிருக்காங்க. நான் கர்நாடகம் வாசிச்சுட்டு இருப்பேன். அவங்க நிகழ்ச்சிக்கு வந்தா உடனே, அவங்க நடிச்ச படத்தில் உள்ள, 'ஒரு நாள் யாரோ...', 'ஆயிரம் நிலவே வா...', 'ஆயிரம் ஆசை...' பாடல்களை வாசிக்க ஆரம்பிச்சுடுவேன். 20 வருஷத்துக்கு முன்பு, ஒரு பேட்டியின்போது அம்மாகிட்ட, யார் வீணை வாசிப்புப் பிடிக்கும் என கேட்டப்போ, என் பேரை சொல்லியிருக்காங்க. இதைவிட என்ன பெரிய பாக்கியம் இருக்கப்போகிறது.

துணைவேந்தராகப் பணிக்கு வந்ததும், அடிக்கடி தலைமைச் செயலகத்துக்குச் சென்று வருவேன். எனக்கு தெலுங்கு தெரியும் என ஒருமுறை தெரிஞ்சுக்கிட்டாங்க. அதற்குப் பிறகு என்கிட்ட தெலுங்கில்தான் பேசுவாங்க. அவங்க தனியாக இருக்கும்போது, 'அம்மாகாரு'னுதான் கூப்பிடுவேன். அவங்களும் என்னை "மிஸ்ஸர்ஸ் காயத்ரி" என்றுதான் கூப்பிடுவங்க. இதுவே மத்தவங்க இருந்தாங்கனா, மேடம்னுதான் கூப்பிடுவேன். அவர் எனக்காகத் தெலுங்கிலேயே உரையாடுகிறாரே என்பதை நினைத்தால் பெருமையாக இருக்கும்.

என் பொண்ணு கல்யாணத்துக்கு, நேரில் சென்று அழைப்பு விடுத்தேன். அந்த கல்யாணத்துக்காக, என்னோட உயரத்துக்கு இருக்கிற இரண்டு வெள்ளி குத்துவிளக்கு கொடுத்து அனுப்பினாங்க. மூன்று, நான்கு பேர் அதைத் தூக்கிட்டு வந்தாங்க. அதைப் பொக்கிஷம் மாதிரி பாதுகாத்துகிட்டு வரேன். அதேபோல ஒவ்வொரு தீபாவளிக்கும் ஸ்வீட் அனுப்புவாங்க. ஒவ்வொரு வருடமும் அவங்க பிறந்தநாளை என்னோட பல்கலைக்கழகத்தில் வெகு விமரிசையாகக் கொண்டாடுவேன். என்னுடைய ஒவ்வொரு பிறந்தநாளுக்கும் அவங்க கைப்பட வாழ்த்துக் கடிதம் அனுப்புவாங்க. அதையும் பாதுகாத்து வச்சிருக்கேன். நான் எப்பவுமே வெளிப்படையாகத்தான் பேசுவேன். இதைப்பற்றி என்கிட்ட ஒருமுறை ''யு ஆர் போல்ட். ஐ லைக் இட்'' எனப் பாராட்டினார். அவரிடமிருந்து ஒவ்வொரு வார்த்தையும் நிதானமாக, சத்தமாக வரும்.

இந்த துறைக்கு வரவிரும்புப்களுக்கு நீங்கள் சொல்லும் ஆலோசனை என்ன?

இசையென்பது ஆன்மாவை அமைதிப்படுத்தும் அரிய கலை. அதற்குரிய மரியாதையைக் கொடுத்து, நல்ல குருவிடம் கற்றுக்கொள்ள வேண்டும். குருவிற்கு உரிய மரியாதை கொடுத்து, அவர் சொல்படி நடக்கவேண்டும். அனுதினமும் பயிற்சி எடுக்க வேண்டும். நன்றாகக் கற்றுக்கொண்ட பிறகும் பயிற்சி எடுப்பது அவசியம். புதிது புதிதாக வாசித்துப் பழக வேண்டும். உங்களுக்கென்று தனித்த அடையாளத்தை உருவாக்கிக்கொள்ள வேண்டும். இவற்றைச் செய்தாலே, இசைத்துறையில் உங்களாலும் சாதிக்க முடியும்.

(சந்திப்பு நடந்தது: நவம்பர் 2015)

காவல் துறை மீதுதான் விருப்பம்

இளம்வயதில் காவல் துறை பணிக்குப் போக வேண்டுமென்பதே இவரது லட்சியமாக இருந்திருக்கிறது. 'புலனாய்வு செய்வதில் மிகவும் விருப்பம் இருந்தது எனக்கு. ஆனால், இந்த வீணை என் வாழ்க்கையையே மாற்றிவிட்டது. இனி அது எப்போதும் மாறாது' என்கிறார். துணைவேந்தர் பணி ஓய்விற்குப் பிறகு, தன்னுடைய வலைப்பூவில் இசை குறித்தும், இவரது அனுபவங்களையும் எழுதி வருகிறார்.

அரசியல் கூட்டங்களால்தான் எனக்குள் சீர்தூக்கிப்பார்க்கும் திறன் வளர்ந்தது!

-மேனாள் நீதியரசர் கே.சந்துரு

நாடே இருளில் மூழ்கினாலும், நீதியரசர்களின் வீடுகளில் மட்டும் மின்சாரம் முதற்கொண்டு, அனைத்து அத்தியாவசியத் தேவைகளையும் அரசு பார்த்துப் பார்த்து கவனித்துக்கொள்ளும். கண்ணாடி மாளிகைக்குள் அவர்களை வைத்து பாதுகாப்பதற்குக் காரணம், அவர்களால் அரசுக்கு எந்த ஆபத்தும் வந்துவிடக்கூடாது என்பதுதான். அத்தகைய வசதி வாய்ப்புகள் இருந்தபோதும், எல்லாவற்றையும் புறந்தள்ளி, எளிமையான வாழ்க்கை வாழ்ந்து, மக்களோடு மக்களாக இருந்து, மக்களுக்கு நியாயமாகவும், அரசின் குறைகளை சுட்டிக்காட்டியும் பல வரலாற்றுச் சிறப்பு மிக்கத் தீர்ப்புகளை வழங்கியவர் சென்னை உயர்நீதிமன்ற மேனாள் நீதியரசர் கே.சந்துரு. அவர் நீதிபதியாகப் பணியாற்றிய 6 3/4 ஆண்டு காலத்தில் 96 ஆயிரம் வழக்குகளை முடித்துவைத்து பலருக்கும் முன்னோடியாகத் திகழ்ந்த நீதியரசர் அவர்.

மைலாப்பூரிலுள்ள அவரது அலுவலகத்தில் சந்தித்தேன். 68 வயதைத் தொட்டிருந்தாலும், இளைஞருக்குரிய நடையில் வந்தார். வழக்கறிஞரைப்போல நான் கேள்விகளைக் கேட்க, தனது வாழ்வியல் நினைவுகளை மீட்டுடெத்து நீதியரசருக்குரிய பாங்கில் தனது பதில்களைத் தந்தார். இனி வாசிக்கலாம் நீங்க...

உங்களது பூர்வீகம், பள்ளி வாழ்க்கை குறித்துச் சொல்லுங்கள்?

எங்களது பூர்வீகம் தஞ்சாவூர் மாவட்டம் கும்பகோணத்தையடுத்த நாச்சியார் கோயில். எனது தந்தை கிருஷ்ணசாமி. அக்காலத்து இன்டர்மீடியட் (FA) வகுப்பு படித்தவர். தெற்கு ரயில்வேயில் வேலை பார்த்தார். அம்மா பெயர் சரஸ்வதி. எனக்கு ஒரு அக்கா, இரண்டு அண்ணன்கள், ஒரு தம்பி. அப்பாவிற்கு அடிக்கடி ஊர் மாற்றம் ஏற்படுவதால் நாங்கள் மைசூர், திருச்சி, இறுதியாகச் சென்னைக்கு வந்து சேர்ந்தோம். வடசென்னை தண்டையார்பேட்டையில் குடியிருந்தபோது, அக்கா, அண்ணன்கள், நான் என ஒவ்வொருவரும் ஒவ்வொரு பள்ளியில் படித்தோம். ஆளுக்கொரு பள்ளியில் படித்துக்கொண்டிருப்பது சரியாக இருக்காது என்று, அப்பா எங்களை தி.நகருக்கு அழைத்து வந்துவிட்டார். தி.நகரில் உள்ள ராமகிருஷ்ணா மிஷன் பள்ளியில் அனைவரும் படிக்க ஆரம்பித்தோம்.

இங்கு வந்தபிறகு, அம்மா உடல்நலக்குறைவால் காலமாகிவிட்டார். அப்போது எனக்கு வயது 5. என் அப்பா மறுமணம் செய்து கொள்ளவில்லை. எங்களுக்கு உணவு தயாரித்து, படிக்க அனுப்பிவிட்டு, வேலைக்குச் சென்று வருவார். அக்கா சகுந்தலாவிற்கு திருமணம் செய்து வைத்துவிட்டார். நான் பியுசி படித்து முடித்தபோது, என் அப்பாவும் காலமாகிவிட்டார். எனது பெரிய அண்ணன் ராஜகோபால் அப்போது, அமெரிக்காவில் மாதம் 600 டாலர் ஸ்காலர்ஷிப் பெற்று படித்து வந்தார். அதில் மாதம் 100 டாலரை எங்களுக்கு அனுப்பி வைப்பார். அதை வைத்துதான் நாங்கள் படித்து வளர்ந்தோம். இன்று அவர் பிரேசிலில் மதிப்புறு பேராசிரியராக இருக்கிறார். இரண்டாம் அண்ணன் சுந்தர் ஐ.ஐ.டி. கான்பூரில் படித்துமுடித்துவிட்டு, அரசு பொறியியல் கல்லூரியில் உதவிப் பேராசிரியராகப் பணியாற்றி ஓய்வு பெற்றுவிட்டார். தற்பொழுது ஆஸ்திரேலியாவுக்கும், அமெரிக்காவுக்குமாகப் பறந்து கொண்டிருக்கிறார். என் தம்பி தில்லி ஜவஹர்லால் நேரு பல்கலைக்கழகத்தில் பட்டம் பெற்றபின் கோவையில் உள்ள பொறியியல் கல்லூரியொன்றில் பணியாற்றி

ஓய்வு பெற்றுவிட்டார். எனது தந்தை எங்களுக்கு விட்டுச் சென்ற ஒரே சொத்து எங்களுக்கு அளித்த படிப்பு மட்டுமே.

அம்மா இல்லாமல் நீங்கள் வளர்ந்த காலம் எப்படி இருந்தது?

அது எனது பள்ளிப்பருவ காலமாக இருந்தது. அதை இங்கே சொல்ல வேண்டும். எனது பள்ளிப் பருவம் மிகவும் பணிச்சுமை மிகுந்ததாக இருந்தது. தாயில்லா பிள்ளைகள், அப்பா வேலைக்குச் செல்ல வேண்டும். பெரிய அண்ணன் அமெரிக்காவிற்குப் படிக்கச் சென்று விட்டார். என் சின்ன அண்ணனும், நானும்தான் வீட்டைப் பார்த்துக்கொள்ள வேண்டிய நிர்ப்பந்தம் இருந்தது. வீட்டில் குளிர்சாதனப்பெட்டி இல்லாததினால் தினசரி காய்கறிகள் மற்றும் பால் வாங்கி வர வேண்டும். மிக்சி, கிரைண்டர் இல்லாததினால் மாவு மிஷினுக்குச் சென்று மாவு மற்றும் காபித்தூள் அரைத்து வர வேண்டும்.

சீனாவுடன் எல்லைத் தகராறு (1962), பின்னர் பாகிஸ்தானுடன் போர் (1965). இக்காலகட்டத்தில் கடுமையான உணவுத் தட்டுப்பாடு இருந்தது. ரேஷனில் அரிசி, கோதுமை, சர்க்கரை மற்றும் மண்ணெண்ணெய் இவற்றை வாங்குவதற்கு தினசரி காலை 4 மணிக்கெல்லாம் எழுந்துபோய், பல மணிநேரம் வரிசையில் நின்று பெற்று வர வேண்டும். அப்படி வாங்கி வந்த பொருட்களை பாதுகாத்து வைப்பதற்கு ஏற்பாடு செய்ய வேண்டும். குழாயைத் திறந்தால் தண்ணீர் வராது. அடிக்கிற பம்பில் சூரிய உதயத்திற்கு முன்னால் தண்ணீர் பிடிக்க வேண்டும். இதனால்

அசாத்திய பொறுமையும், வீட்டை நிர்வாகிக்கும் மேலாண்மைத் திறனும் எனக்குள் ஏற்பட்டது. இதை எல்லாம் முடித்துவிட்டு பள்ளிக்குப்போக வேண்டும்.

நான் 4-ஆம் வகுப்பு படிக்கும்போதே சமைக்கத் தொடங்கிவிட்டேன். சமைத்து சாப்பிட்டுவிட்டுத்தான் பள்ளிக்குச் செல்வோம். அக்காலகட்டத்தில் தொலைக்காட்சி, கணினி வசதி இல்லாததால் பொழுதுபோக்கென்பது ஆன்மீக சொற்பொழிவுகளும், மற்றும் அரசியல் கூட்டங்களுமே. தொலைதூரத்தில் இருப்பினும் நூலகங்களுக்கு சென்று நூல்களை வாசித்தல் இனிய அனுபவங்களை அளித்தது. சங்கராச்சாரியார், கிருபானந்தவாரியார் போன்றோரின் ஆன்மீகச் சொற்பொழிவுகளைக் கேட்டுக்கொண்டிருந்த நான், திராவிட கழகங்களின் அரசியல் கூட்டங்களுக்குச் சென்றபோது, ஏன்? எதற்கு? எப்படி? என்று கேள்வி கேட்கும் பக்குவம் ஏற்பட்டது. எது சரி? எது தவறு? என்று சீர் தூக்கிப்பார்க்கும் நடுநிலை என்பது இங்குதான் ஏற்பட்டது. இதுதான் எனது வாழ்வில் நான் சந்தித்த முதல் திருப்புமுனை என்பேன்.

உங்களுடைய பள்ளி வாழ்க்கை எப்படி இருந்தது? அப்போது நீங்கள் என்னவாக எதிர்காலத்தில் வரவேண்டும் என்று கனவு வைத்திருந்தீர்கள்?

என்னுடைய பள்ளி வாழ்க்கையில் தேர்வுகளுக்கு அதிக முக்கியத்துவம் இல்லை. ஆனாலும் ஒவ்வொரு வருடமும் தேர்ச்சி பெற்றால்தான் அடுத்த வகுப்பிற்குச் செல்ல முடியும் என்ற நிர்ப்பந்தம் இருந்தது. பாடச்சுமை இல்லை. தேர்வில் அதிக மதிப்பெண் பெற வேண்டுமென்ற கட்டாயமுமில்லை. 1964ல் முதல் முறையாக தினத்தந்தி நாளிதழானது, எஸ்.எஸ்.எல்.சி. தேர்வில், மாநில அளவில் முதல் மதிப்பெண் பெறுபவர்களுக்கு ரூ.1001/- பரிசாக வழங்க ஆரம்பித்தது. அப்பொழுது நான் படித்த பள்ளியில் வாசன் என்ற மாணவர் 401/500 என்ற மதிப்பெண் பெற்று அப்பரிசைப் பெற்றார்.

எஸ்.எஸ்.எல்.சி. படித்த பெரும்பான்மையான மாணவர்கள் புகுமுக வகுப்பில் சேர்ந்து படித்தப் பின்னரே மேற்படிப்புக்கான தகுதி பெற்றனர். ஒரு சிலர் மருத்துவத்திற்கும், பலர் பொறியியல் கல்லூரிக்கும் சென்றனர். பெரும்பான்மையான மாணவர்களுக்குப் பெற்றோர்கள் அழுத்தம் என்று ஒன்று இருந்ததில்லை. அதேபோல் பள்ளி இறுதித் தேர்வில் தோல்வியுற்றாலொழிய டியூஷன் படிக்கச்

செல்வதில்லை. 99% மாணவர்கள் தாய்மொழியிலேயேதான் கல்வி கற்றனர். ஆங்கிலவழிக் கல்வி என்பது அநேகமாக நடைமுறையில் இல்லை. நான் பள்ளியில் படிக்கும்போது மருத்துவராகப் பயிற்சி பெற்று, மக்களுக்குப் பணிபுரிய வேண்டுமென்று ஆசைப்பட்டேன்.

உங்களால் ஏன் மருத்துவராக வரமுடியவில்லை?

ராமகிருஷ்ண மிஷனில் புதுமுக வகுப்பை முடித்தபிறகு, மருத்துவக்கல்லூரியில் விண்ணப்பித்தும் இடம் கிடைக்கவில்லை. எனவே நான் லயோலா கல்லூரியில் தாவரவியல் படிக்கச் சேர்ந்தேன். அப்பொழுது, அப்பட்டப்படிப்பினை முடித்த பின்னர் மருத்துவம் சேருவதற்கு 10% இடஒதுக்கீடு இருந்தது. ஆனால் முதல் ஆண்டிலேயே இடதுசாரி அரசியல்பால் இழுக்கப்பட்டதால், அக்கல்லூரியில் இரண்டு ஆண்டுகள் மட்டுமே படிக்க முடிந்தது. அதன் பின்னர் மாணவர் நடவடிக்கைகளினால் அக்கல்லூரியிலிருந்து நீக்கப்பட்டு, எனது மூன்றாம் ஆண்டு படிப்பிற்காக சென்னைக் கிறித்துவக் கல்லூரியில் சேர்ந்து, ஒருவழியாக முடித்து பட்டம் பெற்றேன். ஆனால், மருத்துவராகும் ஆசையை விட்டுவிட்டு முழுநேர அரசியலில் ஈடுபட நேர்ந்தது.

இந்திய மாணவர் சங்கத்தின் செயலாளராக இரு ஆண்டுகள் முழுநேர ஊழியனாகப் பணியாற்றினேன். அந்த இரு ஆண்டுகளிலும் கல்வி நிலையத்தில் பயிலவில்லையே தவிர வாழ்க்கைப் பாடத்தைக் கற்றுக் கொண்டேன். தமிழகம் முழுவதும் சுற்றுப்பயணம் செய்ததில் மக்களையும், அவர்களது வாழும் சூழ்நிலையையும் நேரில் அறிந்து கொள்வதற்கு அது ஒரு வாய்ப்பாக அமைந்தது. பெற்றோர் பராமரிப்பில் இல்லாத மாணவன் ஒருவனுக்கு உலகமே குடும்பமாயிற்று.

அரசியலில் ஈடுபட்டிருந்தவர் சட்டம் படித்தது எப்படி?

நான் சட்டம் படிக்க முயன்றது ஒரு தற்செயலான நிகழ்வுதான். என்னுடைய சுற்றத்தாரில் ஒருவர்கூட வக்கீல் தொழில் செய்யவில்லை. நான் மாணவர் தலைவராக இருக்கும்போது, அண்ணாமலை பல்கலைக்கழகத்தில் கௌரவ டாக்டர் பட்டம்பெற வந்த கலைஞருக்கு எதிராக ஆர்ப்பாட்டங்கள் நடைபெற்றன. அதையொட்டி நடந்த காவல்துறையின் தடியடியால் உதயகுமார் என்ற மாணவரொருவர் இறந்து விட்டார். அவரது அப்பா நெல்லிக்குப்பத்தைச் சேர்ந்த பெருமாள் சாமி. ஆளுங்கட்சியின் அடக்குமுறைக்குப் பயந்து, இறந்துபோனது எனது மகனே இல்லை என்று சொல்லிவிட்டார்.

அதற்காக நீதிகேட்டு மாநிலம் முழுவதும் போராட்டங்கள் நடைபெற்றதனால், உயர்நீதிமன்ற நீதிபதி திரு.என்.எஸ்.ராமசாமி அவர்கள் தலைமையில் விசாரணைக் கமிஷன் அமைக்கப்பட்டது. அந்த விசாரணைக் கமிஷன் முன்னால் எங்களது சங்கம் சார்பாக நான் ஆஜரானேன். சட்டம் தெரியாவிட்டாலும் புகழ்பெற்ற வழக்கறிஞர்கள் என்.நடராஜன், ப.சிதம்பரம் இவர்களது ஆலோசனைபெற்று விசாரணையில் பங்கு கொண்டேன்.

அவர் சிட்டிங் ஜட்ஜாக இருந்தவர் என்பதால், நீதி கிடைக்காது என்று கருதி, “நீங்கள் இந்த இருக்கையில் இருந்து எழுந்து செல்லுங்கள்” என்றேன். அவருக்குக் கோபம் வந்துவிட்டது. “எந்த சட்டத்தின் அடிப்படையில் நீதி கிடைக்காது என்கிறாய்?” என்று கேட்டார். “சட்டப்பிரிவுகள் தெரியாது எனக்கு. ஆனால் உங்கள் மனசாட்சியைக் கேளுங்கள். அது சொல்லும்” என்று பதில் தந்தேன்.

சட்டமே படிக்காத என்னுடைய வாதங்களைக் கேட்ட அந்த நீதிபதி, அவரது கிளார்க் மூலம் “அந்த பையனை சட்டம் படிக்கச் சொல்லுய்யா... நல்லா வாதாடுறான்” என்று சொல்லி அனுப்பினார். அதுதான் எனக்குள் விழுந்த முதல் விதை. மேலும் சட்டக்கல்லூரியில் சேர்ந்தால் இன்னும் அரசியல் ஈடுபாட்டைப் பெருக்கிக்கொள்ளலாம் என்ற எண்ணமும் உப காரணமாகிவிட்டது. எனவே சட்டக் கல்லூரியில் நுழைந்தேன். ஆனால், இடதுசாரி அரசியலில் முழுமையாக ஈடுபடுத்திக் கொண்டாலும், ஒருநாள் கூட கல்லூரிக்கு மட்டம் போட்டதில்லை. கல்லூரியில் சேர்ந்தபின் எனக்கு விடுதியில் அனுமதி மறுக்கப்பட்டதனால், நானும் திருநாவுக்கரசரும் (காங்கிரஸ் கட்சியின் முன்னாள் தலைவர்) சேர்ந்து காலவரையற்ற உண்ணாவிரதப் போராட்டத்தைத் தொடங்கினோம். மூன்றாம் நாள் பட்டினிக்குப் பின்னர் விடுதியில் இடம் கிடைத்தது. கல்லூரி வாழ்க்கை முழுவதையும், வெறும் பாடத்துடன் நின்றுவிடாமல் உலக அரசியலைத் தெரிந்து கொள்ளவும், போராட்டக் களங்களில் பங்கு பெறவும் பயன்படுத்திக் கொண்டேன்.

உங்கள் வாழ்க்கையில் ஏற்பட்ட திருப்புமுனை எது?

வாழ்க்கையின் ஒவ்வொரு கட்டமும் திருப்புமுனைகள்தான். முன்பே சொன்னது போல, திராவிடர் கழகக் கூட்டங்களால் நான் பகுத்தறிவுவாதியானது முதல் திருப்புமுனை. அடுத்து சொல்வது

எல்லாமே திருப்பு முனைகள்தான். சட்டம் படிக்கப் போகிறேன் என்ற திட்டமில்லாமலே சட்டக்கல்லூரியில் நுழைந்தேன். முழுநேர அரசியல் என்ற ஆரம்ப எண்ணத்தை விட்டுவிட்டு முழுநேர வக்கீலாக மாறினேன். வக்கீல் தொழில் தொடங்கியவுடனேயே நெருக்கடி காலத்தில் சிறையிலேயே தாக்கப்பட்ட தி.மு.க தலைவர்கள் மாறன், ஸ்டாலின் போன்றவர்களுக்கு ஏற்பட்ட கொடுமைகளை விசாரிக்க நீதிபதி இஸ்மாயில் தலைமையில் விசாரணைக் கமிஷன் அமைக்கப்பட்டது. அந்த கமிஷன் முன்னால் மார்க்சிஸ்ட் கட்சியின் சார்பில் ஆஜராகும் வாய்ப்பு கிடைத்தது. அதன் மூலம் சில மாதங்களுக்குள்ளேயே உயர் நீதிமன்றத்தில் பேரும் புகழும் கிடைத்தது. அதன்பின் தொடர்ச்சியாக ஏழு ஆண்டுகள் தொழிலாளருக்காக வாதாடும் ஒரு நிறுவனத்தில் பணிபுரிந்த பின், தனியாக வாதாடத் தொடங்கினேன். தமிழ்நாடு பார் கவுன்சிலுக்கு நடைபெற்ற தேர்தலில், மிகவும் இளம் வயதிலேயே உறுப்பினராகத் தேர்ந்தெடுக்கப்பட்டு ஐந்தாண்டுகள் பதவி வகித்தேன். சென்னை உயர்நீதிமன்ற வழக்கறிஞர் சங்கத்தில் பொறுப்பு வகிக்க நேர்ந்தது.

தமிழகமெங்கும் மனித உரிமைகளுக்காகவும், தொழிலாளர்களுக்காகவும் பல நூற்றுக்கணக்கில் வழக்கு நடத்தும் வாய்ப்பு கிட்டியது. கருப்பு சட்டங்களான தடா (TADA), பொடா (POTA) இவற்றில் கைதானவர்களுக்கு வழக்கு நடத்த முடிந்தது. 20 ஆண்டுகள் வக்கீலாகப் பணியாற்றிய பின்னர், உயர்நீதிமன்றத்தில் சீனியர் வக்கீல் என்ற கௌரவம் கிட்டியது. அதன் பின்னர் 10 ஆண்டுகள் உயர் நீதிமன்றத்திலேயே அதிகமான வழக்குகள் நடத்திய சீனியரானேன்.

நீதிபதியாக எப்போது பதவிக்கு வந்தீர்கள்? நீதித்துறையில் நீங்கள் ஏற்படுத்திய மாற்றங்கள் என்னென்ன?

2006-ல், குடியரசுத் தலைவரால் நீதிபதியாக நியமிக்கப்பட்டேன். பதவியேற்ற அன்றே என்னுடைய சொத்துக்கணக்கை தாக்கல் செய்தேன். என்னுடைய நீதிமன்றத்தில் என்னை யாரும் “மை லார்ட்” என்று அழைக்கக்கூடாதென்று உத்தரவிட்டதுடன், எனக்கு முன்னால் செங்கோலேந்திச் செல்லும் மரபை நிறுத்தினேன். வீட்டில் காவல்துறை பாதுகாப்பு வேண்டாம். எனக்கு மெய்காப்பாளர் தேவையில்லை என்று எழுதிக்கொடுத்தேன். என்னுடைய வாகனத்தில் சிவப்பு விளக்கு சுழலாது. பதவியிலிருந்து ஓய்வுபெற்ற அன்று பிரிவு உபசாரம் தேவையில்லை என்று

கூறியதுடன், என்னுடைய வாகனத்தை ஒப்படைத்துவிட்டு, நான் இருந்த அரசு வீட்டையும் காலி செய்தேன். நீதிமன்றத்திலிருந்து கிளம்பும்முன் என்னுடைய இறுதி சொத்துக்கணக்கை தலைமை நீதிபதியிடம் ஒப்படைத்தேன். உயர் நீதிமன்றத்திலிருந்து கால்நடையாக கடற்கரை ரயில்நிலையம் சென்று மின் ரயில் ஏறி வீடு சென்றேன்.

7 வருடங்களுக்குக் குறைவாகப் பணியாற்றிய நான் 96,000 வழக்குகளை முடிவுக்குக் கொண்டு வந்தேன். என்றைக்கும் நேரம் பார்த்து பணியாற்றியதில்லை. தினமும் 15 நிமிடங்களுக்கு முன்னதாகவே நீதிமன்ற அறையில் நுழையும் நான், பல நாட்கள் இரவு 7 மணி வரை பணியாற்றியிருக்கிறேன். ஒருமுறை மருத்துவ சிகிச்சைக்காக விடுமுறை எடுத்ததைத் தவிர, வேறு எப்போதும் விடுப்பு எடுத்தது கிடையாது.

நீதித்துறையில் இருக்கும் சவால்கள் என்னென்ன?

நீதித்துறையில் இருக்கும் சவால்கள் நேர்மையும், தேக்க நிலையும் மட்டுமே. இந்தியா முழுவதும் மூன்று கோடி வழக்குகள் தேங்கியுள்ளன. தினந்தோறும் நீதிபதிகளின் நேர்மையைச் சந்தேகித்து தெருமுனை பேச்சுக்கள்தான் கேட்கின்றன. இதற்கு முக்கிய காரணம் திறமையான நீதிபதிகளை, நியாயமான முறையில் சமூக நீதிக்கு உட்பட்டு தேர்ந்தெடுக்காமையே. நீதிபதிகளின் நியமன முறையில் அடிப்படையான மாற்றம் தேவை. மேலும், தவறு செய்யும் உயர்மட்ட நீதிபதிகளை தண்டிப்பதற்குத் தற்போதைய சட்டங்கள் போதுமானவையல்ல. அவற்றிற்கும் அரசமைப்பு சட்டத்தில் திருத்தம் கொண்டுவர வேண்டும். விளம்பரத்திற்காகவும், பிரேக்கிங் நியூஸ் கொடுப்பதற்கும் மட்டுமே செயல்படாமல், நீதிபதிகள் வழக்குகளின் தேக்க நிலையைக் குறைப்பதற்கான ஆக்கப்பூர்வமான முயற்சிகளை எடுக்க வேண்டும். தங்களுடைய முழு திறமையைப் பயன்படுத்தித் தீர்ப்புகளை விரைவில் வழங்கினால் வழக்காடிகளுக்கு நீதிமன்றத்தின் மேல் நம்பிக்கை கூடும்.

நீங்கள் பார்த்து வியந்த மனிதர் யார்? அவர் உங்களிடம் ஏற்படுத்திய தாக்கம் என்ன?

நான் பள்ளிப்பருவத்தில் நேரடியாகப் பார்த்து (பேசமுடியாவிட்டாலும்) வியந்த மனிதர் இராஜாஜி அவர்களே. சுதந்திர இந்தியாவின் முதல் கவர்னர் ஜெனரலாக பதவியிலிருந்து

ஓய்வு பெற்ற பின்னரும், ஒரு எளிமையான மனிதராக பொதுவெளிகளில் அவர் காட்சி தந்தது என்னிடம் ஒரு பெரிய மாற்றத்தை ஏற்படுத்தியது. பதவி என்பது நாம் போட்டுக்கொள்ளும் உடுப்பு போன்றது. பதவிக் காலம் முடிந்தவுடன் அதைக் கழற்றி அலுவலகத்தில் வைத்துவிட்டு பொதுமனிதராக உலகத்தில் உலா வர வேண்டும் என்ற பெரிய பாடத்தை அவரது தோற்றம் என்னிடத்தில் ஏற்படுத்தியது. அவரது கொள்கைகளிலிருந்து மாறுபட்ட கருத்துகள் இருந்தாலும், அவருடைய எளிமை எப்பொழுதும் என்னை வழிநடத்தியே வந்துள்ளது.

இந்தத் துறைக்கு வரவிரும்பும் இளைஞர்களுக்கு என்னென்ன தகுதிகள் இருக்க வேண்டும்?

இத்துறையில் வக்கீலாகவோ (அ) நீதிபதியாகவோ பணியாற்ற துடிக்கும் இளைஞர்களுக்கு சிக்ஸ் பேக் உடல் கட்டு தேவையில்லை. ஐந்தரை அவுன்ஸ் மூளையைக் கூர்மையாக வைத்துக் கொள்வது மட்டுமே இத்துறையின் தேவை. அறிவு மட்டுமே ஆயுதம். இதற்கு கடுமையான முயற்சியும், நேர்மையான அணுகுமுறையும் தேவை. செல்வம் சேர்ப்பதற்கு முன்னால் கடுமையான உழைப்பும், அர்ப்பணிப்பும் வெளிப்படுத்த வேண்டும். ஒரு நிமிடத்தையும் வீணாக்காமல் தங்களை மேம்படுத்திக் கொள்வதற்காக இளைஞர்கள் முயற்சி செய்ய வேண்டும்.

(சந்திப்பு நிகழ்ந்தது: ஆகஸ்ட் 2018)

சிறந்த தீர்ப்பு

2010-ல், பள்ளிக்கூடங்களில் சமையலர் பணியில் இட ஒதுக்கீடு கேட்டு ஒரு வழக்கு வந்தது. அப்போதைய நிலவரப்படி தமிழ்நாட்டில் *1,25,000* சமையலர் பணியிடங்கள் இருந்தன. சமையலர் பணிக்கு தேர்வாக வேண்டுமெனில் அரசு சில நிபந்தனைகளை வைத்திருந்தது. அதில், பள்ளி இருக்கும் இடத்தில் இருந்து ஒரு கிலோ மீட்டர் தூரத்திற்குள் வசிக்க வேண்டும். எழுதப் படிக்கத் தெரிந்திருக்க வேண்டும் என்றிருந்தது.

இந்த முதல் நிபந்தனைதான் பிரச்சினைக்குரியது. பள்ளியானது ஊருக்கு நடுவில் இருந்தால், அதைச்சுற்றி *1* கி.மீ. தூரத்திற்குள் இருப்பவர்கள் மேல்தட்டு, உயர்தட்டு சாதியினர்தான். சேரி என்பது ஊருக்கு வெளியே இருக்கும். இதனால் அந்த மக்களுக்கு அந்த வேலை வாய்ப்பு கிடைக்காமல் போனது.

சுதந்திரமடைந்தபோது சமபந்தி போஜனம் என்ற நடைமுறையை எதற்குத் தேசத்தலைவர்கள் கொண்டுவந்தார்கள் என்றால், சாதி, மத, பாகுபாடு இருக்கக்கூடாது என்பதற்காகத்தான். அந்த பாகுபாடு இந்த நிபந்தனையின் மூலம் வந்துவிட்டதுபோல் தோன்றுகிறது என்பதால், இந்த நிபந்தனையைத் தளர்த்த வேண்டும் என்றும், இப்பணியில் தலித் பிரிவினருக்குக் குறிப்பிடத்தக்க அளவு இட ஒதுக்கீடு அரசு வழங்க வேண்டும் என்றும் ஏப்ரல் 2010-ல் தீர்ப்பு வழங்கினேன்.

அப்போது, கலைஞர் கருணாநிதி முதல்வராக இருந்தார். இதை எதிர்த்து எந்த மேல்முறையீடும் செய்யாமல், உடனே அந்தத் தீர்ப்பை நிறைவேற்றும்விதமாக, ஜூன் 2010-ல் அரசாணை வெளியிடப்பட்டது. அதன்மூலம் 25,000 தலித் பெண்கள் அந்த வேலையைப் பெற்றனர். ஒடுக்கப்பட்டோரின் வாழ்வில் அந்த தீர்ப்பு சமூக, பொருளாதார ரீதியாக மாற்றத்தை ஏற்படுத்தியது. இதைத்தான் நான் வழங்கிய தீர்ப்புகளில் சிறந்ததாகக் கருதுகிறேன்.

கு. ஞானசம்பந்தன்

பள்ளித் தேர்வில் நான்கு முறை தோல்வியடைந்தவன் நான்!

- பேராசிரியர் கு.ஞானசம்பந்தன்

ஒரு முறை தோல்வி அடைந்தாலே ஓய்ந்து போகின்ற மனிதர்களை நாம் பார்த்திருக்கிறோம். இவர் ஒரு முறை, இரு முறை அல்ல. நான்கு முறை தோல்வியைத் தழுவியவர். வெற்றி பெற்றபோதும் நண்பரின் கவனக்குறைவால் தோல்வியடைந்தவராகவே கருதப்பட்டு வீட்டில் முடங்கிக்கிடந்தவர். அதை எல்லாம் தனது விடாமுயற்சியினால் வென்று காட்டியவர்.

தமிழகம் அறிந்த பட்டிமன்ற நடுவரும், நகைச்சுவைப் பேச்சாளரும், தமிழ்ப் பேராசிரியரும், நடிகருமான கு.ஞானசம்பந்தன்தான் மேற்சொன்ன பெருமைகளுக்குரியவர். அவரை சென்னையில் உள்ள நட்சத்திர ஹோட்டலில் சந்தித்தேன். சினிமா கதாநாயகனைப்போல கம்பீரமாக, இளமையாக வந்தார். மதுரை மண்ணுக்கே உரிய பாசத்தோடும், நேசத்தோடும் வந்து விழுந்தன வார்த்தைகள். விழுந்த வார்த்தைகளை அப்படியே கோர்த்துத் தந்திருக்கிறேன்.

உங்களது பூர்வீகம் பற்றிச் சொல்லுங்கள்?

மதுரை மாவட்டம் சோழவந்தானில் தமிழாசிரியாரக இருந்த் புலவர் கு.குருநாதன் – விசாலாட்சி தம்பதியருக்கு மொத்தம் 5 குழந்தைகள். முதல் மூன்று குழந்தைகளும் பெண். அடுத்து ஒரு ஆண், அடுத்து ஒரு பெண். அந்த ஆண் குழந்தை, 1955 அக்டோபர் 15-ல் பிறந்தது. உண்மையில் அந்த தம்பதியருக்கு மொத்தம் 11 குழந்தைகள். ஆனால் மண்ணில் நிலைத்தது 5 மட்டுமே. அந்த ஆண் குழந்தை வேறு யாருமில்ல, நான்தான். வீட்டிற்கு ஒரே ஒரு ஆண் பிள்ளை. எங்கள் முன்னோர்கள் எல்லாம் ஜமீன்தார்கள் காலத்தில் மணியக்காரர்களாக இருந்தவர்கள். அப்படி இருந்தவர்களில் என் அப்பா மட்டுமே, அவரது வீட்டாரை எதிர்த்து, மதுரைக்குத் தன்னந்தனியனாகப் படிக்க வந்தவர். வீட்டார் உதவியின்றி கஷ்டப்பட்டுப் படித்து, தமிழாசிரியராக உயர்ந்தவர். எளிமையானவர். தமிழன்னையின் அருள் அவருக்கிருந்தது. அதுவே பின்னாட்களில் எனக்கும் வாய்த்தது.

உங்களின் தமிழ்ப்புலமை அபாரமாக இருக்கும். இதை யாரிடமிருந்து கற்றுக்கொண்டீர்கள்?

என் அப்பாவிடம் இருந்துதான் கற்றுக்கொண்டேன். அப்பா ஆசிரியர் என்பதால், எங்கள் ஐந்து பேரையும் படிக்க வைத்தார். என்னுடைய இளம் வயதிலேயே வில்லிபாரதம், திருக்குறள் என செய்யுள்களையும், இலக்கணங்களையும் எனக்கு கற்றுக்கொடுப்பார். ஆசிரியப் பணி மட்டுமின்றி, தீவிர சிவபக்தரான அவர், வீட்டில் அரைமணி நேரம் பூசை செய்வார். அப்போது அவர் சொல்லுகின்ற தேவாரம், திருவாசகம், பன்னிரு திருமுறைப் பாடல்கள், திருமுருகாற்றுப்படை போன்றவற்றின் செய்யுள் வரிகள், என்னுள் பசுமரத்தாணி போல் பதிந்துவிட்டன. தமிழை நான் சிறுவனாக இருக்கும்போதே, என் தந்தை எனையறியாமல் எனக்குள் விதைத்தார். இன்றும் நான் அந்த வரிகளை மறக்காமல் இருக்க இதுவே காரணம்.

உங்களின் உண்மையான பெயர் என்ன? எப்படி ஞானசம்பந்தன் என்ற பெயர் உங்களுக்குச் சூட்டப்பட்டது?

எனது உண்மையான பெயர் அங்குசாமி. எங்கள் குலதெய்வம் அங்காளீஸ்வரி. அதன் காரணமாக எனக்கு அங்குசாமி என்று பெயர் வைத்திருந்தனர். எங்கள் குலதெய்வம் அங்காளீஸ்வரியாக இருந்தாலும், அப்பா சிவபக்தர் என்பதால் சோழவந்தானில்,

'திருமுறைக் கழகம்' என்ற ஓர் அமைப்பைத் தொடங்கி, அங்குள்ள கோவிலில் சமயப் பணிகளையும் செய்து வந்தார். பல தமிழறிஞர்களை அழைத்து வந்து சமயச் சொற்பொழிவுகளையும் நடத்துவார். குன்றக்குடி அடிகளார், கிருபானந்த வாரியார் போன்றோர் இங்கு வந்து சொற்பொழிவாற்றி இருக்கின்றனர். ஒருமுறை நாகர்கோவிலைச் சேர்ந்த சைவப்பெரியவரான ஆறுமுக நாவலர் வந்திருந்தார். கூட்டம் தொடங்குவதற்கு முன், இறைவணக்கம் பாட, ஓதுவாரைத் தேடினால் அவர் அங்கு இல்லை. நேரம் ஓடிக்கொண்டே இருக்க, என் அப்பா ''எலேய் அங்குசாமி... நீ போய் கடவுள் வாழ்த்து பாடு'' என்றார்.

மேடையேறினேன். மைக்கைப் பிடித்து, 'தோடுடைய செவியன் விடையேறி ஓர் தூவெண் மதிசூடி' எனும் திருஞான சம்பந்தரின் தேவாரப் பாடலைப் பாடினேன். அதுதான் நான் ஏறிய முதல் மேடை. மைக்கைப் பிடித்ததும் அதுவே முதல்முறை. அப்பாடலைக் கேட்ட ஆறுமுக நாவலர், "இவர் உங்கள் மகனா? என்ன பெயர் வைத்திருக்கிறீர்கள்?" என்று கேட்க, "குலதெய்வம் நினைவாக அங்குச்சாமி என்று வைத்திருக்கிறோம் ஐயா" என்றார் அப்பா. "அது வீட்டில் கூப்பிட இருக்கட்டும், திருஞான சம்பந்தரின் பாடலை, இச்சிறுவயதில் இவ்வளவு அழகாக பாடிய இப்பிள்ளைக்கு ஞானசம்பந்தன் என்ற பெயரைச் சூட்டுங்கள்"என்றார். அப்பாவும் மகிழ்ந்து, அதே மேடையில் எனக்கு ஞானசம்பந்தன் எனப் பெயர் சூட்டினார். இப்படி ஓரே பாட்டில் 'பெயர்' வாங்கிய ஆள் நானாகத்தான் இருப்பேன்.

உங்கள் பள்ளிப்படிப்பு எப்படி இருந்தது? பள்ளியில் படிக்கும்போது நீங்கள் என்னவாக வரவேண்டும் என்று விரும்பினீர்கள்?

எனது பள்ளிப்படிப்பு ஒரே இடத்தில் இருக்கவில்லை. அப்பா ஆசிரியர் என்பதால் அடிக்கடி இடமாறுதல் இருந்தது. சோழவந்தான், திருமங்கலம், முள்ளிப்பள்ளம் என்று பல்வேறு பள்ளிகளில் மாறி, மாறி படித்துக்கொண்டிருந்தேன். முள்ளிப்பள்ளத்தில் அப்பா ஆசிரியராகப் பணியாற்றியதால், அவரிடமே 8,9,10-ஆம் வகுப்புகளில் படிக்கும் பேறு எனக்குக் கிடைத்தது. எட்டாம் வகுப்பு படிக்கும்போது ஒருமுறை பேச்சுப்போட்டியில் கலந்து கொள்ள நேரிட்டது. அதில் கலந்துகொண்டு பேசுகையில், பேச வேண்டியதை மறந்துவிட்டு, என்னென்னவோ பேசிவிட்டு வந்தது நினைவிலிருக்கிறது. என் அப்பாவிற்கு நான் மருத்துவராக வேண்டும் என்பது ஆசை. பத்தாம் வகுப்பு பொதுத்தேர்வில் 500-க்கு 360 மதிப்பெண்கள் எடுத்திருந்தேன்.

டாக்டராக வேண்டுமென்றால் அறிவியல் படிக்க வேண்டும். மதுரை தியாகராசர் கல்லூரியில் பியூசி எனப்படும் புதுமுக வகுப்பில், ஆங்கிலவழி அறிவியல் பிரிவில் சேர்ந்தேன். அறிவியல் என்பதாலும், ஆங்கிலம் என்பதாலும் எனக்குப் படிக்க வரவில்லை. பரிட்சையில் தோல்வி அடைந்தேன். இப்போது இருப்பதுபோல, ஒரு பாடத்தில் தோல்வி அடைந்தால், அதை மட்டும் எழுதினால் போதாது. அனைத்து பாடங்களையும் எழுதியாக வேண்டும். மொழிப்பாடங்களில் எளிதாக தேர்ச்சிபெற்றாலும், ஏதேனும் ஒரு பாடத்தில் தோல்வியடைந்ததால் மறுபடி மறுபடி தேர்வெழுதும் துன்பநிலைக்கு ஆளானேன். நான்கு முறை தோல்வியடைந்தவன் நான். இனி அறிவியல் நமக்கு ஒத்துவராது என்று வீட்டில் இருந்தபடி, விவசாயத்தைப் பார்த்துக்கொண்டிருந்தேன்.

அப்புறம் எப்படி மீண்டு வந்தீர்கள்?

வீட்டில் இருந்தபடி, விவசாயத்தைப் பார்த்துக் கொண்டிருந்தேனல்லவா? அப்போது எங்கள் வீட்டில் வாடகைக்குக் குடியிருந்த பொறியாளரான சிவக்குமார் என்பவர், வீட்டிலிருந்தபடியே புதுமுக வகுப்பு எழுதலாம், பாடங்களை மாற்றி, உங்களுக்கு விருப்பமுள்ள பாடங்களைத் தேர்வு செய்து

எழுதலாம் என்று நம்பிக்கை தந்தார். அதற்கான வழிகாட்டியாகவும் இருந்தார். அவர் சொல்லி இருக்காவிட்டால் அப்படியே கிடந்திருப்பேன். அதன்படி வேறு பாடங்களைத் தேர்வு செய்து, தேர்வுகளை எழுதிக்கொண்டிருந்தேன். கடைசித் தேர்வு எழுத இரண்டு நாட்கள்தான் இருந்தது. தேர்வின் முதல் நாள் எனது தாய், திடீரென்று மரணமடைந்தார். மொட்டையடித்து, அம்மாவிற்கு செய்யவேண்டிய இறுதிக்காரியங்களை முடித்துவிட்டு வீட்டிலிருந்தேன். பொழுது விடிந்தது. கடைசித் தேர்வு எழுதவேண்டும். வீட்டில் உள்ள உறவுகள் எல்லாம் எதிர்க்க, என் தந்தையார் மட்டும், "அம்மா இருந்திருந்தா... உன்னைத் தேர்வு எழுதத்தான் அனுப்பி வைப்பாங்க. போய் தேர்வு எழுதிட்டு வாப்பா" என்று தன்னந்தனியாய் மதுரைக்குத் தேர்வெழுத அனுப்பிவைத்தார். அம்மாவின் நினைவோடு தேர்வெழுதிவிட்டு வந்தேன். என் அம்மா என்னைத் தேர்ச்சி பெற வைத்துவிடுவார் என்று உளப்பூர்வமாக நம்பியிருந்தேன். அங்கேயும் எனக்கு ஒரு சோதனை வந்தது.

என்ன சோதனை வந்தது?

அப்போதெல்லாம் தேர்வு முடிவுகளைப் பார்க்க வேண்டுமெனில் கல்லூரிக்குத்தான் செல்லவேண்டும். சோழவந்தானிலிருந்து மதுரைக்கு சென்ற என் நண்பர் ஒருவரை எனது தேர்வு முடிவைப் பார்க்கச் சொல்லி இருந்தேன். அவர் தேர்வு முடிவைப் பார்த்துவிட்டு வந்து, "நீ இந்த முறையும் தோல்வி அடைஞ்சிட்ட. உன் நம்பர் ரிசல்ட்டுல வரல" என்றார். இடிந்துபோய் உட்கார்ந்து விட்டேன். 'இப்படி ஆகிடுச்சேம்மா...' என்று அம்மாவை மனதில் நினைத்துக்கொண்டேன்.

ஒரு மாதம் போயிருக்கும் "சரிப்பா... போனா போகுது.. வீட்டிலேயே முடங்கி கிடந்தா எப்படி. மதுரைக்கு போய் எம்ப்ளாயிமெண்ட்ல பதிவு பண்ணிட்டு வா" என்றார் அப்பா. அதன்படி மதுரைக்குப் போனேன். கல்லூரிக்குள் சென்றபோது, ஒட்டப்பட்டிருந்த தேர்வு முடிவுகள் கிழிக்கப்படாமல் இருந்தன. அதில் நான் பார்த்தபோது, எனது எண் அதில் இருந்தது. நான் தேர்ச்சி பெற்றிருந்தேன். நண்பர் தவறாகப் பார்த்ததால் வந்த வினை அது. நான் புதுமுக வகுப்பில் தேர்ச்சி பெற்றுவிட்டேன். நான் தேர்ச்சி ஆனது, ஒரு மாதம் கழித்துதான் எனக்குத் தெரிந்தது. அன்று என் அம்மா எனக்கு வழிகாட்டியதைப் போல உணர்ந்தேன். அடுத்து என்ன கல்லூரிதான்!

கல்லூரி படிப்பு எப்படி இருந்தது?

நான்கு முறை தோல்வியடைது, ஐந்தாம் முறையில் வெற்றி பெற்றவனாச்சே. இனி அறிவியலாவது ஒண்ணாவது. தமிழே நமக்கு தாய்மடி என்று நினைத்தபடி, மதுரை தியாகராசர் கல்லூரியில் பி.ஏ. சிறப்புத்தமிழ் படிக்கச் சேர்ந்தேன். அங்கே படித்துக்கொண்டிருந்தபோது, அப்பாவிற்குப் பார்வை குறைந்துபோனது. ஒவ்வோராண்டு மார்கழி மாதத்திலும் தினமும் காலையில் 4 மணிக்கு எழுந்து, வைகையில் குளித்துவிட்டு, கோவிலில் திருப்பாவை, திருவெம்பாவை பாடல் பாடுவார். அதற்கு பொருளும் விளக்கமும் அளிப்பார். பார்வை குறைந்து போனதால், அந்த பணிக்கு என்னை அனுப்பினார். நானும் அப்பாவிற்கு பதிலாக கோவிலில் இந்த செய்யுள்களைப் பாடி, பொருளைச் சொல்லுவேன். அதைக் கேட்பதற்கென்றே அங்கு கூட்டம் கூடும். இப்படித்தான் எனது மேடை அனுபவம் மெல்ல மெல்ல மெருகேறியது. அப்படியே இளநிலைப் படிப்பையும் சிறப்பாக முடித்தேன். முதுநிலையில் அடிச்சேன் பாருங்க அசத்தல் வெற்றியை...

அது என்ன அசத்தல் வெற்றி? உங்களின் முதுநிலை பட்டப்படிப்பு எப்படி இருந்தது?

இளநிலை முடிந்ததும் அதே கல்லூரியில் எம்.ஏ படிக்கச் சேர்ந்தேன். தோல்விகள் தந்த படிப்பினையும், தந்தை புகட்டிய தமிழும் என்னைப் புடம்போட்டன. தமிழை ஆழ்ந்து உள்வாங்கிப் படித்தேன். அப்படிப்பில் பல்கலைக்கழக அளவில் சிறப்பிடம் பெற்று தங்கப்பதக்கம் வாங்கினேன். அப்பாவிற்கு இதில் சந்தோஷம். இதுதான் எனக்குக் கிடைத்த முதல் அசத்தல் வெற்றி. என் கடின உழைப்பிற்குக் கிடைத்த பரிசு அது.

பத்திரிகைத் துறையில் பணியாற்ற அழைப்பு வந்திருந்ததாமே... அதைப்பற்றி சொல்லுங்களேன்?

கல்லூரியில் இருக்கும்போது, 8 நாடகங்களுக்கு மேல் எழுதி, இயக்கி நடித்திருக்கிறேன். அப்போதிருந்தே நமக்கு நடிப்பிலும் ஓர் ஆர்வம். 'கலை ஓசை' என்ற கையெழுத்துப் பிரதியும் நடத்தினேன். அப்போது சாவி அவர்கள் "தமிழ்நாட்டில் யாரெல்லாம் கையெழுத்துப் பிரதி நடத்துகிறீர்களோ, அவர்களெல்லாம் ஒரு பிரதியை அனுப்பிவைத்தால், சிறப்பாக நடத்துபவர்களை பத்திரிகையாளர்களாகச் சேர்த்துக்கொள்வோம்"

என்றும் சொல்லி இருந்தார். எனது இதழை அனுப்பி வைத்தேன். அதைப் பார்த்த 'திசைகள்' பத்திரிகை நடத்திய மாலனிடமிருந்து 'எங்களின் பத்திரிகையில் சேர்ந்து பணியாற்ற வாருங்கள்' என்று கடிதம் வந்தது. அப்போது நான் பத்திரிகைத் துறைக்கு வந்திருந்தால், இந்த நிலைக்கு வந்திருப்பேனா என்று தெரியாது.

ஏன் பத்திரிகைத்துறையைத் தேர்வு செய்யவில்லை?

பத்திரிகைத் துறைக்குப் போகலாம் என்ற எண்ணம் இருந்தது உண்மைதான். ஆனால், அந்த ஆண்டுதான் பல்கலைக்கழக மானியக்குழுவினால் (யுஜிசி) ஜேஆர்எப் அறிமுகமாகி இருந்தது. அதில் தேர்ச்சி பெற்றால் ஆய்விற்கு உதவித்தொகை கிடைக்கும். அதைக்கொண்டு முனைவர் பட்டப்படிப்பைப் படிக்கலாம். அதனால் பத்திரிகைத் துறைக்கு போகாமல், யுஜிசியின் தேர்வை எழுதி தேர்ச்சி பெற்று ஜேஆர்எப் வாங்கினேன். தமிழ்நாட்டில், தமிழ்த்துறையில் இந்த தேர்வில் தேர்ச்சி பெற்ற முதல் மாணவன் நான்தான். பிஎச்டி ஆய்வை முனைவர் ந.ஜெயராமன் என்பவரின் கீழ் செய்தேன். ஆய்வுக்கட்டுரையை சமர்ப்பிக்க இருக்கும் சமயத்தில் அவர் இறந்துவிட்டார். இதனால் 2 ஆண்டுகள் எனது ஆய்வுப்படிப்பு தாமதமானது. அதன்பிறகு வைவா நடக்கும் தினத்தன்று தயாராகிக் கொண்டிருந்தேன். அன்றைய தினம் ராஜீவ் காந்தி இறந்துபோனதால், அதுவும் தள்ளிப்போனது. ஒரு வழியாக, 1991-ஆம் ஆண்டு இறுதியில்தான் பிஎச்.டி. ஆய்வை முடித்தேன்.

உங்கள் தந்தையார் உங்களுக்கு ஒரு பாடலை எழுதிக்கொடுத்தாராமே... அதைப்பற்றிச் சொல்லுங்கள்?

என் அப்பா மாபெரும் தமிழ் பண்டிதர். ஆசுகவி. வெண்பா எழுதுவதில் வித்தகர். நான் நன்றாகப் படித்து முன்னேற வேண்டும் என்பதற்காக, 'ஒரு பாடல் எழுதிக் கொடுங்கப்பா. அந்தப் பாடலை நான் மனப்பாடம் செய்ய வேண்டும். எப்போதும் அந்த பாடல் எனக்குத் துணையாக இருகட்டும்' என்றேன்.

'நல்ல பல கட்டுரைகள் நான்குவித நற்கவிதை

சொல்லாற்றல் இம்மூன்றும் தொடர்ந்தெனக்குப் - பல்லோரும்

போற்றப் பரிவாய்க் கரிமுகனே தாவென்றேன்

ஏற்றமுடன் ஈந்தருள்க இன்று'

- என்று எழுதித் தந்தார்.

இன்றும் அதை மனத்தில் இருத்தி வைத்திருக்கிறேன். அத்தகைய பெருமகனாரை 1983-ல் இழந்தேன். என்னை இந்த உலகிற்கு ஈந்த பெரும்சக்தி என்னைவிட்டு மறைந்துபோனது எனக்குப் பேரிழப்பு. அப்பா இறப்பதற்கு முன்னதாக, எனக்குத் திருமண ஏற்பாடுகளைச் செய்திருந்தார். நிச்சயதார்த்தம் முடிந்தது. திருமணத்திற்கு 6 மாத காலம் இருந்தது. இந்த இடைப்பட்ட காலத்தில் என் தந்தை சர்க்கரை நோயின் தீவிரத்தால் இறந்து போனார். என்னுடைய அப்பாவின் உடலுக்குத் தீ மூட்டும்போது, ஒரு நூலகத்திற்கே தீ மூட்டுகிறேனே என்று உடைந்துபோனேன். அப்பாவின் ஆசைப்படி நிச்சயம் செய்த பெண்ணான அமுதாவை, 1984-ல் மணந்துகொண்டேன்.

தமிழாசிரியர் பணிக்கு எப்போது வந்தீர்கள்?

1985-ல் நான் படித்த தியாகராசர் கல்லூரியிலேயே தமிழாசிரியர் பணி கிடைத்தது. மருத்துவர் ஆக வேண்டும். இல்லையென்றால் தமிழ் பேராசிரியர் ஆகவேண்டும் என்று சொன்ன என் தந்தையின் ஆவல் அன்று பூர்த்தி ஆனது. தமிழாசிரியர் பணி கிடைத்த அன்று என் தாயின் ஆசிர்வாதமும், தந்தையின் ஆசிர்வாதமும் எனக்குக் கிடைத்தது போன்று உணர்ந்தேன்.

நகைச்சுவை மன்றம் எங்கு தொடங்கினீர்கள்?

மதுரையில், மீனாட்சி மிஷன் மருத்துவமனைக் குழுமத் தலைவர் ந.சேதுராமனோடு இணைந்து நகைச்சுவை மன்றம் தொடங்கினேன். அங்கிருந்து மதுரை முத்து உள்ளிட்ட பல்வேறு நகைச்சுவையாளர்கள் உருவாகி இருக்கிறார்கள். மதுரையில் ஆரம்பித்து, கன்னியாகுமரி, சென்னை என 27 மாவட்டங்களில் நகைச்சுவை மன்றம் தொடங்கி நடத்தி வருகிறேன். இது எனது நகைச்சுவைத்திறனை மென்மேலும் அதிகரித்தது.

உங்களின் பட்டிமன்ற அறிமுகம் பற்றிச் சொல்லுங்கள்?

சாலமன் பாப்பையாவின் பட்டிமன்றத்தில் நான் பேசியிருக்கிறேன். 5 ஆண்டு காலம் பேச்சாளராக இருந்து, மேடைப்பேச்சில் மெருகேற்றிக்கொண்ட நான், 1991-ல் பட்டிமன்றக் குழுவை ஆரம்பித்தேன். நடுவராக இருந்து நிறைய பட்டிமன்றங்கள் நடத்தினேன். 'சிரிக்கலாம் வாங்க', 'பேசும் கலை' என 20-க்கும் மேற்பட்ட புத்தகங்களை எழுதி இருக்கிறேன். 'பேசும் கலை' எனும் புத்தகம் பல்கலைக்கழக, கல்லூரிகளில்

பாடநூலாக இருக்கிறது. 65 எம்.பில். மாணவர்களையும், 16 பிஎச்.டி. மாணவர்களையும் உருவாக்கி இருக்கிறேன். இயக்குநர் சிம்புதேவன் எனது மாணவர்தான்.

சினிமாவுக்கு வந்தது எப்படி?

பல்வேறு பட்டிமன்றங்களை நடத்தியதால் 2000-த்தில் ஜெயா டிவியில், 'இன்றைய சிந்தனை' என்ற நிகழ்ச்சியில் பேச ஆரம்பித்தேன். வெகுஜன ஊடகத்தின் வாயிலாக எல்லோரிடமும் நான் அறிமுகமானது இந்த காலகட்டத்தில்தான். இன்றுவரை ஜெயா டிவியில் இந்த நிகழ்ச்சியில் தொடர்ந்து பேசிவருகிறேன். கமல் எனது நண்பர் என்கிற முறையில், 'விருமாண்டி' படத்தில் நடிக்க அழைத்தார். சினிமாவில் 2003-ல் அறிமுகமானேன். இன்றுவரை பல படங்களில் நடித்துவிட்டேன். பல நாடுகளுக்குச் சென்று பட்டிமன்றம் நடத்தி இருக்கிறேன். இது இன்னும் தொடர்ந்து கொண்டே இருக்கும். எம்ஜிஆர், ஜெயலலிதா, கருணாநிதி ஆகிய மூன்று முதல்வர்களிடமும் விருது பெற்றிருக்கிறேன். தமிழக அரசின் கலைமாமணி பட்டம் பெற்றிருக்கிறேன்.

வெளிநாட்டுப் பயணங்களில் மறக்க முடியாத அனுபவம்?

பல அனுபவங்களைச் சொல்லலாம். ஆனாலும் அண்மையில் என்னை ஆச்சர்யத்தில் ஆழ்த்திய ஒரு அனுபவத்தைச் சொல்கிறேன். ஆஸ்திரேலியா சென்றிருந்தபோது, தூரத்தில் ஒரு செம்மறி ஆட்டுக்கூட்டம் மலையோரப்பகுதிகளில் மேய்ந்து கொண்டிருந்தது. அந்த செம்மறி ஆட்டுக்கூட்டத்தைக் காட்டிய நண்பர் ஒருவர், "அதை மேய்ப்பவர்கள் யாராவது இருக்கிறார்களா பாருங்கள்" என்றார். சாதாரணமாகப் பார்த்தால் தெரியாது என்பதால், கண்ணில் விளக்கெண்ணெய் விட்டுக்கொண்டு, பைனாகுலர் மூலம் தேடிப்பார்க்கிறேன், ஒருவரையும் காணோம். ஆடுகள் மட்டும்தான் மேய்ந்துகொண்டிருந்தது.

'என்னங்க, யாரையும் காணோம். அதுபாட்டுக்கு எங்கயாச்சும் மலைமேல ஓடிப்போயிடுச்சின்னா...' என்று கேட்டேன் அப்பாவியாக. "நன்றாக உற்றுப்பாருங்கள். ஆடுகளோடு ஆடுகளாக இரண்டு நாய்கள் கழுத்தில் பட்டை அணிந்துகொண்டு இருக்கும். அவங்க ரெண்டுபேரும் செம்மறி ஆட்டுக்கூட்டத்தை மேய்த்துக்கொண்டு வந்துவிடுவார்கள்" என்றார். அதன்பிறகு பைனாகுலருக்கும் விளக்கெண்ணெய் விட்டுப்பார்த்து தேடியபோது,

அவர் சொன்ன அந்த நாய்கள் கண்ணில்பட்டன. அடடா... அந்த ஐந்தறிவு ஜீவனுக்குத்தான் எவ்வளவு கடமை உணர்ச்சி. நன்றி உணர்ச்சி, விசுவாசம் என்று வியந்துபோனேன். அவை எல்லாம் சில மனிதர்களிடத்தில் இல்லாமலிருக்கிறதே என்றும் எண்ணிக்கொண்டேன்.

இந்த துறைக்கு வரவிரும்புவோருக்கு நீங்கள் தரும் ஆலோசனை?

பட்டிமன்றத்தில் பேச வாய் இருந்தால் மட்டும் போதாது. மக்களின் ரசனை அறிந்து, அவர்களின் பிரச்சினைகளை அறிந்து, சுருக்கமாகவும், அதே சமயத்தில் ஆணித்தரமாகவும் பேசத் தெரிந்திருக்க வேண்டும். அன்றாட நிகழ்வுகளைத் தெரிந்து வைத்திருக்க வேண்டும். தமிழ் மொழியைப் பிழையின்றி பேசத் தெரிந்திருக்க வேண்டும். முக்கியமாக நகைச்சுவை உணர்வு இருக்க வேண்டும். இவற்றை எல்லாம் வளர்த்துக்கொண்டால், அவர்களும் நாளை பட்டிமன்ற பேச்சாளர்களே!

(சந்திப்பு நிகழ்ந்தது: நவம்பர் 2018)

நம்மை செதுக்கும் உளி!

என்னை எல்லோரும் மிகவும் வியப்பாக பார்ப்பார்கள். "உங்களுக்கு என்ன பேராசிரியரே குறை" என்று சொல்வார்கள். பல முறை, பல தோல்விகளைச் சந்தித்தபின்பு, மனம் தளராமல் போராடியதால் வெற்றியின் படிகட்டில் ஏறி நடந்து கொண்டிருக்கிறேன் என்பதெல்லாம் அவர்களுக்குத் தெரியாது. நமது பிரபலம் மட்டுமே அவர்களுக்குப் பெரிதாகத் தோன்றும். தோல்வி வந்தால் துவண்டுவிடாதீர்கள். எல்லோருக்கும் தோல்வி வந்தே தீரும். யாரும் இந்த உலகில் வெற்றிபெற்றுக்கொண்டே இருந்ததும் இல்லை. இருக்கப்போவதும் இல்லை. தோல்வி என்பது நம்மை செதுக்கும் உளி என்று எடுத்துக் கொள்ளுங்கள். தோல்வியில் இருந்து பாடங்களைக் கற்றுக்கொள்ளுங்கள். வெற்றி உங்கள் வசமாகும். நீங்களும் ஜெயிக்க ஆரம்பித்துவிடுவீர்கள்!

எதையும் முழு ஈடுபாட்டோடு செய்தால் வெற்றி நிச்சயம்!

- அமுதா ஐஏஎஸ்

ஆட்சியர் அலுவலகத்தில் சீத்தாம்மா என்ற பாட்டி, தியாகிகளுக்கான ஓய்வூதியம் வாங்குவதற்காகப் போகும்போது, அவரது 12 வயது பேத்தியையும் அடிக்கடி அழைத்துச் செல்கிறார். அப்படி அழைத்துப் போகும்போது, ஒருநாள் ஆட்சியரைப்பற்றி அச்சிறுமி கேட்க, "அவருதான் ஜில்லா கலெக்டரு. அவர்தான் தியாகி பென்சன்போல மக்களுக்கு பல்வேறு நல்ல செயல்களைச் செய்பவரு" என்று அவருக்குத் தெரிந்த மொழியில் சொல்ல, அச்சிறுமியின் மனதில் கலெக்டர் என்றால் நல்லவர். அவரால் மக்களுக்கு நல்லதை செய்ய முடியும் என்ற எண்ணம் விதையாக விழுந்தது.

அச்சிறுமிக்கு 13 வயது இருக்கும்போது, இமய மலையில் மலையேற்றப் பயிற்சிக்காக இந்திய அளவில் 30 பேர் தேர்வு செய்யப்பட்டனர். அவர்களில் ஒருவராக இச்சிறுமியும் இருந்தார். இமயமலையில் பயிற்சியை முடித்துவிட்டு

திரும்பி வந்த அவரிடம் பத்திரிகையாளர்கள், ''எதிர்காலத்தில் நீ என்னவாக விரும்புகிறாய்'' என்று கேட்டபோது, 'கலெக்டர் ஆகப்போகிறேன்' என்றார். அப்படி, சொன்னதைச் செய்து காட்டி, கலெக்டராகி, பல்வேறு அதிரடிகளுக்குப் பேர் போனவர்தான் அமுதா ஐஏஎஸ்.

டிஎம்எஸ் பகுதியில் இருந்து அவரது அலுவலகத்திற்கு சென்று, நேரில் சந்தித்தோம். கதரில் சுடிதார், கோட் ஆடை அணிந்து கம்பீரமாக வரவேற்று உரையாடினார். எனது கேள்விகளுக்கு அதிகாரியாக இல்லாமல், ஒரு நண்பரைப் போலவே பதில்களைத் தந்தார். அதே நட்புடன் படிக்கலாம் வாங்க...

உங்களது பிறப்பு, குடும்பப் பின்னணி குறித்து சொல்லுங்கள்?

மதுரைதான் எங்களது பூர்வீகம். என் அம்மா வழி தாத்தா கிருஷ்ணன், சுதந்திரப் போராட்டத் தியாகி. அவர் மனைவி சீத்தம்மா. என் தந்தை பெரியசாமி, அக்காலத்து பத்தாம் வகுப்பும் அம்மா ரத்தினம் பி.யூ.சி.யும் படித்தவர்கள். அப்பாவும் அம்மாவும் தந்தி அலுவலகத்தில் பணியாற்றினார்கள். அண்ணன், நான், தங்கை என மூன்று குழந்தைகள். அப்பாவும் அம்மாவும் புரட்சித் திருமணம் செய்தவர்கள். மத்திய அரசுப் பணியில் இருந்தவர்கள். மதுரை கேந்திர வித்யாலயா பள்ளியில் நாங்கள் மூன்று பேரும் படித்தோம். எங்கள் குடும்பத்தில் நாங்கள் மூவருமே முதல் தலைமுறை பட்டதாரிகள்.

அண்ணன் சென்னை ஐஐடியில் படித்துவிட்டு, ஐஎப்எஸ் அதிகாரியாகப் பணியாற்றுகிறார். பஞ்சாபி பெண்ணை திருமணம் செய்து கொண்டார். நான் பிஎஸ்சி அக்ரி படித்துவிட்டு, ஐஏஎஸ் அதிகாரியானேன். கர்நாடகாவைச் சேர்ந்த ஐஏஎஸ் அதிகாரியான ஷம்பு கல்லோலிகரைத் திருமணம் செய்து கொண்டேன். தங்கை எம்பிஏ படித்துவிட்டு கோவையில் தனியார் நிறுவனத்தில் இயக்குநராக இருக்கிறார். அவர் ஆந்திர மாப்பிள்ளையைத் திருமணம் செய்துகொண்டார். தாத்தா சுதந்திரப்போராட்டத் தியாகி என்பதால் நாட்டுப்பற்று எங்களிடம் இயல்பாகவே இருந்தது. மூவரின் திருமணமும் எங்கள் பெற்றோர் பார்த்து நடத்தியதுதான். நாங்கள் தமிழ்நாட்டைச் சேர்ந்தவர்கள் என்றாலும், எங்களது இணையர்கள் வேறு மாநிலத்தைச் சேர்ந்தவர்கள் என்பதால், எங்கள் வீடு பாரத விலாஸ் போன்றுதான் இருக்கும். இதுதான் எனது குடும்பப் பின்னணி.

ஐஏஎஸ் படிக்க வேண்டும் என்ற எண்ணம் உங்களுக்கு எப்படி தோன்றியது?

எட்டாம் வகுப்பு படிக்கும்போது, மலைப்பயிற்சிக்காக இமயமலைசென்றிருந்தேன். மலையேற்றம் என்பது எனக்கு மிகவும் பிடித்தமானதாக இருந்தது. மலையேற்றத்திற்கு எங்களோடு அங்கே ஐஏஎஸ் அதிகாரிகளும் வந்திருந்தார்கள். ஆனால், அவர்கள் முகத்தில் மகிழ்ச்சி இல்லை. காரணம் கேட்டதற்கு, ''நாங்கள் ஐஏஎஸ் அதிகாரிகள். எங்களுக்கு இது கட்டாயப் பயிற்சி இது. செய்துதான் ஆக வேண்டும்'' என்றார்கள். சிவில் சர்வீஸ் தேர்வுன்னா என்ன? எப்படிப் படிச்சா கலெக்டர் ஆகலாம் என்று அவர்கள் சொல்லித்தான் தெரிந்து கொண்டேன்.

இதற்கு முன்னதாக பாட்டியுடன் பலமுறை கலெக்டர் ஆபிஸிற்குச் சென்றிருக்கிறேன். அவரிடம் கலெக்டர்னா யாரு என்று கேட்டதற்கு, அவருக்கு தெரிந்த மொழியில் சொன்னார். (இந்த நேர்காணலின் தொடக்கத்தில் நீங்கள் படித்தது இந்த சம்பவம்தான்). அவர் சொன்னது புரியவில்லை. ஐஏஎஸ் அதிகாரிகள் சொன்னபோதுதான் முழுதாய்ப் புரிந்து கொண்டேன். அந்த இமயமலையில் தோன்றிய கனவுதான், ஐஏஎஸ் அதிகாரி ஆவதற்கான முதல் விதை. இமயமலைப் பயணம் முடித்துவிட்டு ஊருக்கு வந்தபோது, பத்திரிகையாளர்கள் என்னிடம் மலையேற்ற அனுபவங்களை எல்லாம் கேட்டுவிட்டு, ''எதிர்காலத்தில் என்ன ஆகப்போகிறாய்?'' என்று கேட்டனர். அதற்கு என்னிடம் இருந்து வந்த பதில் 'நான் கலெக்டர் ஆகப்போகிறேன்'.

பள்ளி வாழ்க்கை எப்படி இருந்தது? விளையாட்டில்தான் எப்போதும் இருப்பீர்கள் என்று கேள்விப்பட்டோமே?

நீங்கள் கேள்விப்பட்டது உண்மைதான். பள்ளியில் அனைத்து துறையிலும் களமாடும் ஆள் நான். சாரணர் இயக்கமா? விளையாட்டா? க்விஸ் போட்டியா? கலை நிகழ்ச்சியா? எதுவாக இருந்தாலும் ஒரு கை பார்த்துவிடுவேன். சாரணர் இயக்கத்தில் குடியரசுத்தலைவர் கையால் விருது பெற்றிருக்கிறேன். பள்ளியில் இருந்தபோது, தேசிய அளவில் ஜூனியர் பிரிவு கபடிப்போட்டியில், தொடர்ந்து மூன்று ஆண்டுகள் தங்கம் வென்றிருக்கிறேன். மலையேறுவேன். ஓடுவேன். விளையாடுவேன். பள்ளிக்காலம் முழுவதும் விளையாட்டுப் பருவமாகக் கழிந்தது. பள்ளியில் ஆறுமாதம் இருப்பேன். மீதி மாதங்கள் பள்ளி சார்பில் விளையாட்டு, சாரணர் பணி, க்விஸ் போட்டி என்று வெளியில்தான் சுற்றிக்கொண்டு இருப்பேன்.

விளையாட்டுப்பெண்ணாக இருந்த நீங்கள் படிப்பில் எப்படி கவனம் செலுத்தினீர்கள்?

என்னதான் விளையாட்டு, அது இது என்று எனது கூடுதல் தகுதித் திறன்களுக்காக ஓடி ஓடி உழைத்தாலும், என் படிப்பில் மிகவும் கவனமாக இருப்பேன். படிப்பிலும் நம்மை அடிச்சிக்க ஆள் இருக்கக்கூடாது என்ற எண்ணம் எனக்குண்டு. அதனால் பள்ளியில் நன்றாகத்தான் படித்தேன்.

பள்ளிப் படிப்பின் போதே, எனது இலக்கு ஐஏஎஸ் என முடிவு செய்துவிட்டதால் பிளஸ் டூ முடித்ததும், எனக்குப் பிடித்த பிஎஸ்சி அக்ரி படிப்பை மதுரை வேளாண் கல்லூரியில் படித்தேன். என்னுடைய அப்பா ‘‘பத்திரிகையில ஐஏஎஸ் ஆவேன்னு பேட்டி எல்லாம் கொடுத்துட்ட, இப்படி விளையாட்டுப்பொண்ணா இருந்தா, சிவில் சர்வீஸ் போகமுடியாது. அதற்குப் படிக்கணும்’’ என்றார்.

இதனால், கல்லூரியில் விளையாட்டைச் சற்று ஒதுக்கி வைத்துவிட்டு, படிப்பில் கவனம் செலுத்தினேன். அந்த படிப்பினை முடித்து வெளியே வருகையில், அப்படிப்பில் உள்ள 15 பிரிவுகளிலும் தங்கப்பதக்கங்களோடு வெளியே வந்தேன். விளையாட்டுக்கும், படிப்புக்கும் எந்தச் சம்மந்தமும் இல்லை. பிடித்ததைச் செய். அதை மனமுவந்து, முழு ஈடுபாட்டோடு செய். அது வெற்றியைத் தரும். விளையாடற பிள்ளை படிக்காது

என்பதை எல்லாம் எனது கல்லூரி காலத்தில் பொய்யாக்கிக் காட்டினேன். அடுத்து சிவிஸ் சர்வீஸ் தேர்விற்குத் தயாராக ஆரம்பித்தேன்.

சிவில் சர்வீஸ் தேர்வில் எத்தனையாவது முயற்சியில் வெற்றி பெற்றீர்கள்?

கல்லூரி முடித்துவிட்டு 1992-ல், முதல் முறையாக சிவில் சர்வீஸ் தேர்வெழுதினேன். முதல் முயற்சியிலேயே, ஐபிஎஸ் சர்வீஸ் கிடைத்தது. சர்வீஸ் கிடைத்துவிட்டதே, சேர்ந்துவிடலாம் என நினைத்தேன். போலீஸ் ஆபிஸராக ஒரு கலக்கு கலக்கிடுவோம்னுகூட அப்போ எண்ணம் வந்துடுச்சி.

ஆனால், என் அப்பாவோ, "இது உனக்கு வேண்டாம். மீண்டும் ஒரு முறை தேர்வெழுது, ஐஏஎஸ் அதிகாரி ஆகலாம். அதுதான் உனக்குப் பலவித சவால்களைக் கொடுக்கும். உனது திறமைக்கு அந்தப் பதவிதான் சரியாக இருக்கும்" என்றார். அப்பா சொன்னதை யோசித்துப் பார்த்தேன். அதுவே சரியான முடிவாகத் தோன்றியதால் ஐபிஎஸ் பணிக்குப் போகாமல், இரண்டாவது முறை சிவில் சர்வீஸ் தேர்வினை எழுதினேன்.

1993-ல் தேர்வெழுதியதில் எனக்கு ஐஏஎஸ் பணி கிடைத்தது. மகிழ்ச்சியுடன் அப்பணியை ஏற்றுக்கொண்டேன். நான் ஐபிஎஸ் சர்வீஸில் சேர்ந்திருந்தால், காவல்துறை அதிகாரியாக மட்டுமே இருந்திருக்க முடியும். இரண்டு ஆண்டு பயிற்சிக்குப்பிறகு, கடலூரில் சப்-கலெக்டராக ஓராண்டு பணி. அதன்பிறகு செங்கல்பட்டில் ஓராண்டு சப்-கலெக்டர் பணி செய்தேன்.

மணல் மாபியாக்களுக்கு முடிவு கட்டிய அனுபவம் பற்றிச் சொல்லுங்கள்?

சென்னைக்கு மிக அருகே இருந்த மணல் வளம் செங்கல்பட்டில் இருக்கும் பாலாறுதான். இதில் இருந்து இரவு நேரங்களில் மணலை லாரிகளில் அள்ளிச் சென்றனர். இதனைக் கடும் நடவடிக்கைகள் மூலம் தடுத்து நிறுத்தினேன். சினிமாவில் வருவது போல, பணம் கொடுக்க முயன்றனர்; மிரட்டினர்; கொலை செய்துவிடுவோம் என்றனர். ஒருமுறை என் மீது லாரி ஏற்றிக் கொலை செய்யவும் முயற்சித்தனர். காயங்களோடு தப்பினேன். இனியும் தாமதிப்பது தவறு என்று ஒவ்வொரு இடத்திலும் அவர்களுக்குச் செக் பாயிண்ட் வைத்து, சில ஆபத்துகளை

எதிர்கொண்டு, மணல் மாபியாக்களுக்கு முடிவு கட்டினேன். அப்போதைய செங்கல்பட்டு மாவட்டம் ஏரிகள் நிறைந்த மாவட்டம் ஆகும். ஏரி, குளங்கள், புறம்போக்கு நிலங்கள் என எவை ஆக்கிரமிப்புக்குள் இருந்ததோ, அவற்றை எல்லாம் அரசாங்கத்திடமே மீட்டுக்கொடுத்தேன்.

ஐஏஎஸ் பணியில் இருந்துவிட்டு, யுனிசெப்பில் பணியாற்ற சென்றது ஏன்?

செங்கல்பட்டிலிருந்து பதவி உயர்வில் கூடுதல் ஆட்சியராக ஈரோட்டில் பணியாற்றினேன். 2001-ல் ஐநா சபையின் குழந்தைகள் நிறுவனமான யுனிசெப் நிறுவனத்தில் திட்ட இயக்குநர் பணி காலியாக இருக்கவே, தேர்வினை எழுதி அங்கு பணியில் அமர்ந்தேன். என்னோடு இருந்தவர்கள் அதே ஆண்டு ஐஏஎஸ் அதிகாரிகளாகப் பதவி உயர்வு பெற்றார்கள். நான் விரும்பி, யுனிசெப் பணியைத் தேர்வு செய்தேன். சர்வதேச அளவில் குழந்தைகளுக்காகப் பணியாற்றும் வாய்ப்பு அது. 5 ஆண்டுகள் அப்பணியை செய்து முடித்து, 2007-ல் மீண்டும் தமிழகப் பணிக்குத் திரும்பினேன். இங்கு வந்ததும் மகளிர் மேம்பாட்டு இயக்குநர் பணி செய்தேன். அதன்பிறகு, ஒரு மாத காலம் திண்டுக்கல் ஆட்சியர் பணி, அதன் பிறகு 2010 வரை தருமபுரி ஆட்சியராகப் பணியாற்றினேன்.

தேர்தல் ஆணையர் எனும் சவாலான பணியை நீங்கள் 2011-ல் எதிர்கொண்டீர்களே? அந்த அனுபவம் எப்படி இருந்தது?

2010-ல் கூடுதல் தேர்தல் ஆணையராகப் பொறுப்பேற்றேன். 2011-ல் தமிழ்நாட்டில் சட்டமன்றத் தேர்தல் நடைபெற்றது. 2009-ல் மதுரை திருமங்கலம் இடைத்தேர்தலில் பணம் விளையாடிய பார்முலா சனநாயகத்தைக் கேலிக்கூத்தாக்கி இருந்தது. அது 2010-ல் நடைபெற்ற இடைத்தேர்தலிலும் எதிரொலிக்க, 2011-ல் நடைபெற இருக்கும் சட்டசபைத் தேர்தலிலும் அரங்கேறும் என்று ஆருடம் சொன்னார்கள். இவற்றைத் தகர்த்து எறியும் பொறுப்பு என்னிடம் வந்து சேர்ந்தது.

'வாக்கு என்பது உங்களின் உரிமை. அதை விற்பது பெருங்குற்றம். பணம் கொடுப்பதும் குற்றம். வாங்குவதும் குற்றம்' என நடிகர் சூர்யா, கார்த்தி ஆகியோரை வைத்து விழிப்புணர்வு ஏற்படுத்தினேன். ஓட்டுக்காகப் பணம் வாங்கிய நான்கு பேர் மீது வழக்கு போட்டேன். வாக்காளர்களுக்கு

சட்டத்தின் மீது பயம் வந்தது. யாரும் பணமோ, பொருளோ வாங்கவில்லை. ஒருபுறம் விழிப்புணர்வு ஏற்படுத்திக்கொண்டே, மறுபுறம் அதிரடி நடவடிக்கைகளில் ஈடுபட்டேன். தமிழகம் முழுக்கச் சோதனைச்சாவடிகள் அமைத்ததில், 120 கோடி ரூபாயைப் பறிமுதல் செய்தேன். இப்படியாக அந்தத் தேர்தலை நல்ல முறையில் நடத்தி முடித்தேன்.

2015 சென்னை வெள்ளத்தின்போது, உங்களின் அதிரடி நடவடிக்கையால் இந்தியா முழுக்க அறியப்பட்டீர்கள். அந்த அனுபவம் பற்றி?

சென்னையில் 2015-ல் பெருவெள்ளம் வந்தபோது, ஆக்கிரமிப்புகளை அகற்றும் பொறுப்பில் என்னை அமர்த்தினார்கள். செங்கல்பட்டில் துணை ஆட்சியராக இருந்தபோது, மீட்டு வைத்திருந்த குளங்கள், ஏரிகள், புறம்போக்கு இடங்கள் எல்லாம் மீண்டும் ஆக்கிரமிப்பிற்குள்ளானதால் சென்னை புறநகர்ப்பகுதி வெள்ளத்தில் மூழ்கியது.

தாம்பரம் தர்க்காஸ் பகுதியில் அடையாறு கால்வாய் 60 மீட்டர் அகலம் இருக்க வேண்டியது. 30 மீட்டராக சுருங்கி இருந்தது. அதன் வழி நெடுக ஆக்கிரமிப்புகளாக இருந்தன. அங்கு குடியிருந்த மக்களுக்கு உடனடியாக, கண்ணகி நகர் பகுதியில் இருந்த அரசு குடியிருப்புகளில் வீடு ஒதுக்கிக்கொடுத்து, அந்த ஆக்கிரமிப்புகளை அகற்றினேன்.

ஏழை மக்களுக்கு மட்டுமே இந்த கருணை. தொழிலுக்காவும், சொத்துக்காகவும் ஆக்கிரமிப்பு செய்திருந்தவர்களை அதிரடியாக அகற்றினேன். அதனால் தாம்பரம், முடிச்சூர் போன்ற பகுதிகள் வெள்ளச்சேதத்திலிருந்து தப்பியது. பலரை ராணுவத்துடன் இணைந்து காப்பாற்றினேன். அவை எல்லாம் எனக்கு மிகுந்த மன நிறைவைத் தந்த பணிகள். இன்னும் எனக்கு 12 ஆண்டுகள் இருக்கின்றன. முடிந்த நல்லனவை எல்லாம் செய்து முடிப்பேன்.

ஐ.ஏ.எஸ். பணிக்கு வர விரும்புபவர்களுக்கு உங்களுடைய ஆலோசனை என்ன?

விளையாட்டோ, படிப்போ, எதுவாக இருந்தாலும் சரி, முழு ஈடுபாட்டோடு செய்தால் வெற்றி உங்கள் வசமாகும். ஐ.ஏ.எஸ். தேர்ச்சி என்பது சிவில் சர்வீஸ் பணிக்கான நுழைவுச் சீட்டு மட்டுமே. அதிகாரத் தோரணையை ஒழித்து, மக்களோடு மக்களாக

நின்று பணியாற்ற வேண்டும் என்ற எண்ணம் கொண்டவர்கள் மட்டுமே இப்பணிக்கு ஏற்றவர்களாக இருப்பார்கள். அத்தகைய எண்ணம் உங்களிடம் இருந்தால், நீங்களும் ஐ.ஏ.எஸ். அதிகாரியாகி மக்களுக்குச் சேவை செய்யலாம்.

(சந்திப்பு நிகழ்ந்தது: செப்டம்பர் 2018)

தனிப்பட்ட வாழ்விலும் சேவை!

ஷம்பு கல்லோலிகர், அமுதா தம்பதியினர் பணி வாழ்வில் மட்டுமின்றி தனிப்பட்ட வாழ்விலும் சத்தமில்லாமல் பல சேவைகளைச் செய்து வருகிறார்கள். அதில் ஒன்று, கர்நாடகாவில் 65 குழந்தைகளைக்கொண்ட ஆதரவற்றோர் குழந்தைகள் காப்பகத்தை, தங்களது சொந்த செலவில் நடத்தி வருவது. இவர் ஓர் ஐஏஎஸ் அதிகாரி மட்டுமல்ல சிறந்த கானுயிர் நிழற்படக்கலைஞரும் கூட. முன்னாள் குடியரசுத் தலைவர் அப்துல் கலாம், ஜெயலலிதா, மு.கருணாநிதி ஆகியோரின் இறுதிச்சடங்கு நிகழ்வுகளை, அரசு சார்பில் பொறுப்பாக கவனித்து முடித்து பலரின் பாராட்டுதல்களைப் பெற்றவர். அவரை முன்மாதிரியாகக் கொண்டு பல்வேறு இளம்பெண்கள், இன்று சிவில் சர்வீஸ் தேர்வில் வெற்றிபெற ஆரம்பித்திருக்கிறார்கள்.

படிப்பு என்பது அறிவைப் பெருக்கிக்கொள்ள மட்டுமே!

- ஒளிப்பதிவாளர் தேனி ஈஸ்வர்

படித்தது பொறியியல் பட்டப்படிப்புதான் என்றாலும் பிடித்தது என்னமோ கேமராதான். படிப்பை முடித்துவிட்டு, வீட்டுக்கு வந்திருக்கிறார் அந்த மாணவர். அவர் கையில் சோப்புடப்பா அளவிலான, கேமரா ஒன்று கிடைக்கிறது. அதில் கோடக், கோனிகா போன்ற பிலிம் ரோல்களைப் போட்டுத்தான் படமெடுக்க வேண்டும். அதை வாங்கிப்போட்டுக்கொண்டு, ஊரைச்சுற்றி இருக்கும் செடி, கொடி, ஆறு, மலை, மேகம் எனக் கண்ணில்படுவதை எல்லாம் தனது மூன்றாவது கண்ணால் படமாக்குகிறார். அவருக்குள் இருந்த பொறியாளன் மெல்ல மெல்ல மேகமாய்க் கரைந்துபோக, நிழற்படக் கலைஞர் எனும் மூன்றாம் பிறை வளர்ந்து முழுநிலவாக ஆரம்பிக்கிறார். (நண்பன் படத்தில் ஸ்ரீகாந்த் கேரக்டர் நினைவுக்கு வருகிறதுதானே) பத்திரிகைத் துறையில் வாய்ப்பு கிடைக்க, அதன்பின் சினிமாத் துறையிலும் கால் பதிக்கிறார்.

வில்வித்தைக் கலையை எந்த ஒரு குருவிடமும் கற்றுக்கொள்ளாமல், துரோணாச்சாரியாரை மானசீக குருவாகக்கொண்டு தன்னுடைய முயற்சியாலும், பயிற்சியாலும் வில்வித்தையைக் கற்றுக்கொண்டவன் ஏகலைவன். அதுபோன்ற ஏகலைவன்கள் இன்றும் பல துறைகளில் இருக்கத்தான் செய்கிறார்கள்.

அப்படிப்பட்ட ஏகலைவன்களில் ஒருவரும், பல்வேறு சர்வதேசத் திரைப்பட விழாக்களில் விருதுகளைக் குவித்த 'மேற்கு தொடர்ச்சி மலை' படத்தின் ஒளிப்பதிவாளருமான தேனி ஈஸ்வரை, அழகிய மாலைப்பொழுதில், தி.நகரில் உள்ள உணவகம் ஒன்றில் சந்தித்து உரையாடினேன். நான் கேட்ட கேள்விகளுக்கு கேமராவின் ஷட்டர் வேகம்போல, அவரிடமிருந்து வேகமாக வந்த பதில்களை மேக எழுத்துக்களால் தந்திருக்கிறேன்.

உங்களது பூர்வீகம், பெற்றோர்கள் பற்றிச் சொல்லுங்கள்..?

எனது பூர்வீகம் தேனிதான். எனது அப்பா பெயர் ராமர். கால்நடை மருத்துவர். அம்மா பெயர் லஷ்மி. வீட்டிற்கு மூத்த மகன் நான். எனக்குப் பிறகு இரண்டு தங்கைகள். இதுதான் எங்கள் குடும்பம். அப்பா கால்நடை மருத்துவர் என்பதால், தேனி, மதுரை, திண்டுக்கல், பழனி என மாற்றலாகிக் கொண்டே இருந்தார். நாங்களும் அந்தந்த ஊர்களில் படித்துவந்தோம். பள்ளிப்படிப்பு முடிந்தது. எங்கப்பாவிற்கு என்னை ஒரு என்ஜினீயராகப் பார்க்க ஆசை... அவரின் சொல்படியே, திருநெல்வேலியில் உள்ள தனியார் பொறியியல் கல்லூரியில் ஆட்டோமொபைல் என்ஜினீயரிங் முடித்து வீட்டிற்கு வந்தேன்.

பொறியியல் படித்தவருக்குக் கேமரா மீது ஆர்வம் வந்தது எப்படி?

பொறியியல் படித்து முடித்து வீட்டிற்கு வந்தபோது சில நாட்கள் சும்மாவே சுற்றிக்கொண்டிந்தேன். அப்போது, எங்கள் வீட்டில் பிரீமியர் ஹாட்சாட் எனும் சோப்பு டப்பா கேமரா இருந்தது. அதில் பிலிம் போட்டுத்தான் போட்டோ எடுக்கணும். எனக்கு அதில் போட்டோ எடுக்க வேண்டும் என்ற ஆர்வம் ஏற்படவே, பிலிம் ஒன்றை வாங்கி, அதில் எங்கள் ஊரைச் சுற்றி இருக்கும் இயற்கை அழகை, போட்டோக்களாக எடுக்க ஆரம்பித்தேன். அது மெல்ல மெல்ல எனக்குள் ஆர்வத்தை அதிகப்படுத்தியது.

"என்ஜினீயரிங் படிச்சிட்ட... வேலைக்குப் போகாம... என்னடா... எப்போ பார்த்தாலும் கேமராவும் கையுமா இருக்கற?" என்று, என்னுடைய அப்பா திட்டும் அளவுக்குக் கேமராவுடன் திரியத் தொடங்கிவிட்டேன். அப்படித்தான் எனக்குக் கேமரா மீது ஆர்வம் வந்தது. அந்த சோப்பு டப்பா கேமராவில் என்ன கற்றுக்கொள்ள முடியும். அடுத்து எஸ்.எல்.ஆர். கேமரா கிடைத்தால் நன்றாக இருக்குமே என்று எண்ணினேன். அதற்கும் ஒரு வழி பிறந்தது.

டப்பா கேமராவோடு திரிந்து கொண்டிருப்பதைப் பார்த்த எனது மாமா ராம்தாஸ், யாஷிகா எலெக்ட்ரோ 35 என்ற எஸ்.எல்.ஆர். கேமராவை வாங்கித் தந்தார். ஃபிலிம் போட்டு எடுக்கும் கேமரா இது. இந்த கேமராவின் மூலமாகத்தான், எனக்குள் இருந்த நிழற்படக் கலைஞனைக் கண்டுகொண்டேன்.

அப்பா என்னைத் திட்டிக்கொண்டே இருந்ததால், ஏதேனும் ஒரு வருமானம் வேண்டும் என்பதற்காக ஒவ்வொரு பள்ளிக்கும்போய், பஸ் பாஸிற்கான பாஸ்போர்ட் சைஸ் போட்டோ எடுத்துக் கொடுக்க ஆரம்பித்தேன். அதன் மூலம் வரும் பணத்தைக் கொண்டு, ஃபிலிம் வாங்குவது, போட்டோ பிரிண்ட் பண்றதுன்னு அரைகுறை போட்டோகிராபரா மாறிகிட்டிருந்தேன். ஒவ்வொன்றாக போட்டோ எடுத்து பழகிக்கொண்டேன். பிலிம் ரோல் கேமரா என்பதால் அதை மிகவும் கவனமாகக் கையாள வேண்டி இருக்கும். போட்டோ எடுப்பதன் நுணுக்கங்களைப் புரிந்து கொள்வதற்கு எனக்குச் சுமார் ஒன்றரை ஆண்டுகள் ஆனது.

பத்திரிகைத் துறையில் நுழைந்தது எப்படி?

எங்கள் ஊரில் இப்படி அரைகுறை போட்டோகிராபராக திரிந்துகொண்டிருந்தபோதுதான் என்னுடைய நண்பர்கள், எழுத்தாளர் பாஸ்கர் சக்தியிடம் என்னை அறிமுகப்படுதினார்கள். அவர், அப்போது ஆனந்த விகடனுக்காக 'பஸ் ரூட்' என்ற ஒரு தொடரை எழுத இருந்தார். அதற்குப் போட்டோ எடுப்பதற்காக, எனது கேமராவைக் கேட்டார். 'அட நீங்க எழுதுங்க... நான் போட்டோ எடுத்துத் தரேன்' என்று சொன்னேன். சிறிது நேர யோசனைக்குப்பிறகு, "சரி... நீயே எடுத்துக்கொடு" என்றார். தேனி பகுதிதான் இந்த பஸ் ரூட் தொடரின் மையம். பஸ் எங்கெல்லாம் பயணிக்கிறது என்று பஸ்ஸிலேயே இருவரும் பயணம் செய்வோம். பஸ்ஸில் நடைபெறும் நிகழ்வுகளைச் சுவாரஸியமாக எழுதுவார் பாஸ்கர் சக்தி. நான் படம் எடுத்துத் தருவேன்.

எனது முதல் படம், விகடனில் இரண்டு பக்க அளவில் வந்தது. பஸ் ஒன்று சாலையில் செல்லும். அதன் பின்னணியில் தாமரைக்குளம் இருக்கும். சாலையோரத்தில், இயல்பாய் நடந்துபோகும் கிராமத்து மக்கள் என அந்த போட்டோவை எடுத்திருந்தேன். அந்த போட்டோவை ஆனந்த விகடன் புத்தகத்தில் வந்திருந்ததைப் பார்த்தபோது நான் அடைந்த சந்தோஷத்திற்கு அளவே இல்லை. இப்படித்தான் பத்திரிகை உலகில் மெல்ல காலடி எடுத்து வைக்க ஆரம்பித்தேன்.

போட்டோகிராபர் என்பதற்கான அங்கீகாரம் எப்படி கிடைத்தது?

யாரிடமும் நான் போட்டோகிராபி கற்றுக்கொள்ளவில்லை. எல்லாம் சுயமாகக் கற்றுக்கொண்டதுதான். அப்போது ஆனந்த விகடனில் நான் முழுநேர பணியாளன் இல்லை என்றாலும், ஜூனியர் விகடனில் 'விஷுவல் டேஸ்ட்' என்று ஒரு பக்கம் அழகான போட்டோ ஒன்றைப் போடுவார்கள். அந்த பகுதிக்கு யார் வேண்டுமானாலும் போட்டோ எடுத்து அனுப்பலாம். அதற்குச் சன்மானமும் உண்டு. அந்த பக்கத்தில் எனது போட்டோ இடம்பெற வேண்டும் என்பதற்காகவே தேனியின் இயற்கையை, தேனி மாவட்ட எளிய மக்களை எனது கேமரா கண்ணால் போட்டோக்களாக எடுத்துத் தள்ளினேன். தொடர்ந்து எனது போட்டோக்கள் விகடனில் வெளியாகின. இப்படியாக எனது போட்டோகிராபி கலையை மெல்ல மெல்ல வளர்த்துக்கொள்ள ஆரம்பித்தேன்.

மும்பையில் இருந்து ‘பெட்டர் போட்டோகிராபி’, ‘ஆசியன் போட்டோகிராபி’ என்ற மாத இதழ்கள் வெளியாகும். அதை வாங்கிப்படித்து, எனது போட்டோகிராபி அறிவை, தொழில்நுட்ப அளவிலும் பெருக்கிக் கொண்டேன். ‘பெட்டர் போட்டோகிராபி’ இதழில் புதிய போட்டோகிராபர்களை ஊக்குவிக்கும் விதமாக, அவர்கள் எடுக்கும் போட்டோக்களை, தமது இதழில் ‘கலைடாஸ்கோப்’ என்ற பகுதியில் வெளியிட்டு உற்சாகப்படுத்துவார்கள். இதற்காகவும் போட்டோக்களை எடுத்து அனுப்ப, அந்த இதழிலும் எனது போட்டோக்கள் இடம்பெற்றன.

1999-ல் கோடக் நிறுவனம், தேசிய அளவில் நடத்திய போட்டோகிராபி போட்டியில் முதல் பரிசாக ஒரு லட்ச ரூபாயை வென்றேன். அதன்பிறகு பல்வேறு தேசிய அளவிலான போட்டிகள், சர்வதேசப் போட்டிகளிலும் கலந்து கொண்டு, பரிசுகளைப் பெற ஆரம்பித்தேன். அதில் சிங்கப்பூர் டூரிஸத்தோடு, நிக்கான் நிறுவனம் இணைந்து நடத்திய போட்டியும் ஒன்று. இதில் வெற்றி பெற்றதால், ஒரு வாரம் சிங்கப்பூரை படமெடுக்கும் வாய்ப்பு கிடைத்தது. இப்படியாக எனது போட்டோகிராபிக்குத் தேசிய அளவில் மட்டுமின்றி சர்வதேச அளவிலும் அங்கீகாரம் கிடைத்தது.

சினிமா போட்டோகிராபி பக்கம் உங்கள் பார்வை திரும்பியது எப்படி?

தேனி மாவட்டத்தில் அதிகம் சினிமா ஷூட்டிங் நடைபெறும் என்பதால், விகடன் மூலம் நிறைய சினிமா அசைன்மெண்ட்களுக்குப் போவேன். போட்டோ எடுத்த நேரம் போக, அங்கே நடப்பவற்றைக் கருத்தூன்றி கவனிக்கத் தொடங்கினேன். எதற்கு எந்த கேமராக்களை, எந்த லென்ஸ்களைப் பயன்படுத்துகிறார்கள், லைட்டிங் எப்படிப் பயன்படுத்துகிறார்கள் என்று உள்வாங்கிக்கொள்வேன். ஸ்டில் போட்டோகிராபிக்கும், சினிமா போட்டோகிராபிக்கும் உள்ள தொழில்நுட்ப விஷயங்களை அருகிலிருந்து அப்படியே கவனித்துக்கொள்வேன். அப்போது கரு. பழனியப்பன், ராம், சுசீந்திரன், லெனின் பாரதி ஆகியோர் எல்லாம் நட்பு வட்டத்தில் இருந்தோம்.

கரு.பழனியப்பனின் ‘சிவப்பதிகாரம்’, ராமின் ‘கற்றது தமிழ்’, சுசீந்திரனின் ‘வெண்ணிலா கபடிக்குழு’ படங்களின் படபூஜை துவக்க விழா அழைப்பிதழுக்கு போட்டோ எடுத்துக்கொடுக்கும்

வேலையை என்னிடம் தந்தனர். அதைச் செய்து கொடுத்தேன். அப்படித்தான் சினிமா உலகை நோக்கி எனது பார்வை திரும்பியது.

சினிமாவில் உதவி ஒளிப்பதிவாளராகப் பணியாற்றி இருந்தால்தானே ஒளிப்பதிவாளர் எனும் அங்கீகாரம் கிடைக்கும். அங்கீகாரம் இல்லாமல் சினிமாவில் பணியாற்ற விடமாட்டார்களே?

நீங்கள் சொல்வது முற்றிலும் உண்மைதான். அந்த அங்கீகாரம் கிடைப்பதற்கு ஒரு ஜாம்பவான்தான் எனக்கு உதவிகரமாக இருந்தார். ராமின் 'கற்றது தமிழ்' திரைப்படத்திற்கான அழைப்பிதழ் போட்டோக்களைப் பார்த்த பாலுமகேந்திரா சார் மகிழ்ந்துபோனார். அதை எடுத்தது நான்தான் என்று தெரிந்ததும், பாலுமகேந்திரா சார் அப்படியே என்னை இரண்டு நிமிடம் கட்டியணைத்துப் பாராட்டினார். "எப்படிப்பா இந்த போட்டோக்களை எடுத்த? என்ன கேமரா? எவ்வளவு ஷட்டர் ஸ்பீடு வச்ச?" என்று தொழில்நுட்ப விஷயங்களைக் கேட்டார். சொன்னேன். "ரொம்ப நல்லா போட்டோக்களை எடுத்திருக்க" என்றவர், "யாரிடம் நீ போட்டோகிராபி கத்துகிட்ட?" என்று கேட்டார். "நான் யாரிடமும் கத்துக்கல சார். நானாகவே சுயமாகக் கற்றுக்கொண்டேன் சார்" என்றேன். அது அவருக்கு மிகவும் பிடித்துப்போனது.

அப்போது, பாஸ்கர் சக்தி எழுதிய அழகர்சாமியின் குதிரை படத்தின் ஒளிப்பதிவாளராகப் பணியாற்ற வாங்க என்று சுசீந்திரன் என்னை அழைத்தார். ஒளிப்பதிவாளராகப் பணியாற்ற வேண்டுமென்றால், சினிமா ஒளிப்பதிவாளர் சங்கத்தில் உறுப்பினராக இருக்க வேண்டும். அங்கே உறுப்பினராக வேண்டுமென்றால், ஒளிப்பதிவாளர் யாரிடமேனும் உதவி ஒளிப்பதிவாளராகப் பணியாற்றிய அனுபவம் இருக்க வேண்டும்.

அப்போது பாலுமகேந்திரா சார், 'தயாரிப்பாளரும், இயக்குநரும் ஒருவரை ஒளிப்பதிவாளராக அங்கீகரித்துவிட்டபிறகு, நம் சங்கமும் அதை அங்கீகரிப்பதுதான் முறை. தேனி ஈஸ்வர் திறமை வாய்ந்த ஒளிப்பதிவாளர். தொழில்நுட்ப முறையிலும் சரி, கேமரா கோணங்களிலும் சரி அனைத்திலும் திறமையானவர். எனது குருவும், பதேர் பாஞ்சாலி படத்தின் ஒளிப்பதிவாளருமான சுப்ரதா மித்ரா யாரிடமும் உதவி ஒளிப்பதிவாளராகப் பணியாற்றியவர் இல்லை. எனது குருவைப் போன்ற திறமை ஈஸ்வரிடம் இருக்கிறது' என்று கடிதம் தந்தார். அதன்பிறகே என்னை

ஒளிப்பதிவாளர் சங்கத்தில் சேர்த்துக்கொண்டனர். இந்த திருப்பம்தான் நான் சினிமாவில் முழுமையாக இயங்கக் காரணமாக அமைந்தது.

சினிமாவில் உங்களுக்கு வரவேற்பும், பாராட்டும் எப்படி இருந்தது?

அழகர்சாமியின் குதிரை, தரமணி, நாச்சியார் படங்களில் ஒளிப்பதிவாளராகப் பணியாற்றி இருக்கிறேன். விஜய்சேதுபதியின் தயாரிப்பில், லெனின் இயக்கத்தில் உருவான 'மேற்கு தொடர்ச்சி மலை' படத்தில் அம்மலையின் அழகை ஒளிப்பதிவு செய்த பணிக்குப் பல்வேறு இடங்களில் இருந்து பாராட்டுகள் கிடைத்தன. இத்திரைப்படம் கேரளாவில் நடைபெற்ற 21 ஆவது சர்வதேச திரைப்பட விழாவில் திரையிடப்பட்டது. பஞ்சாபில் நடைபெற்ற பயாஸ்கோப் உலகத் திரைப்பட விழாவில் சிறந்த ஒளிப்பதிவிற்கான விருதினைப் பெற்றது.

மலையாளத்தில் மம்முட்டி நடித்த பேரன்பு படத்தில் ஒளிப்பதிவாளராகப் பணியாற்றினேன். அந்தப்படத்தைப் பார்த்த பிரபல ஒளிப்பதிவாளர் ரவிவர்மா, என்னை போனில் அழைத்து பாராட்டியது பெருமையாக இருந்தது. அடுத்தடுத்த படங்களுக்கு ஒளிப்பதிவாளராகப் பணியாற்ற இருக்கிறேன்.

இந்தத் துறையில் சாதிக்க விரும்புபவர்களுக்கு நீங்கள் சொல்லும் ஆலோசனை என்ன?

இந்த உலகை மூன்றாவது கண் கொண்டு பாருங்கள். வித்தியாசமாய்ச் சிந்தியுங்கள். அதன் அழகை, காட்சியை இயற்கை ஒளியோடு கொண்டுவரப் பாருங்கள். இத்துறை மட்டுமின்றி, எல்லாத்துறையிலும் வெற்றியாளனாக விரும்பினால், விடா முயற்சியும், எதையும் கற்றுக்கொள்ளும் ஆர்வமும், அதை நம்பிக்கையோடு செய்து பார்க்கும் தைரியமும் இருக்க வேண்டும். நான் படித்தது பொறியியல்தான். படித்ததை எனது அறிவைப் பெருக்கிக்கொள்ள பயன்படுத்திக்கொண்டேன். கேமராவை எனது வாழ்க்கைப் பாதையாக மாற்றிக்கொண்டேன்.

படிப்பு என்பது அறிவைப் பெருக்கிக் கொள்ள மட்டுமே. அது வேலைக்காக அல்ல என்பதைப் புரிந்துகொள்ளுங்கள். அதனைக்கொண்டு, உங்களுக்கு பிடித்த துறையில் நீங்கள் வெற்றியாளனாக வர வேண்டும். உங்களுக்குப் பிடித்த துறை

எனில் எவ்வளவு வேண்டுமானாலும் கஷ்டப்படலாம். அதற்கான உழைப்பைக் கொடுக்கத் தயாராக இருக்கவேண்டும். கேமரா குறித்த தொழில்நுட்பங்களை அறிந்துகொள்ளுங்கள். தினமொரு தொழில்நுட்பம் அறிமுகமாகிறது. அதில் கூடுதல் கவனம் செலுத்துங்கள். மொபைல் போனில் படம் எடுக்கும் காலமும் வரலாம். வெற்றிபெற வாழ்த்துகள்!

(சந்திப்பு நிகழ்ந்தது: ஆகஸ்ட் 2018)

உண்மையான பெயர்

இவரது முழுப்பெயர் ஈஸ்வரன். விகடன் நிறுவனம், போட்டோவிற்காக இவரது பெயரை தேனி ஈஸ்வர் என்று குறிப்பிட, அதுவே திரைத்துறையிலும் நிலைத்துவிட்டது. 2021-ல் ஓ.டி.டி.யில் வெளியான, தனுஷ் நடித்த கர்ணன் திரைப்படத்தின் ஒளிப்பதிவாளர் இவர்தான். ஜி.வி.பிரகாஷ் நடித்துள்ள பேச்சிலர் திரைப்படத்திற்கு ஒளிப்பதிவு இவர்தான். மம்முட்டி நடிக்கும் படம் உள்பட இரண்டு மலையாளப் படங்களும், யோகி பாபு நடிக்கும் தமிழ்ப் படம் ஒன்றிலும் இவரது கேமரா சுழல இருக்கிறது.

500 ரூபாயோடு அன்று பம்பாய்க்கு வந்தவன் இன்று 3600 கோடி ரூபாய்க்கு அதிபதி!

- தைரோகேர் வேலுமணி

தமிழ்நாட்டின் ஒரு குக்கிராமத்தில் பிறந்து, ஆடு மாடு மேய்த்துக்கொண்டு, மதிய உணவுக்காக பள்ளிக்கூடம் சென்று படித்து முடித்து, வேலை தெரியாமல் அலைந்து திரிந்த ஒருவர், இன்று பத்தாயிரம் பேர்களுக்கு வேலை அளித்துக் கொண்டிருக்கிறார். அதுவும் தமிழ்நாட்டில் இல்லை. மராத்தியர்களின் பூமியான மும்பையில், தனி ஒரு தமிழராக நின்று, தனது சாம்ராஜ்யத்தை நிறுவி, பல கோடி ரூபாய்க்கும்மேல் வர்த்தகத்தை நடத்தி வருகிறார் அந்த மனிதர்.

யாரந்த மனிதர் என்று கேட்கிறீர்களா? அவர்தான் தைரோகேர் டெக்னாலஜீஸ் நிறுவனத்தின் தலைவர், முனைவர் ஏ.வேலுமணி. தனியார் நிகழ்ச்சி ஒன்றிற்காக, மும்பையில் இருந்து சென்னை வந்திருந்த வேலுமணியை, நட்சத்திர ஓட்டல் ஒன்றில் வைத்து சந்தித்தேன்.

59 வயதுக்கேற்ற தளர்ந்த நடையோ, சோர்வோ அவரிடம் இல்லை. இருபது வயது இளைஞனின்

நடை. எப்போது வேண்டுமானாலும் சிரிப்பை உதிர்த்துவிடுவேன் என்று சொல்லும் முகம். மும்பையில் இருந்து கையில் ஒரே ஒரு பேக்பேக் எடுத்துக்கொண்டு, சாதாரணமாக வந்தவரின் சொத்துமதிப்பு எவ்வளவு தெரியுமா? ரூ.3600 கோடி.

எளிமையே என்றும் வெல்லும் என்ற வார்த்தையே இவரது தாரக மந்திரம். அவரிடம் பேச ஆரம்பித்தபோது, பேச்சில் எளிமையும், ஆங்கிலத்தோடு மறவாமல், கோவைத் தமிழும் கொப்பளித்தது. அவ்வப்போது மனம் விட்டு, குழந்தை போன்ற சிரிப்பையும் வெளிப்படுத்தத் தவறவில்லை. இனி உரையாடல்...

உங்களது பூர்வீகம், பெற்றோர், குடும்பம் பற்றி?

அன்றைய கோயம்புத்தூர் மாவட்டம், பல்லடம் தாலுகாவில் (இன்று திருப்பூர் மாவட்டத்தில் இருக்கும்) இருந்த அப்பநாயக்கன்பட்டி புதூர்தான் நான் பிறந்த ஊர். அப்பா பெயர் ஆரோக்கியசாமி. அம்மா பெயர் சாயம்மாள். எங்கள் பெற்றோருக்கு நான்தான் மூத்த மகன். எனக்குப்பிறகு இரண்டு தம்பிகள், ஒரு தங்கை. அப்பா, அம்மா ரெண்டு பேரும் பள்ளியில 5-வது கூட தாண்டாதவங்க.

இருந்த கொஞ்ச நெலமும் வானம் பாத்த பூமியா இருந்துச்சு. எங்க அப்பா வசதியான குடும்பத்தில் பிறந்ததால, சொகவாசியா இருப்பாரு. வேலை ஏதும் செய்ய மாட்டாரு. அதனால, குடும்பப் பொறுப்பை எல்லாம் எங்க அம்மாதான் பாத்துகிட்டாங்க. அங்க மாடு வச்சிருந்த ஒருத்தர், ரெண்டு எருமை மாட்டை எங்களுக்கு, குத்தகைக்கு விட்டாங்க. அந்த மாட்டிலிருந்து கிடைக்கும் பாலில் லிட்டருக்கு ஒரு ரூபாய் எங்களுக்குக் கிடைக்கும். வாரம் ஒரு முறை எங்களுக்கு அந்த பால் பணம் கிடைக்கும். வாரத்திற்கு ஒரு முறை, எங்கள் ஊரில் இருந்து 7 கி.மீ. தொலைவில் உள்ள சூலூரில் நடைபெறும் சந்தைக்குப் போய்தான் வீட்டுக்குத்தேவையான பொருட்களை எல்லாம் அம்மா வாங்கி வருவாங்க. நடந்தே போவாங்க. வரும்போது காய்கறி அது, இதுன்னு வாங்கினாங்கன்னா, ஒரு மூட்டை அளவுக்கு வரும். அதை தூக்கிட்டு வரோணுமே. அங்கிருந்து ஒரு மாட்டுவண்டி வரும். அதுல மூட்டைய போட்டு எடுத்துவரணும்னா ஒரு ரூபா கொடுக்கணும். அம்மாவும் அதுல உக்காந்துட்டு வரோணும்னா இன்னும் ஒரு ரூவா கொடுக்கணும். எங்கம்மா, அந்த ஒரு ரூபாய்க்கு 4 பக்கா பொரி வாங்கிக்கிட்டு, நடந்தே வருவாங்க. அந்த பொரிக்காக நாங்க காத்துகிட்டிருப்போம்.

சாணி அள்ளுறது, பருத்தி எடுக்கிறது என கிடைத்த வேலையை செய்வோம். அப்படி எல்லாம் கஷ்டப்பட்டோம்.

பள்ளிப்படிப்பு அனுபவங்களைச் சொல்லுங்கள்?

அந்தகாலத்துல, பள்ளியில் மத்தியான சாப்பாடு உண்டுன்னு சொன்னாங்க. அட படிக்கப் போனா, சோறு கிடைக்குதே. அதுக்காகவே அண்ணன், தம்பிக, தங்கச்சின்னு நாலு பேரும் படிக்கறதுக்குப் போனோம். மேல போட்டுக்க சட்டை இல்லாம, டவுசர் போட்டுக்கொண்டு, ஒரு கையில் அலுமினிய தட்டோடும், மறு கையில் அலுமினிய சிலேட்டோடும்தான் பள்ளிக்கு போனது இன்றும் நினைவுல இருக்கு. படிக்கிறதுக்கு தினம் 8 கிலோமீட்டர் நடப்பேன். உயர்நிலைப் படிப்புக்காகப் பெரியநாயக்கன் பாளையத்தில் இருந்த ராமகிருஷ்ணா வித்யாலயாவில் படிக்கப் போனேன். எங்க மாமா இருக்கும் ஊர் அது.

சொத்து விவகாரத்துல எங்க மாமா, எங்கப்பாவை ஏமாத்திட்டாரு. காலக்கொடுமை, அவங்க வீட்ல தங்கியிருந்து நான் பியூசி படிக்க வேண்டிய நெலமை. பியூசி என்பது இன்றைய பிளஸ்டூவிற்குச் சமம். அவங்க வீட்ல நாலு பொண்ணுங்க. எனக்கு அவங்க மொறைப்பொண்ணுங்கதான். என் வயசுல கமலம்னு அத்தை மக இருந்துச்சு.

பியூசியில் நான் கணிதப் பாடத்தைத் தேர்வு செய்திருந்தேன். கமலம் எம்பிபிஎஸ் படிப்பதற்கு என்று, அறிவியல் பிரிவை தேர்வு செய்திருந்தாள். இருவரும் ஒரே பள்ளி. வேதியியல், இயற்பியல்

எங்களுக்குப் பொதுப்பாடம். அதனால், எங்க மாமா.. எதுக்கு ரெண்டு இயற்பியல், ரெண்டு வேதியியல் புத்தகம். ஒண்ணு போதும். ரெண்டு பேரும் படிங்கன்னுட்டாரு. எங்க மாமா வீட்ல, பாத்திரம் கழுவுவது, துணி துவைக்கறதுன்னு எல்லா வேலையும் நான்தான் செஞ்சாகணும். செஞ்சி முடிச்சிட்டுதான் படிக்கப்போவேன்.

அப்படி வீட்ல இருக்கற வேலையை எல்லாம் செஞ்சிட்டு, படிக்க உக்காருவேன். வேதியியல் எடுத்தால்... அந்த பொண்ணும் வேதியியல் படிக்கறேன்னு அடம் பிடிக்கும். இயற்பியல் எடுத்தால் அந்த பொண்ணும் இயற்பியல் படிக்கறேன்னு அடம்பிடிக்கும். இப்படியே ஒரு மாசம் போச்சு. என் படிப்பு வீணாப் போய்கிட்டிருந்துச்சு. பாத்தேன். இயற்பியல் படிக்கணும்னா வேதியியல் எடுத்து படிக்கற மாதிரி பாவ்லா பண்ணுவேன். அந்தப் பொண்ணு வேதியியலை வாங்கிக்கும். நான் இயற்பியலைப் படிப்பேன். இப்படித்தான் எனது பியூசி காலம் கழிந்தது.

ரிசல்ட் வந்த அன்று, எல்லோரும் பேப்பரில் மூழ்கி இருந்தார்கள். அதற்குள் எங்க மாமா, நிறைய காலேஜ்ல இருந்து எம்பிபிஎஸ் படிப்புக்கான அப்ளிக்கேஷன்களை தயாரா வாங்கி வச்சிருந்தார். அவங்க பார்த்த பிறகுதான், எனக்கு பேப்பரைத் தருவாங்க. அப்பா, அம்மா, பொண்ணுங்கன்னு எல்லோரும் பேப்பரில் கமலத்தோட நம்பரைத் தேடினாங்க. கொஞ்ச நேரத்துல அவங்க முகம் எல்லாம் சூம்பிப்போச்சு. பொண்ணு பெயிலு. பேப்பரை அப்படியே போட்டுட்டு எழுந்திருச்சி போயிட்டாங்க. மெல்ல எந்திருச்சிப்போயி, நான் என் நம்பரைப் பார்த்தேன்.

அப்போ எல்லாம், பர்ஸ்ட் கிளாஸ், செகண்ட் கிளாஸ்னு தரம் பிரிச்சி ரிசல்ட் போடுவாங்க. என் நம்பர் பர்ஸ்ட் கிளாஸ்ல, அண்டர்லைன் பண்ணி வந்திருந்துச்சு. ஒரு பாடத்துல 100க்கு 100 எடுத்திருந்தாலும் அண்டர் லைன் பண்ணியிருப்பாங்க. ரிசல்டைப் பார்த்ததும், ஓடிப்போயி கரும்புக் காட்டில் இருக்கும் கால்வாயில் படுத்துக்கொண்டு இரண்டு மணி நேரம் அழுதேன். சந்தோஷ அழுகை அது. இப்படித்தான் எனது பள்ளிக்காலம் முடிந்தது.

பள்ளிப்படிப்புக்கே இவ்வளவு போராட்டத்தைச் சந்திச்சிருக்கீங்க... கல்லூரிப் படிப்புல என்ன சந்திச்சீங்க..?

ஏன் சந்திக்காம... அங்கும் போராட்டம்தான். கணக்குல 100-க்கு 100 எடுத்தும், பணம் இல்லாத காரணத்தால என்ஜினீயரிங் சேர

முடியல. எங்க மாவட்டத்துல இருக்கும் விஸ்கோஸ் கம்பெனியில கெமிஸ்ட்ரி படிச்சவங்களுக்குதான் வேலை கிடைக்கும். சம்பளம் வாங்குற அளவுக்கு போனஸும் கிடைக்கும். அந்த கம்பெனியில வேலை செஞ்சா கல்யாணத்துக்குப் பொண்ணும் கிடைக்கும். அதனால, அடுத்து பிஎஸ்சி கெமிஸ்ட்ரி சேர நினைச்சேன்.

அதிலயும் எங்க மாமா வில்லங்கம் செஞ்சார். "கெமிஸ்ட்ரி படிக்க வருசத்துக்கு 400 ரூபாய் கட்டணும். பி.காம் படிக்கணும்னா 300 ரூபாய் கட்டணும். அதனால நீ பி.காம் படி"ன்னு சொல்லிட்டாப்ல. வேற வழி, பி.காம் சேந்து ஒரு மாசம் படிச்சேன்.

வேதியியல் பேராசிரியர் கே.ஆர். கார்த்திகேயன் என்பவர், என் திறமையைப் பார்த்து, "நான் அந்த நூறு ரூபாயை உனக்கு கட்டறேன். நீ கெமிஸ்ட்ரி படி"ன்னு, டிகிரியை மாத்தி எழுதிக் கொடுத்தார். ஒரு வருசம் எங்க மாமா வீட்டுல இருந்து கல்லூரிக்கு போனேன். என் தம்பியும் படிக்க வந்தான்.

மாமா வீட்டுல பிரச்சினை ஆனதால, கோயம்புத்தூரில் உள்ள அரசு தாழ்த்தப்பட்டோர், பிற்படுத்தப்பட்டோர் நல விடுதியில் போய்த் தங்கினோம். அங்க இருந்து பெரியநாயக்கன் பாளையத்தில் இருக்கும் கல்லூரிக்கு வரணும்னா 25 கி.மீ. தூரம் பயணிக்கணும். பஸ்ல வரணும்னா மாசத்துக்கு 25 ரூபா செலவாகும். ட்ரெயின் பாஸ்னா மாசத்துக்கு 8 ரூபாதான் செலவாகும். ட்ரெயின் பாஸ் எடுத்தாச்சு. எடுத்த பிறகுதான் தெரிஞ்சது காலையில கோவையில் 5.40க்கு ரயில் கிளம்பினா, 6.10-க்கு பெரியநாயக்கன் பாளையம் வந்துடும். காலையில் அந்த நேரத்துல மட்டும்தான் ட்ரெயின் வரும். காலையில 9 மணிக்கு தொடங்கும் காலேஜ், மதியம் 4 மணிக்குள்ள முடிஞ்சிடும். சாயந்திரம் 6.40-க்குத்தான் பெரியநாயக்கன் பாளையத்துக்கு ரயிலு வரும். 7.10-க்குத்தான் கோவைக்குப் போய்ச்சேரும்.

என்னடா நம்ம நிலைமை இப்படி ஆயிடுச்சேன்னு வருத்தப்பட்டேன். அந்த வருத்தத்தைப் பயனுள்ளதா மாத்திகிட்டேன். ரயில்வே ஸ்டேஷன்ல உக்காந்து எல்லா பாடங்களையும் படிப்பேன். கல்லூரி விடுமுறை நாட்களில் கோவையில் இருக்கும் செருப்புக்கடை, துணிக்கடையில் எல்லாம் வேலை செய்திருக்கிறேன். இப்படி பல கஷ்டங்களுக்கு இடையே படிச்சி முடிச்சேன். அடுத்து வேலை தேடும் படலம்தான்.

நீங்க நினைச்ச விஸ்கோஸ் கம்பெனியில வேலை கிடைச்சதா?

படிச்சி முடிச்சிட்டோம். இனி நமக்கு வேலை கிடைச்சிடும்னு நினைச்சது தப்பாய்ப் போச்சு. எல்லா இடத்திலும் வேலை இருக்கு. ஆனா ''உங்கிட்ட வேலை செஞ்ச அனுபவம் இல்ல'' போன்னுட்டாங்க. வேலை தேடி கோவை வீதிகளில் அலைந்த அனுபவம், வறுமையின் சிவப்பு படத்தை நினைவுக்கு கொண்டு வரும். அதே நேரத்துலதான் அந்த படமும் ரிலீஸ் ஆகி இருந்துச்சு. விஸ்கோஸ் நிறுவனத்தில வேலை இல்லைன்னுட்டாங்க.

வேலை தேடித் திரிந்த போது, ஒரு வழியாக ஜெமினி கேப்ஸ்யூல்ஸ் எனும் நிறுவனத்தில் 150 ரூபாய் சம்பளத்தில் வேலை கிடைத்தது. அங்கேயே நான்கு வருடங்கள் வேலை செய்தேன். எனது தம்பிகளையும் அங்கே வேலைக்கு சேர்த்துவிட்டேன். எங்கள் போதாத காலமோ என்னவோ, அந்த நிறுவனம் மூடப்படும் நிலைக்கு வந்துவிட்டது.

கோவையிலிருந்து மும்பைக்கு போனது எப்படி?

வேலை செய்து கொண்டிருக்கும்போதே, அங்கே உள்ள மாவட்ட நூலகத்திற்குப் போய்விடுவேன். புதன்கிழமை பம்பாயில் (மும்பை) இருந்து வெளிவரும் டைம்ஸ் ஆப் இந்தியா பேப்பரில், வேலை வாய்ப்புச் செய்திகள் வரும். ஆனல், அந்த பேப்பர் வியாழக்கிழமைதான் இங்கே கிடைக்கும்.

அந்த பேப்பரைப் பார்த்து மும்பையில் எந்தெந்த நிறுவனங்களில் எல்லாம், என் படிப்புக்கு ஏற்ற வேலை இருக்கிறதோ அதற்கெல்லாம், 6 பைசா போஸ்ட் கார்டு எழுதிப்போடுவேன். அப்படித்தான் எனக்கு பாபா அணு ஆராய்ச்சி மையத்தில் இருந்து, தைராய்டு ஆய்வுக்கூட இண்டர்வியூவிற்கு அழைப்பு வந்தது.

500 ரூபாயோடு, அம்மாவின் அழுகை கலந்த நினைவுகளோடு பம்பாய்க்குப் பயணமானேன். அந்த பணம்தான் எல்லாத்துக்கும் வேண்டும் என்பதால், மூன்று நாட்கள் அங்குள்ள ரயில்வே நிலையத்தில் படுத்துத் தூங்கினேன். இண்டர்வியூவில் ''தைராய்டு எங்கே இருக்கிறது?'' என்று கேட்டார்கள். எனக்கு தெரியாது என்று சொல்லி விட்டேன். சரி நமக்கு வேலை கிடைக்காது போ என்று முடிவு கட்டிவிட்டேன். அங்கே பணியில் இருந்த 13 பேரும் பெண்கள். கடினமான வேலைகளைச் செய்ய நிச்சயம் ஒரு ஆண் தேவை என்பதால், என்னைத் தேர்வு செய்துவிட்டார்கள்.

இந்த தகவலை நான் அங்கே வேலைக்கு சேர்ந்த ஆறு மாதத்திற்குப் பிறகு அங்கிருப்பவர்கள் என்னிடம் சொன்னது. எப்படி விளையாடி இருக்கிறாங்க பாருங்க. (சிரித்தார்) ஆனால், "உடல் தகுதித் தேர்வில் எனக்கு நிறக்குருடு இருக்கிறது. அதனால், உடனே வேலைக்கு எடுக்க மாட்டோம். முடிவு சொல்வதற்கு ஒரு மாசம் ஆகும்" என்று சொல்லிட்டாங்க.

இடிந்த மனதோடு ஊர் வந்து சேர்ந்தேன். ஒரு மாதம் யாரிடமும் பேசவில்லை. நான் உண்டு என் வேலை உண்டு என்று இருந்தேன். ஒரு மாதம் கழித்து, வேலைக்கு வந்து சேர்ந்து கொள்ளுங்கள் என்று பாபா அணு ஆராய்ச்சி மையத்தில் இருந்து அழைப்பு வந்தது. மொழி தெரியாத ஊர் பம்பாய், ஆள் தெரியாத இடம் என்று அம்மா அழுதாலும், சமாதானம் சொல்லிவிட்டு வந்து வேலையில் சேர்ந்தேன். அசிஸ்டெண்ட் கேடரில் இங்கே வந்து சேர்ந்தவன், எம்எஸ்சி கெமிஸ்ட்ரி, பிஎச்டி படித்து முடித்தேன்.

உங்களது திருமண வாழ்க்கை பற்றி?

பம்பாயில்தான் எனது வாழ்க்கைத் துணைவியான சுமதியைச் சந்தித்தேன். அவங்களைப்போல ஒரு பொறுமைசாலி, திறமைசாலியை நான் பார்த்ததில்லை. ஆரம்பத்தில் எனது மனைவியை கல்யாணம் செய்துக்கக் கூடாது என்ற முடிவில் இருந்தேன். அந்த முடிவை எனது மனைவி, தனது அமைதியான, சாந்த குணத்தால் மாற்றினார். அவர் ஸ்டேட் வங்கியில் பணியாற்றினார். நான் இங்கே கெஜட்டட் அதிகாரியாக பணி உயர்வில் இருந்தேன். எங்கள் வாழ்விற்கு அர்த்தம் சேர்க்க ஆனந்த் என்ற மகனும் அம்ருதா என்ற மகளும் பிறந்தனர்.

வாழ்வின் அடிமட்டத்தில் இருந்து வந்ததால், எளிமையாக, சிக்கனமாக இருப்பேன். என் மனைவியும் அப்படியே. மாதம் நாங்கள் இருவரும் பத்தாயிரம் சம்பாதிப்போம். மூன்றாயிரம் எங்கள் குடும்பத்தை பார்த்துக்கொள்ள போதுமானதாக இருந்தது. மீதமுள்ள தொகையைச் சேமித்தோம். தொழில் தொடங்கலாம் என்ற சிந்தனை மனதில் ஓடிக்கொண்டே இருந்தது.

மத்திய அரசுப்பணியில் இருக்கும் ஒருவர் சொந்தமாகத் தொழில் தொடங்க முடியாதே?

நீங்க சொல்றது உண்மைதான். 14 ஆண்டுகள் வேலை செய்ததுக்குப்பிறகு, இனி வேலையில் இருக்கக்கூடாது. தொழில்

தொடங்கலாம் என நினைத்தேன். திட்டமிட்டேன். உடனே வேலையை ராஜினாமா செய்துவிட்டேன். ராஜினாமா செய்யப்போறேன்னு மனைவிக்கிட்ட சொல்லவே இல்லை. வீட்டிற்கு வந்து சொன்னபிறகே அவருக்கு தெரியவந்தது. எனது முடிவை ஏற்றுக்கொண்டார். தொழில் தொடங்கவும் சம்மதித்தார்.

கணக்குப் போட ஆரம்பித்தோம். எங்களின் சேமிப்பாக 2 லட்ச ரூபாய் இருந்தது. குடும்பத்தின் மாதச் செலவு 5 ஆயிரம் ரூபாய் என்று வைத்துக் கொண்டு, ஒரு லட்ச ரூபாயை தொழிலில் முதலீடு செய்தாலும், மீதமுள்ள ஒரு லட்ச ரூபாயில் 20 மாதங்கள் குடும்பத்தை நடத்தலாம். சுமதி வேலைக்குச் சென்று கொண்டிருந்தார். நான் எப்போதும், யாரிடமும், எங்கும் கடன் வாங்கியதில்லை. தொழில் தொடங்க எங்கள் சேமிப்பையே முதலீடாக்கினோம்.

75 கிலோ உடம்பில் 15 கிராம் அளவு எடை கொண்ட தைராய்டு எங்கே இருக்கிறது என்று தெரியாத நான், தைராய்டு குறித்து பி.எச்டி ஆய்வு செய்து, அதன் மூலக்கூறுகளை அணு அணுவாகத் தெரிந்து வைத்திருந்ததால், தைரோகேர் டெக்னாலஜீஸ் நிறுவனத்தை, 1996-ல் தொடங்கினேன். சவுத் மும்பையின் பைகல்லாவில், கேரேஜில் இருந்த 200 சதுர அடி இடத்தில்தான் எனது நிறுவனம் உருவானது.

தைரோகேர் நிறுவனத்தை வளர்த்தது எப்படி?

தைரோகேர் நிறுவனத்தில் நான்தான் முதல் அலுவலன். கொஞ்ச நாளுக்குப்பிறகு எனது மனைவியும் தனது வங்கி வேலையை விட்டுவிட்டு, இரண்டாவது அலுவலராக வந்து சேர்ந்துகொண்டார். எங்களது நிறுவனத்தைத் தைராய்டு டெஸ்டிங் சென்டராகச் செயல்படுத்தினோம்.

அந்தக் காலகட்டத்தில், இங்கே எல்லோரும் தைராய்டு டெஸ்டிங்கிற்கு 500 ரூபாய் வாங்கிக் கொண்டிருக்க, அம்பானியைப் போல மாற்றுச்சிந்தனையில், டெஸ்டிங்கிற்கு 100 ரூபாய் வாங்கினோம். எனது அனுபவத்தின் காரணமாய் டெஸ்டில் துல்லியமும், அயராத உழைப்பால் 24/7 – மணி நேரமும் ரிசல்ட் தரும் நிறுவனமாக மாற்றியதும் எனது வெற்றிக்கான அடிப்படை பாலபாடங்களாக அமைந்தது. பரிசோதனை நிலையத்தைப் பகல் முழுவதும் என் மனைவி கவனித்துக்கொள்ள, இரவில் நான் கவனித்துக்கொள்வேன்.

இப்படி வளர்ந்ததுதான் தைரோகேர் டெக்னாலஜீஸ். 200 சதுர அடியில் தொடங்கிய இந்த நிறுவனம், இன்று நவி மும்பையில் 40 ஆயிரம் சதுர அடி கொண்ட சாம்ராஜ்யமாகப் பரந்து விரிந்திருக்கிறது. இன்றைய நிலவரப்படி இந்தியாவில் 3000 கலெக்ஷன் சென்டர்கள் உள்ளன. அரபு நாடுகளில் 26 கலெக்ஷன் சென்டர்களும், வங்கதேசத்தில் 20 கலெக்ஷன் சென்டர்களும், நேபாளத்தில் 4 சென்டர்களும் உள்ளன.

உங்கள் நிறுவனத்தில் வேலைக்குச் சேர வித்தியாசமான 3 தகுதிகளை வைத்திருக்கிறீர்களே... அதைப்பற்றிச் சொல்லுங்கள்?

உண்மைதான். எங்கள் நிறுவனத்தில் வேலைக்குச் சேர வேண்டுமென்றால் மூன்று தகுதிகள் இருக்க வேண்டும். முதல் தகுதி - அவர் கிராமத்தைச் சேர்ந்தவராக இருக்க வேண்டும். இரண்டாவது தகுதி – அவர் ஏழ்மை நிலையில் இருக்க வேண்டும். மூன்றாவது தகுதி – அவருக்கு அரைகுறையாக ஆங்கிலம் தெரிந்திருந்தால் போதும். அவன் தெளிவாக ஆங்கிலம் பேசுபவனாக இருந்தால், நமது போட்டிக் கம்பெனிக்கு வேலைக்கு போய்விடுவான் இல்லையா? (சிரிக்கிறார்). அதான் இப்படி ஒரு கொள்கையை வைத்திருக்கிறேன். எனது நிறுவனத்தில் 99% பேர், பிரெஷராக வேலைக்கு வருபவர்கள். அவர்களை வைத்துதான் இந்த நிறுவனத்தைக் கட்டி எழுப்பி இருக்கிறேன். என்னுடைய நிறுவனத்தில் 1200 பேர் நேரடியாக வேலை செய்கிறார்கள். 15 ஆயிரம் பேர் மறைமுகமாக வேலை வாய்ப்பு பெற்றிருக்கிறார்கள்.

உங்கள் பிள்ளைகள் இதே நிறுவனத்தில் பணியாற்றுகிறார்களா? என்ன பொறுப்பில் இருக்கிறார்கள்?

ஆமாம், என் மகனும், மகளும் எனது நிறுவனத்தில்தான் பணியாற்றி வருகிறார்கள். எம்.டி.யின் பிள்ளைகள் என்பதற்காக அவர்களை உயர் பதவியில் அமர்த்தவில்லை. அவர்கள் இருவரும் தொடக்க நிலையில் இருந்தே வேலை செய்து வருகிறார்கள். அதாவது, அடிப்படை பணியாளர் நிலையில் இருந்து மெல்ல மெல்லப் பதவி உயர்வு பெறுவது. கீழ்நிலை ஊழியர்களாக அவர்கள் இருவரையும் ஏன் பணிக்கு அமர்த்தினேன் என்றால், தொடக்க நிலை பணியாளர்களின் பணியும், சிரமங்களும் அவர்களுக்குத் தெரிய வேண்டும். அப்போதுதான் எங்கு பிரச்சினை ஏற்பட்டாலும், அது எதனால் ஏற்பட்டது? அதை எப்படிச் சரி செய்வது என்ற அனுபவப்பூர்வமான பாடம் அவர்களுக்குக்

கிடைக்கும். நம்ம அப்பாதானே என்று அசால்ட்டாகவும் இருக்கமாட்டார்கள். என்ன பணி கொடுத்திருக்கிறேனோ, அதைப் பணியாளராக இருந்தே செய்து வருகிறார்கள். இது அவர்களின் வாழ்க்கையையும் பண்படுத்தும்.

பங்குச்சந்தையில் நுழைந்தது எப்படி?

உள்நாட்டில் மட்டுமின்றி அயல்நாடுகளிலும் கிளைகளை விரிவுசெய்துவிட்டோம். அடுத்து என்ன செய்யலாம் என்று யோசித்தபோது, பங்குச்சந்தையில் நுழையலாம் என்ற எண்ணம் வந்தது. பங்குச்சந்தையில் நான்கு மாதங்களுக்கு முன்பு நுழைந்த பிறகு, இன்றைய தேதியில் (ஆகஸ்ட் 2018 நிலவரப்படி) எங்கள் நிறுவனத்தின் சந்தை மதிப்பு 3600 கோடிக்கு மேல் உயர்ந்திருக்கிறது. வருங்காலத்தில் இதன் மதிப்பு உயர்ந்துகொண்டே போகும் என்ற நம்பிக்கை எனக்கிருக்கிறது.

உங்கள் மனைவி பற்றி குறிப்பிடவே இல்லையே?

முன்பே சொல்லி இருந்தேனே... அவர்தான் எனக்கு மிகவும் பக்கபலம். எல்லா முடிவுகளையும் அவரைக் கலந்தாலோசித்தே எடுப்பேன். அப்படி இருந்தவர் இரண்டு ஆண்டுகளுக்கு முன்பு புற்றுநோயால் இறந்துவிட்டார். அவரின் இழப்பை ஈடுசெய்யமுடியவில்லை. அதனால்தான் அவரைப்பற்றி இங்கு குறிப்பிடவில்லை. (உடனே பதறியபடி வருத்தம் தெரிவித்துக்கொண்டேன்.) பரவாயில்லை. நீங்க அடுத்த கேள்வியைக் கேளுங்க.

உங்கள் அம்மாவிடம் நீங்கள் பணக்காரர் ஆனதைப் பற்றிச் சொன்னீர்களா?

அம்மாவை ஒரு முறை மும்பைக்கு அழைத்து வந்தபோது, அங்கே 50-க்கும் மேற்பட்ட கார்கள் நின்று கொண்டிருந்தன. “டேய் வேலு, இதெல்லாம் உன்னோட காராடா” என்றார். ‘ஆமாம் அம்மா’ என்றேன். உண்மையில் அந்த கார்கள் எல்லாம், எனது நிறுவனத்தில் பணியாற்றுபவர்களின் கார்களாகும். 500 ரூபாயோடு பம்பாய்க்கு வந்தவன் 3600 கோடி ரூபாய்க்கு அதிபதியாகும் அளவுக்குச் சம்பாதித்திருக்கிறேன் என்றெல்லாம் என் அம்மாவுக்குப் புரிந்திருக்கவில்லை. அவருக்குத் தெரிந்த அளவில், கார் நிறைய வாங்கியிருக்கிறேன் என்ற அளவில், பணக்காரனாகி விட்டேன். விரிவாகச் சொன்னபிறகு அம்மாவுக்குப் பெருமகிழ்ச்சி.

என் வாழ்வில் என் தாயும், மனைவியும் என்னை வார்த்தெடுத்ததில் முக்கியமானவர்கள். அவர்கள் இல்லை என்றால் நான் இங்கே இல்லை. என் அம்மா நல்லதொரு 'புராடெக்டாக' என்னை உருவாக்கினார்கள். என் மனைவி அதை 'எஸ்டாபிளிஷ்' செய்தார். இவர்கள் இல்லை எனில் நான் இங்கே இல்லை.

உங்களுக்கென்று ஏன் ஒரு கார் கூட வைத்துக்கொள்ளவில்லை? அதற்குக் காரணம் என்ன?

எனக்கென்று சொந்த வீடோ, காரோ, சொத்தோ ஏதும் இல்லை. அனைத்தும் நிறுவனத்தின் பெயரில்தான் இருக்கிறது. நிறுவனம் செயல்படும் அலுவலக மாடியில்தான் எனது குடும்பமும் வாசம் செய்கிறது. நானும் சரி, எனது பிள்ளைகளும் சரி, எங்கு சென்றாலும் கால் டாக்ஸியில்தான் செல்கிறோம். வாழ்வில் கஷ்டத்தை மட்டுமே பார்த்து பார்த்து அடிபட்டு மேலே வந்தவன் நான். அந்த கஷ்டம் எப்படிப்பட்டது என்பதைப் பிள்ளைகளுக்கு உணர்த்தி வளர்க்க வேண்டும். இப்போதிருக்கும் செல்வத்திற்கு உலகின் விலை உயர்ந்த கார்களையும், பிரம்மாண்ட அரண்மனையைக்கூட வாங்கிட முடியும். ஆனால் அது பகட்டையும், ஆணவத்தையும் தந்துவிடும். எளிமைதான் நம்மை என்றும் உயர்த்தும். அதற்காகத்தான் இந்த கொள்கையைப் பின்பற்றுகிறேன். என் பிள்ளைகளும் பின்பற்றுகிறார்கள்.

உங்களது உறவுகள், ஊர் மக்களுக்கு என்ன உதவிகள் செய்துவருகிறீர்கள்?

எனது தம்பிகள், தங்கைக்கு இதே நிறுவனத்தில் பணி வழங்கி இருக்கிறேன். அவர்கள் பொறுப்பைச் சரியாக கவனிக்கிறார்கள். நான் பிறந்த கிராமத்தில், 70 வயதைக் கடந்த முதியோர்கள் அனைவருக்கும் மாதம் 3 ஆயிரம் ரூபாய் உதவித்தொகை வழங்கி வருகிறேன், நான் படித்த அரசுப் பள்ளியில் உள்ள மாணவர்களுக்குக் கல்விக்கட்டணம், தேவைப்படுகின்ற பிற உதவிகளையும் செய்து வருகிறேன்.

இங்கே ரத்தப்பரிசோதனைக்குப் பிரபலங்களின் ரத்த மாதிரிகளும் வருவதுண்டா?

நிச்சயமாக... நம்மிடம் ஆய்வு முடிவுகள் மிகத்துல்லியமாக இருக்கும் என்பதாலும், குறித்த நேரத்திற்குள் முடிவுகள் கிடைக்கும் என்பதாலும் இந்தியா முழுக்க தைரோகேர் மீது

நம்பிக்கை இருக்கிறது. ஏழையாக இருந்தாலும் அவர் விமானத்தில் பயணம் செய்திருக்க மாட்டார். ஆனால், பரிசோதனைக்காக அவர் கொடுத்திருக்கும் ரத்தம், விமானத்தில் பயணம் செய்து மும்பைக்கு வந்து சேரும். பிரபலங்கள் என்றால் நிறையபேரின் ரத்த மாதிரிகள் வந்திருக்கின்றன. ஒரு முறை "சச்சின் தெண்டுல்கரின் ரத்த மாதிரி வந்திருக்கிறது" என்று எனது பணியாளர்கள் சொன்னார்கள். 'ஓ... அப்படியா... மகிழ்ச்சி...' அதோடு நின்றுகொள்வேன்.

ரஜினிகாந்த் போல நிறைய பஞ்ச் லைன்கள் சொல்றீங்களே... ரெண்டு பஞ்ச் லைன் இப்போ சொல்ல முடியுமா?

மத்தவங்க எழுதி கொடுக்கற பஞ்ச் லைன்களைத்தான் ரஜினிகாந்த் சொல்றாரு. நான் சொல்றதெல்லாம் என்னோட பஞ்ச் லைன்கள். எனது சொந்த அனுபவத்தில் நான் கற்றுக்கொண்டதை, மேடைகளில் பேசும்போது யதார்த்தமாகச் சொல்லாமல் பஞ்ச் லைனாகச் சொல்கிறேன்.

'எண்றவன் பண்ணக்கூடாது. பண்றவன் எண்ணக்கூடாது.'

'எளிமையாக இருப்பவன் எப்போதும் கஷ்டப்படமாட்டான். எனவே, உங்கள் குழந்தைகளுக்கு எளிமையாக இருக்கக் கற்றுக்கொடுங்கள்.'

மும்பையில் ஒரு தமிழராகக் கோலோச்சுகிறீர்களே? இங்கே எதிர்ப்புகளே வரவில்லையா?

ஏன் வராமல்... தமிழ்நாட்டிலிருந்து மும்பைவாலாக்களுக்கு நிகராக ஒருத்தன் எப்படி இங்கே வரலாம். இவனைக் காலி செஞ்சிடணும் என்றெல்லாம் பிரச்சினைகள் வந்துகொண்டுதான் இருக்கிறது. அதை எல்லாம் பார்த்து பயந்தால் எப்படி? எதிர்த்து நின்றுகொண்டுதான் இருக்கிறேன். மும்பையில் இருந்து தமிழனின் பெருமையை நிலைநாட்ட வேண்டும். நிச்சயம் நிலைநாட்டுவேன். அதுவே லட்சியம்.

இத்துறையில் வரவிரும்புபவர்களுக்கு நீங்கள் சொல்லும் ஆலோசனைகள் என்ன?

வாழ்க்கையில் நான் படாத கஷ்டமில்லை. துன்பங்கள் நமக்கு வரும்தான். அதைக் கண்டெல்லாம் பயப்படாதீங்க. உங்களின் தகுதியையும், திறமையையும் உயர்த்துவதற்கு யாரும் வரமாட்டாங்க. உங்களை நீங்கதான் உயர்த்திக்கொள்ள வேண்டும். இடையில் பல்வேறு சோதனைகள், சஞ்சலங்கள்,

சபலங்கள் ஏற்படலாம். எல்லாத்தையும் ஒதுக்கிட்டு, உங்கள் இலக்கை நோக்கிச் செயல்படுங்கள். அதற்கான அனைத்து முயற்சிகளையும் செய்யுங்கள். என்னாலேயே முடிந்திருக்கும்போது நிச்சயம் உங்களாலும் முடியும். ஒருமுறைக்குப் பலமுறை சிந்தித்து முடிவெடுங்கள். உங்களது தொழிலாளர்களை நன்றாக நடத்துங்கள். நிச்சயம் ஒருநாள் வெற்றிப்பாதையில் பயணிப்பீர்கள்.

சந்திப்பு நிகழ்ந்தது: ஆகஸ்ட் 2018

*(**பின்குறிப்பு:** பேட்டி முடிந்து கிளம்பும்போது, "நான் மவுண்ட் ரோடு போகணும், ஓலா கார் புக் பண்ணிட்டேன். உங்களுக்கு வேலை ஏதும் இல்லன்னா... வாங்க பேசிகிட்டே போவோம்" என்றார். அந்த நட்சத்திர ஓட்டலை விட்டு வெளியே வருகையில், மூன்றரை கோடி மதிப்புள்ள லம்போகினி (யாருடையதோ) ஒரு ஓரமாய் நின்று கொண்டிருக்க, 3600 கோடி ரூபாய்க்கு அதிபதியான வேலுமணி ஓலா காருக்காக காத்திருந்தார். ஓலாவும் வந்து நின்றது, லாவகமாய் ஏறி உட்கார்ந்து கொண்டு "வாங்க போகலாம்" என்றார். அந்த எளிமையும், அடக்கமும்தான், தமிழனின் பெயரை மும்பையில் உரக்கச் சொல்ல வைத்திருக்கிறது. எளிமையே உந்தன் பெயர்தான் வெற்றிக்கனியை பறித்த வேலுமணியா! இவருடன் உரையாடியபோது என்னுடைய அண்ணனின் நினைவு வந்துகொண்டே இருந்தது. ஏனெனில் அவர் பெயரும் வேலுமணிதான்!)*

தைரோகேர் நிறுவனப் பங்குகளை விற்ற வேலுமணி

சென்னையில் உள்ள தைரோகேர் கிளையில் ரத்தமாதிரியைக் கொடுத்தால், அது மும்பைக்கு எடுத்துச்சென்று, ஆய்வு செய்யப்பட்டு, 24-48 மணி நேரத்திற்குள் ஆன்லைன் வழியே ரிசல்ட் தரப்படும். ஒரு நாளில் 3 லட்சம் ரத்த மாதிரிகளை ஆய்வு செய்யமுடியும். அந்த அளவிற்கு பலகோடி ரூபாய் மதிப்புள்ள நவீன இயந்திரங்களை, வெளிநாட்டிலிருந்து வாங்கி மும்பையில் நிறுவியிருக்கும் வேலுமணி, 2021 ஜூனில் தனது நிறுவனத்தின் 61% பங்குகளை ஃபார்ம்ஈஸி நிறுவனத்துக்கு, 4500 கோடி ரூபாய்க்கு விற்றுவிட்டார். 3000 கோடி ரூபாய் மதிப்புள்ள மீதி பங்குகள் அவரது குடும்பத்தார் வசம் இருக்கிறது. ஃபார்ம்ஈஸி நிறுவனத்தின் மீது 1500 கோடி ரூபாயினை பதில் முதலீடு செய்திருக்கிறார் வேலுமணி.

சோடாக்கடை வேலையில் கிடைத்த பணத்தில் புத்தகம் வாங்கிப் படித்தேன்

- எழுத்தாளர் பெருமாள் முருகன்

சேலம் மாவட்டம் ஆத்தூர் வடசென்னிமலையில் உள்ள அறிஞர் அண்ணா அரசு கலைக்கல்லூரியில், 1999-ல் நான் பிஏ வரலாறு படிக்கச் சேர்ந்திருந்தேன். அப்போது தமிழ்த்துறை தலைவராக இருந்தவர் பெருமாள் முருகன் ஐயா. எனக்குள் இருந்த எழுத்து, கவிதை, கட்டுரை, மாறுவேடம், நடிப்பு, நாடகம் உள்ளிட்ட பன்முகங்களை, எனக்கே அடையாளம் காட்டி வளர்த்தெடுத்ததில் முதன்மைப் பங்கு பெருமாள் முருகன் ஐயாவிற்குதான்.

எப்போதும் நான் ஆசிரியர்களோடுதான் ஒட்டிக்கொண்டிருப்பேன். அவர்கள் தங்கியிருக்கும் வீட்டிற்குச் செல்லும்போது, எல்லா ஆசிரியர்களும் அரட்டை அடித்துக்கொண்டும், விளையாடிக்கொண்டும் இருப்பார்கள். அவர்களோடு ஒன்றாகக் கலந்து இருந்தாலும், தனக்குத் தோணுகிற நேரத்தில் எல்லாம் பெருமாள் முருகன் ஐயா எழுதிக்கொண்டே இருப்பார்.

இல்லை எனில் படித்துக்கொண்டு இருப்பார். அவருக்குப் பிடித்தமானது எழுத்து எழுத்து எழுத்து மட்டுமே. அவரைப் பார்த்துப் பார்த்து எனக்கும் எழுதவேண்டும் என்ற எண்ணம் பிறந்தது.

எனது தமிழாசிரியரை, மாபெரும் எழுத்தாளரை, ஒரு பத்திரிகையாளனாக நேர்காணல் செய்ய வேண்டும் என்ற அவாவில் 2018 டிசம்பரில், நான் படித்த கல்லூரியிலேயே சந்தித்து உரையாடினேன். அவருக்குப் பிடித்தமான மாணவர்களில் நானும் ஒருவன் என்பதால், என் கேள்விகளுக்கெல்லாம் புன்னகையோடு பதில்களைத் தர ஆரம்பித்தார்...

உங்களது பூர்வீகம் மற்றும் பெற்றோர் பற்றிச் சொல்லுங்கள்?

சேலத்திலிருந்து ஈரோடு செல்லும் ரயில்பாதை வழியில் இருக்கும் ஆனங்கூர்தான் எங்களது பூர்வீகம். அங்கிருந்து திருச்செங்கோட்டிலுள்ள கூட்டப்பள்ளிக்கு என் பெற்றோர்கள் வந்துவிட்டனர். எங்களுடையது விவசாயக் குடும்பம். எங்கள் தாத்தாவுக்கு மூன்று மகன்கள். அப்பா பெயர் பெருமாள். அம்மா பெயர் பெருமாயி. எங்களுடைய பெற்றோருக்கு இரண்டு மகன்கள். முதல் மகன் பெயர் ராமசாமி. இரண்டாவது மகனாக 15.10.1966-ல் பிறந்தேன். அப்பா, அம்மாவுக்கு முருகனைப் பிடிக்கும் என்பதால் எனக்கு அப்பெயரையே வைத்தார்கள்.

தாத்தா சொத்தாக இரண்டரை ஏக்கர் நிலம் கிடைத்தது. எங்களுடையது மானாவாரி பகுதி மட்டுமல்ல,மேடான பகுதியும்கூட. மழை பெய்தால் மட்டுமே விவசாயம் நடக்கும். அதனால், ஆடு, மாடு வளர்ப்பது முக்கியமாக இருந்தது. மாட்டுக்குச் சோளத்தட்டையும், ஆட்டுக்கு நிலக்கடலை செடியும் உணவாகிடும்ங்கறதால சோளம், நிலக்கடலை போடுவோம். சில சமயம் கம்பு, ஆரியம் (கேழ்வரகு) போடுவோம். ஆடு, மாடு, விவசாயப் பணிகளை அம்மா பார்த்துக்கொண்டார். அப்பா சோடா கடை நடத்திக்கொண்டிருந்தார். எங்கெங்கெல்லாம் சந்தை நடக்குமோ அங்கே எல்லாம் சோடா கடை போடுவார்.

உங்களது பள்ளிப்பருவம் பற்றிச் சொல்லுங்கள்?

எங்களது ஊரிலிருந்து 4 கி.மீ.தொலைவில் இருந்த ராஜா கவுண்டம்பாளையத்திலுள்ள தொடக்கப்பள்ளியில் 1 முதல் 5-ஆம் வகுப்புவரை படித்தேன். அதன்பிறகு திருச்செங்கோட்டிலுள்ள

அரசு மேல்நிலைப்பள்ளியில் ஆறாம் வகுப்பு முதல் 12-ஆம் வகுப்புவரை படித்தேன். என்னுடைய அண்ணன் ஒன்பதாவது வரை மட்டுமே படித்தார். அதற்குமேல் படிக்க விருப்பமில்லாமல் விவசாயம் பார்க்க போய்விட்டார்.

பிளஸ்டூ படிக்கும்போது, என் அப்பா தியேட்டரில் சோடா கடை போட்டிருந்தார். அவருக்கு உதவியாக அங்கே நான் வேலை செய்வேன். அப்படி நான் அங்கே வேலை பார்த்தபோது, தொடக்கப்பள்ளி ஆசிரியர் ஒருவர், அந்த தியேட்டரில் பகுதிநேரமாக டிக்கெட் கொடுக்க வருவார். அவருக்காக தியேட்டரில் இருப்பவங்க காத்துகிட்டிருப்பாங்க. அவரைப் பார்த்த என் அப்பா, என்னிடம் வந்து, "முருகா... பிளஸ் டூ முடிச்சதும் நீ வாத்தியார் வேலைக்குத்தான் போகணும்" என்று சொன்னார். 'சரிப்பா' என்று சொன்னேன்.

உங்களது கல்லூரி, பல்கலைப் படிப்பு எங்கே, எப்படி இருந்தது?

ஈரோடு சிக்கய்ய நாயக்கர் கல்லூரியில் தமிழ் இலக்கியம் படிக்க சேர்ந்தபோது ஆண்டு 1983. மூன்று ஆண்டுகள் அங்கே படித்து முடித்தேன். எங்கள் குடும்பத்தில் முதல் தலைமுறை பட்டதாரி நான்தான். இதனையடுத்து, முதுகலைப் பட்டப்படிப்பு எங்கே படிக்கலாம் என்று யோசித்தபோது, கோவை பூ.சா.கோ. (பி.எஸ்.ஜி) கல்லூரியில் படிக்கலாம் என்று முடிவு செய்து அங்கே எம்.ஏ. தமிழ் இலக்கியம் படித்து முடித்தேன். எம்.பில் எனப்படும் ஆய்வியல் நிறைஞர், பிஎச்டி எனப்படும் முனைவர் பட்டப்படிப்புகளை, சென்னை பல்கலைக்கழகத்தின் தமிழ்மொழித் துறையில் படித்தேன். இங்கே எம்பில் படிக்கும்போதே பல்கலைக் கழக மானியக்குழுவின் (யுஜிசி) 'ஜேஆர்எப்' தேர்வில் தேர்ச்சிபெற்றதால் உதவித்தொகையும் கிடைக்க ஆரம்பித்தது. அதைக்கொண்டு, எம்.பில் மட்டுமின்றி பி.எச்டி ஆய்வுப்படிப்பையும் நிறைவு செய்தேன்.

பணி வாழ்க்கை எப்படி தொடங்கியது?

1996-ல் பிஎச்டி முடிப்பதற்கும், அரசுக் கல்லூரிகளில் விரிவுரையாளர் பணிக்கான காலிப் பணியிட அறிவிப்பு வந்ததற்கும் சரியாக இருந்தது. விண்ணப்பித்தேன். ஆசிரியர் தேர்வு வாரியத்தின் தேர்வினை எழுதினேன். 1996 ஆகஸ்ட் 16-ஆம் தேதி யுஜிசியின் உதவித்தொகை நிறைவடைந்தது. அடுத்த பத்து

நாட்களில் எனக்கு அரசுக்கல்லூரியில் விரிவுரையாளர் பணி கிடைத்தது. ஆத்தூர் வடசென்னிமலையில் இருக்கும் அறிஞர் அண்ணா அரசுகலைக்கல்லூரியில் (நான் படித்த கல்லூரி) முதன் முதலாக பணியமர்த்தப்பட்டேன். 1999-ல் துறைத் தலைவராகப் பொறுப்பு வகிக்கத் தொடங்கிவிட்டேன். மறுபடி வேறு சில கல்லூரிகளுக்குப் பணி மாற்றாலாகிப்போனபிறகு, இதே கல்லூரிக்கு வந்துவிட்டேன். இங்கு கல்லூரி முதல்வர் இல்லாத காரணத்தால், பொறுப்பு முதல்வர் பணி கொடுத்திருக்கிறார்கள். அதையும் செய்துகொண்டிருக்கிறேன்.

எழுத்துத்துறைக்கு உங்களின் ஆர்வம் திரும்பியது எப்படி? எந்த வயதில் இந்த ஆர்வம் ஏற்பட்டது?

அப்போதெல்லாம் வானொலிதான் எங்களுக்கு இருந்த ஒரே ஒரு பொழுதுபோக்கு. அப்போது நான் மூன்றாம் வகுப்பு படித்துக்கொண்டிருந்தேன். எங்கள் அப்பா ஒரு வானொலிப்பெட்டியை வாங்கிவந்து கொடுத்தார். பள்ளி நேரம் போக மீதி நேரங்களில் எல்லாம் வானொலிதான் கேட்டுக்கொண்டிருப்பேன். எங்கள் பகுதியில் திருச்சி வானொலி ஒலிபரப்பு துல்லியமாகக் கேட்கும். அதில் ஒவ்வொரு வாரம் ஞாயிற்றுக்கிழமை காலை 9 முதல் 10 மணி வரை, சிறுவர்களுக்காக ‘மணி மலர்’ நிகழ்ச்சியை ஒலிபரப்புவார்கள். கதை சொல்லுவார்கள். பாட்டு பாடுவார்கள். அதில் சிறுவர்கள் எழுதிய கதையும் பாடல்களையும் அவர்களது பெயர்களைச் சொல்லி ஒலிபரப்புவார்கள். அதை விரும்பிக் கேட்பேன். அந்த நிகழ்ச்சியைக் கேட்டதால்,

எனக்கும் கவிதை எழுத வேண்டும் என்ற ஆர்வம் வந்தது. என்னுடைய எட்டாவது வயதில், அஞ்சலட்டையில் கவிதை எழுதி வானொலி நிலையத்துக்கு அனுப்புவேன். நாய், பூனை, மரம் என மனதிற்குத் தோன்றியதை எல்லாம் கவிதையாக நினைத்து எழுதி அனுப்புவேன் (சிரிக்கிறார்). பத்து வரி எழுதி அனுப்பினால் நான்கு வரி ஒலிபரப்புவார்கள். "உன்னோட பேரு, நீ எழுதின கவிதை எல்லாம் சொல்றாங்கடா" என்று நண்பர்கள் பாராட்டுவார்கள்.

பள்ளியில் அடுத்தடுத்த வகுப்புகளுக்குச் செல்லச் செல்ல இந்த ஆர்வமும் வளர்ந்துகொண்டே இருந்தது. பாரதியார், பாரதிதாசன் கவிதைகளை விரும்பிப் படித்தேன். அந்த கவிகள் எழுதியிருக்கும் அதே சந்தத்தில் நானும் கவிதைகளை எழுதிக்காட்டுவேன். எட்டாம் வகுப்பில் படித்துக்கொண்டிருந்தபோது, எனக்குக் கவிதை மேல் இருந்த ஆர்வத்தைப் பார்த்த நரசிம்மன் ஆசிரியர், தமிழாசிரியரிடம் "பையன் கவிதை எழுதுவான்." என்று அறிமுகப்படுத்தி வைத்தார். அதனால் பள்ளிகளில் நடைபெறும் போட்டிகளில் என்னை கலந்துகொள்ள வைத்தார் தமிழாசிரியர்.

நான் 9-ஆம் வகுப்பு வந்தபோது, என்னை எனது நண்பர்கள் 'புலவர்' என்றுதான் அழைப்பார்கள். அந்த அளவுக்குக் கவிதை எழுதுவதில் ஆர்வம் இருந்தது. அந்த வயதிலேயே மரபுக்கவிதை எழுத ஆரம்பித்துவிட்டேன். 1981-ல் நான் பத்தாம் வகுப்பு படித்துகொண்டிருந்தேன். அந்த ஆண்டு மகாகவி பாரதியாரின் நூற்றாண்டாகும் (1881-1981). சங்ககிரி கல்வி மாவட்ட அளவில் கவிதைப் போட்டி வைத்தார்கள். அதில் கலந்துகொண்ட எனக்கு மாவட்ட அளவில் இரண்டாம் பரிசு கிடைத்தது. கவிதை எழுதிவிடுவேன். பிளஸ் ஒன், பிளஸ் டூ படிக்கும்போது, நிறைய பள்ளிகளில் நடக்கும் போட்டிகளில் கலந்துக்க ஆரம்பிச்சேன். தமிழ் சார்ந்து எந்தப் போட்டியா இருந்தாலும் கலந்துக்குவேன். இப்படியாக எனது திறமைகளை வளர்த்துக்கொள்ள ஆரம்பித்தேன்.

சோடாக்கடையில் பணியாற்றியது, உங்களுக்கு எந்த வகையில் உதவியாக இருந்தது?

அப்பா சோடாக்கடை வைத்திருந்ததால், அவருக்கு உதவியாக நானும் போயிடுவேன். மாலைக்காட்சி (ஃபர்ஸ்ட் ஷோ), இரவுக்காட்சி (செகண்ட் ஷோ) என இரு காட்சிகளுக்கும் அப்பாவுடன் சோடாக்கடையில் வேலை செய்வேன். இதற்கு

அப்பா தரும் பணத்தைக்கொண்டு நிறைய புத்தகங்களை வாங்கிப்படிப்பேன். புத்தகம் வாங்க காசுவேணும் என்பதற்காகவே அந்த வேலைக்குப் போனேன் என்றுகூட சொல்லலாம். அப்போது ராணி இதழில் சிறுவர்களுக்கென்று 2 பக்கம் ஒதுக்குவார்கள். அதில் கதை, கவிதை எல்லாம் பிரசுரிப்பார்கள். அதைப் படித்தபோதெல்லாம் நாமும் இப்படி எழுதவேண்டும் என்ற ஆர்வம் என்னுள்ளே வளர ஆரம்பித்தது. அதுமட்டுமின்றி, திருச்செங்கோட்டில் உள்ள நூலகத்திற்கு நேரம் கிடைக்கும் போதெல்லாம் சென்றுவிடுவேன். தினம் ஒரு புத்தகத்தைப் படித்துவிடுவேன். 5 கவிதைகளாவது எழுதிப்பார்த்துவிடுவேன். எனக்குத் தேவையான புத்தகங்கள் வாங்குவதற்குச் சோடாக்கடை பணி அனுபவம் உதவியது. எழுத்துத்துறைக்கான அடித்தளம் அமைத்துக்கொண்ட காலமும் இதுதான்.

என்ஜினீயரிங் படிக்க இடம் கிடைத்தும் நீங்கள் தமிழ்தான் படித்தீர்கள் என்று கேள்விப்பட்டேனே?

கேள்விப்பட்டது உண்மைதான். பிளஸ் டூ தேர்வில் நான் பள்ளி அளவில், இரண்டாவது மாணவனாகத் தேர்ச்சி பெற்றிருந்தேன். என்ஜினீயரிங் படிக்க இடமும் கிடைத்துவிட்டது. பள்ளி வயதில் இருந்தே கவிதை, கதை எழுதிக்கொண்டு இருந்ததால், அதன் மீது ஈர்ப்பு ஏற்படவே, தமிழ்தான் படிக்கவேண்டும் என்பதில் உறுதியாக இருந்தேன். பள்ளிக்குச் சென்றால் ஆசிரியர்கள் என்னைத் திட்டுவார்களே என்று நினைத்து, அவர்களைச் சந்திப்பதையும் நிறுத்திக்கொண்டேன். தமிழை எங்கு படித்தால் நன்றாக இருக்கும் என்று எனக்குத் தெரியாது. எனது மாமா ஒருவர் ஈரோட்டில் இருந்த சிக்கய்யநாயக்கர் கல்லூரியில் சேர்ந்து படிக்கச் சொன்னார். அங்கே விண்ணப்பமும் செய்துவிட்டேன்.

என் மதிப்பெண்களைப் பார்த்த அந்த கல்லூரியில் இருந்த ஆசிரியர்கள், "இவ்ளோ மதிப்பெண்கள் எடுத்திருக்க. இங்க எதுக்குப்பா தமிழ் படிக்க வர... போய் என்ஜினீயரிங் படி. இங்க வராத" என்று அறிவுரையும் சொன்னார்கள். நான் மறுத்துவிட்டேன்.

எனது விண்ணப்பத்தைப் பார்த்த அந்த கல்லூரியின் முதல்வர் அனந்தபத்மநாப நாடார், "கணிதம் படிச்சிருக்க... நல்ல மார்க்கும் எடுத்திருக்க... எதுக்கு தமிழ் படிக்கறன்னு சொல்ற?" என்று கேட்டார். நான் தமிழ்தான் படிப்பேன் என்று உறுதியாக நின்றேன். அவர் விடவில்லை. "ஆகஸ்ட் வரை அட்மிஷன் நடக்கும்.

நான் உனக்கு மேத்ஸ் படிக்க இடம் தரேன்'' என்றார். நான் தமிழ்தான் வேண்டும் என்றேன். பிளஸ் டூவில் குறைந்த மதிப்பெண்கள் எடுத்துவிட்டு, எந்த படிப்பும் கிடைக்காதவர்கள்தான் தமிழ்த்துறைக்கு வந்து சேர்வார்கள் என்ற எண்ணம் அன்றும் இருந்தது. இன்றும் இருக்கிறது. நல்ல மதிப்பெண்கள் எடுத்தும் தமிழுக்கு இவன் போகிறானே என்ற எண்ணம் எனது கல்லூரி முதல்வருக்கு.

எனது அப்பா அவரிடம் சொன்னார்... ``படிப்பு விஷயத்துல இவன் பிடிவாதக்காரங்க. அவனுக்கு என்ன விருப்பமோ அதையே படிக்கக் கொடுங்க'' என்றார். மனமே இல்லாமல்தான் என்னைத் தமிழ்த்துறையில் சேர்த்தார் கல்லூரி முதல்வர். அங்குதான் எழுத்துத்துறைக்கான அடித்தளம் ஆழமாக போடப்பட்டது.

அக்கல்லூரியில் உங்கள் திறமையை வளர்த்துவிட்டது யார்?

முப்பது பேர் படிக்கக்கூடிய எனது துறையில், கடைசியில் 9 பேர் மட்டுமே இருந்தனர். இதுவும் எனக்கு சாதகமாக இருந்தது. 30 பேர் இருக்கும் வகுப்பறைக்கு ஆசிரியர் கொடுக்கும் கவனம் குறைவாக இருக்கும். 9 பேர் எனில் அதிக கவனம் எடுத்துச் சொல்லித்தருவார்களே.

அங்கே ஆர்வமுள்ள தமிழாசிரியர்கள் இருந்தனர். நிறைய புத்தகங்களைப் படிக்கத் தருவார்கள். நிறைய புத்தகங்களின் பெயர்களைச் சொல்லி, இதையெல்லாம் படி என்பார்கள். குறிப்பிட்டுச் சொல்லணும்னா, அங்கிருந்த ரங்கராஜுலு என்ற தமிழாசிரியர், தி.ஜானகிராமனின் தீவிர வாசகர். அவர் தி.ஜா. போன்ற பல எழுத்தாளர்களை எனக்கு அறிமுகப்படுத்தி, படிக்கச்சொன்னார். அதைத்தேடி நூலகத்திற்குப்போவேன், அவர்களோ ``15 நாளுக்கு ஒரு புத்தகம்தான் வீட்டுக்கு எடுத்துகிட்டுபோய் படிக்க முடியும்'' என்பார்கள். அங்கிருந்தும் இலக்கியப் புத்தகங்களை எடுத்துப் படித்தேன். அது எனக்கு எழுத்துலக வாசத்தை விசாலப்படுத்தியது. தி.ஜானகிராமன் எழுதிய மோகமுள் நாவல் 600 முதல் 700 பக்கங்கள் கொண்டதாக இருக்கும். அதை கல்லூரி விடுமுறையில் இரண்டே நாளில் படித்துமுடித்து விட்டேன். அந்த அளவிற்கு, இலக்கியங்கள், கதைகள், நாவல்கள் என பல புத்தகங்களையும் தேடித்தேடிப் படித்தேன். இப்படியாக பிஏ படித்து முடித்துவிட்டு எம்ஏ படிக்க நினைத்தபோது, எங்கள் வாழ்க்கையில் சோகம் சூழ்ந்தது.

என்ன ஆனது? அதை எப்படி எதிர்கொண்டீர்கள்?

கோவை பூ.சா.கோ. கல்லூரியில் எம்.ஏ. தமிழ் சேருவதற்குப் பத்துநாட்கள் இருந்தது. திடீரென்று எனது தந்தையார் காலமானார். இதனால் குடும்பம் நிலைகுலைந்து போனது. மீண்டு வர இயலவில்லை. ஆனாலும், "மனதைத் தேற்றிக்கொண்டு போய் படிப்பா" என்று அம்மா சொன்னார். எங்கள் வீட்டில் இருந்த எருமை மாடுகள்தான் அப்போது எங்களின் வாழ்வாதாரமாக இருந்தது. எருமைப் பாலை விற்ற பணத்தில்தான் எம்.ஏ. படித்து முடித்தேன். எம்.ஏ. படிக்கும்போது, படைப்பிலக்கியம், இதழியல் ஆகிய பாடங்களை மருதநாயகம் என்ற ஆசிரியர் நடத்தினார். எனது படிப்பார்வத்தைப் புரிந்துகொண்ட அவர், வீட்டில் இருக்கும் நூலகத்திலிருந்து புத்தகங்களை அள்ளி அள்ளித் தருவார். கட்டைப்பை நிறைய புத்தகங்களாக எடுத்துக்கொண்டு வீட்டிற்கு வந்து படிப்பேன். இதழியல் பாடம் நடத்தும்போது கள ஆய்வு, விளம்பரம், கட்டுரை என நிறைய சொல்லிக்கொடுத்தார். இவை எல்லாம் எனக்கு எழுத்துத்துறையில் நுழைவதற்கு நிறைய விஷயங்களைக் கற்றுக்கொடுத்தன. முதுகலை படிப்பை நிதி நெருக்கடியோடு கஷ்டப்பட்டுத்தான் படித்தேன்.

பத்திரிகை உலகில் பணியாற்றி இருக்கிறீர்கள் என்று ஒருமுறை சொல்லி இருக்கீங்க! அதைப்பற்றிச் சொல்லுங்க ஐயா?

நான் முதுகலை படித்தபோது தமிழ்த்துறைக்கு அருகில் இருந்த துறை, இதழியல் துறை. தினமணியில் துணை ஆசிரியராக பணியாற்றிய கே.எம்.சி (கே.எம். சந்திரசேகரன்) எனது ஹாஸ்டல்மேட். அவர் அங்கு படித்து முடித்ததும் தினமணியில் வேலைக்குச் சேர்ந்துவிட்டார். எனக்கும் வேலை தேவைப்பட்டது. இதழியல் துறையின் தலைவராக இருந்த பிச்சாண்டி அவர்களிடம் கேட்டபோது, சென்னை தினமலரில் உதவி ஆசிரியர் வேலை இருப்பதை அறிந்து என்னைப் பரிந்துரை செய்தார்.

1988 மே மாதம், 500 ரூபாய் மாதச் சம்பளத்தில் வேலைக்குச் சேர்ந்தேன். மூன்று மாதங்கள் பணியாற்றி இருப்பேன். அங்கிருக்க மனம் ஒப்பவில்லை. எங்கள் ஊரில் எருமைப் பால் கறந்து விற்பவர், ஒரு மாதத்தில் அப்போது ஆயிரம் ரூபாய் சம்பாதித்துக் கொண்டிருந்தார். தமிழ் இதழியல் துறையில் ஏன் இவ்வளவு குறைவான சம்பளம் தருகிறார்கள் என்ற வெறுப்பு ஏற்படவே, இது நமக்குச் சரிப்பட்டு வராது என்று முடிவு செய்துகொண்டேன்.

அப்படி இருந்தபோது சென்னை பல்கலைக்கழகத்தில் எம்பில் மாணவர் சேர்க்கை அறிவிப்பு வரவும், விண்ணப்பித்தேன். இடம் கிடைத்ததால், வேலையை விட்டுவிட்டுப் படிக்கப்போய்விட்டேன். தினமலரில் 3 மாத வேலை அனுபவம், இதழியல் துறை அனுபவத்தை எனக்கு கற்றுக்கொடுத்தது. பின்னாட்களில் நான் கல்லூரிகளில் பத்திரிகைகளை நடத்துவதற்கு உதவிகரமாக இருந்தது. (ஐயா நடத்திய கல்லூரி ஆண்டு மலரில்தான் முதன்முதலாக எனது எழுத்துக்கள் அச்சிலேறின.)

எப்போதிலிருந்து கதை எழுத ஆரம்பித்தீர்கள். உங்களின் முதல் கதை எப்போது வெளியானது?

முதுகலை படிக்கும்போதே கதைகளை எழுதி பத்திரிகைகளுக்கு அனுப்ப ஆரம்பித்துவிட்டேன். 1988 ஆகஸ்ட்டில் கணையாழி இதழில், ‘நிகழ்வு’ எனும் தலைப்பிலான எனது முதல் சிறுகதை வெளியானது. அப்போது அதன் ஆசிரியராக இருந்தவர் அசோகமித்திரன். எம்.ஏ. இறுதி ஆண்டு படிக்கும்போது இந்த சிறுகதையை எழுதியிருந்தேன். அதைப் படித்துப்பார்த்த மருதநாயகம் ஐயா, “இக்கதையை கணையாழிக்கு அனுப்பி வை” என்றார். அப்படி அனுப்பிய கதைதான் இது. இரண்டு பக்க அளவில் வெளியானது. இதைப்பார்த்த எனது ஆசிரியர் மருதநாயகம், சென்னையிருந்த என்னைப் பாராட்டிக் கடிதம் அனுப்பினார். எனது ஆசிரியரின் பாராட்டு எனக்கு உற்சாகத்தையும், உத்வேகத்தையும் அளித்தது.

அதன்பிறகு தாமரை என்ற இலக்கியப் பத்திரிகையில் இரண்டு கதைகள் வெளிவந்தன. இடதுசாரி பத்திரிகையான மன ஓசையில் சிறுகதை வெளியானது. அதன் பொறுப்பாசிரியர் பா.செயப்பிரகாசத்தின் அறிமுகம் கிடைத்தது. தொடர்ந்து மூன்று ஆண்டுகள் அந்தப் பத்திரிகையில் எழுதிவந்தேன். அந்தபத்திரிகையின் ஆசிரியர் குழுவிலும் இடம் கிடைத்தது. அங்கே கதை, கட்டுரை எழுதுவது, பிழை திருத்துவது, இதழுக்குத் தேவையான கதை, கட்டுரைகளைத் தேர்வு செய்வது என இப்படியாகச் சிறுகதைப் பிரவேசம் அரங்கேறி வளரத்தொடங்கியது.

தொடக்கத்தில் என்னென்ன புனைப்பெயர்களில் எழுதினீர்கள்?

முருகு, இளமுருகு, மஞ்ஞையன், எழில் ஆகிய பெயர்களில் கட்டுரை, கவிதைகளை எழுதி இருக்கிறேன். கதைகளை எப்போதும் பெருமாள் முருகன் என்ற பெயரில்தான் எழுதினேன்.

முதல் நாவல் எப்போது வெளிவந்தது? அதன் பின்புலம் என்ன?

நான் எழுதி வெளிவந்த முதல் நாவல் 'ஏறுவெயில்'. 1991-ல் கவிஞர் சுகுமாரன் முன்னுரை எழுதித் தர, அட்டைப்படத்தை ஓவியர் மருது வரைந்து தர, அந்த நாவல் வெளியானது. ஒரு கிராமம் நகரமயமாவதால் எந்த மாதிரியான பிரச்சினைகளைச் சந்திக்கிறது என்பதே இந்த நாவலின் மைய இழை. இந்த நாவலை நானே சுயமாக வெளியிட்டேன்.

1992-ல், 'நிகழ் உறவு' எனும் எனது கவிதைத் தொகுப்பு வெளியானது. இதனையடுத்து நான் சிறுவயதில் தியேட்டரில் பணியாற்றிய அனுபவத்தை மனதில் வைத்து எழுதிய நாவல் 'நிழல் முற்றம்'. இந்த நாவல் 1993-ல் வெளியானது. களம் புதிது அமைப்பால், சிறந்த நாவலுக்கான விருது கிடைத்தது. 1994-ல், 'திருச்செங்கோடு' என்ற தலைப்பில் சிறுகதைத் தொகுப்பு வெளியானது. அதன்பிறகு நாவல்கள், சிறுகதைத் தொகுப்புகள், கவிதைகள் என ஒவ்வொன்றாக வெளிவர ஆரம்பித்தது.

கொங்கு வட்டாரச் சொல்லகராதி உருவாக்க வேண்டும் என்ற எண்ணம் எப்படி வந்தது? அதை எப்படி உருவாக்கினீர்கள்?

நான் பி.ஏ. படிக்கும்போது கி.ராஜநாரயணன் அவர்கள் வட்டார வழக்குச் சொல் அகராதி ஒன்றை எழுதியதாகச் சொல்லியிருந்தார்கள். அது அவரது வட்டாரத்து சொற்களை அறிமுகப்படுத்தியதுபோல, நம்மண்ணின் சொற்களை அறிமுகப்படுத்தினால் என்ன என்று தோன்றியது. அந்த எண்ணத்திற்குச் செயலாக்கம் கொடுத்து, 2000-மாவது ஆண்டில் 'கொங்கு வட்டாரச் சொல்லகராதி'யை எழுதி வெளியிட்டேன். இதற்குப் பலத்த வரவேற்பு கிடைத்தது மகிழ்வாக இருந்தது. என் வட்டார மக்களின் பேச்சுகளை, சொற்களை ஆவணப்படுத்திய மகிழ்வு அது.

'மாதொரு பாகன்' நாவல் சர்ச்சையானது பற்றி?

எங்கள் வட்டாரத்தில் நடைபெற்ற சம்பவத்தை மையமாக வைத்து 2010-ல் எழுதப்பட்ட நாவல் அது. அப்போது எல்லாம் பிரச்சினை வரவில்லை. பெங்குவின் பதிப்பத்தால், கடந்த 2013-ல் 'ஒன் பார்ட் வுமன்' என்ற பெயரில் ஆங்கிலத்தில் மொழிபெயர்க்கப்பட்டு வெளியான பிறகுதான் பிரச்சினையாக்கினார்கள். எழுத்துத்துறையே வேண்டாம் என ஒதுங்கிவிட்டேன்.

எனது எழுத்துக்கு, கருத்துக்கு, 2016 ஜூலை மாதம் சென்னை உயர் நீதிமன்றம் சரியான தீர்ப்பினைக் கூறியது. மீண்டு(ம்) எழுத்துத்துறைக்கு வந்தேன். ‘பூனாச்சி’ நாவல் எழுதினேன். நானெழுதிய பிற நாவல்கள் ஆங்கிலத்தில் மொழிபெயர்க்கப்பட்டு வெளியாகின.

நீங்கள் எழுதிய நாவல்களில் எதற்குக் கிடைத்த பாராட்டைப் பசுமையாக நினைவுபடுத்துவீர்கள்?

கல்யாணம் ஆகாத பெண்களின் வாழ்வியலை பல நாவல்களில் சித்திரித்திருப்பார்கள். நான் கல்யாணம் ஆகாத ஆண்களின் வாழ்வியலைச் சித்தரித்த நாவல்தான் ‘கங்கணம்’. அந்த நாவலுக்குக் கிடைத்த வரவேற்பும் பாராட்டும் இன்றும் பசுமையாக இருக்கிறது. நிறைய ஆண் வாசகர்கள், “இது என்னோட வாழ்க்கையாச்சே... எப்படி இப்படிப் பக்கத்துல இருந்து பாத்த மாதிரி எழுதினீங்க... கல்யாணம் ஆகாத ஆண்களின் கஷ்டத்தை உள்ளபடியே எழுதி இருக்கீங்க”ன்னுட்டு, ஆண் வாசகர்கள்கிட்ட இருந்து வாழ்த்துகளும் பாராட்டுகளும் மிக அதிக அளவில், இந்த நாவலுக்குத்தான் கிடைச்சது.

உங்களது எழுத்துகளை உங்கள் அம்மாவிற்குப் படித்துக்காட்டி இருக்கிறீர்களா?

நான் அதைச் செய்வதற்கு முன்னதாகவே, என் அம்மாவிடம் எனது மனைவியும், பிள்ளைகளும் நான் எழுதிய கதைகளைப் படித்துக்காட்டி இருக்கிறார்கள். “இதையெல்லாமா முருகன் எழுதி வச்சிருக்கான்” என்று சிரித்திருக்கிறார்.

உங்களுக்கு மிகப்பிடித்த எழுத்தாளர் யார்?

ஆர். சண்முக சுந்தரம் என்பவர்தான் எனக்கு மிகப்பிடித்த எழுத்தாளர். வட்டார நாவல் இலக்கியத்தின் முன்னோடி இவர். 1942-ல் இவர் எழுதிய நாகம்மாள் என்ற முதல் நாவல் வட்டார மொழியோடு எழுதப்பட்டிருக்கும். என்னுடைய முனைவர் பட்ட ஆய்வு இவரைப்பற்றித்தான் இருந்தது. அவரது எழுத்து நடையும், வட்டார மொழி ஆளுமையும் படிக்கும் வாசகனைக் கட்டிப்போட்டு வைத்துவிடும். அதன்பிறகு வந்த எழுத்தாளர்கள் எல்லாம், அவரைப் பின்பற்றித்தான் தங்களது நாவல்களில் வட்டார வழக்கினைப் பயன்படுத்த ஆரம்பித்தனர். எனது எழுத்துக்களில் எங்களின் வட்டார மொழி வருவதற்கும் இவரே முன்னோடி.

உங்களுடையது காதல் திருமணம்னாங்களே ஐயா? உங்க குடும்பத்தைப் பற்றிச் சொல்லுங்க?

காதல் திருமணம்தான்(டா) செஞ்சிகிட்டேன் (சிரிக்கிறார்). மனைவி பெயர் எழில் அரசி. நான் கதை எழுதியதும் என் மனைவியிடம்தான் முதலில் படிக்கக் கொடுப்பேன். என்னுடைய முதல் வாசகியும் அவர்தான். முதல் திருத்தமும் அவர்தான் சொல்வார். அவர் திருத்தம் சொன்னால், சரிபார்த்துக்கொள்வேன். அவங்களும் தமிழ்த்துறையில் பேராசிரியராகத்தான் இருக்காங்க. எங்களுக்கு இரண்டு பிள்ளைகள். மூத்தமகள் பெயர் இளம்பிறை, இளையமகன் பெயர் இளம்பரிதி.

எழுத்துத்துறைக்கு வர விரும்புபவர்களுக்கு நீங்கள் தரும் ஆலோசனைகள் என்ன?

எழுத வருவதற்கு முன், நீங்கள் நிறைய படிக்க வேண்டும். என்னென்ன இருக்கிறதோ அதையெல்லாம் படியுங்கள். அப்போதுதான் என்னென்ன எழுதப்பட்டிருக்கிறது, எப்படி எல்லாம் எழுதப்பட்டிருக்கிறது என்பது உங்களுக்குத் தெரியவரும். மொழி ஆளுமை இருக்க வேண்டும். தொடர் வாசிப்புப் பழக்கம் இருக்கவேண்டும். இந்த இரண்டும் இருந்தால் எழுத்துத் துறைக்குள் அடி எடுத்து வைக்கலாம். உங்களைச் சுற்றி நடப்பவற்றை நன்றாக உள்வாங்கிக்கொண்டு, எளிய மொழிநடையில் எழுதவேண்டும்.

இன்றைய எழுத்துலகம் எப்படி இருக்கிறது? அதன் முன்னே இருக்கும் சவால்கள் என்ன?

இன்றைய எழுத்துலகம் நன்றாக இருக்கிறது. நிறைய எழுத்தாளர்கள் விதவிதமான வடிவங்களில் எழுதுகிறார்கள். இதை அடுத்தகட்டத்துக்கு எடுத்துச் செல்லும் விதத்தில் எழுதிக்கொண்டு இருக்கிறார்கள். ஆனால், இங்கே இருக்கும் குழுக்கள் அதைத் தடுக்கும் விதத்தில் இருக்கின்றன. இதைப்பற்றி எழுதினால் அந்தச் சாதிக்காரன் கோபப்படுவான், இந்தச் சாதிக்காரன் கோபப்படுவான், டாக்டர் சமூகம் கோபப்படும், வழக்கறிஞர் சமூகம் கோபப்படும் என்ற நிலைதான் இங்கே இருக்கிறது.

இதற்குப் பயந்துகொண்டே பலரும் எழுதுவதில்லை. இது எழுத்து சுதந்திரத்திற்கு ஆபத்தானது. அதுதான் இன்றைய எழுத்தாளர்களுக்கு இருக்கிற பிரச்சினையாக இருக்கிறது.

அதை எப்படி சமாளித்து எழுதப்போகிறோம் என்பதுதான் சவாலாக உருவெடுத்து நிற்கிறது. இந்த நிலை மாற வேண்டும். அதற்கான முயற்சிகளை எடுக்க வேண்டும்.

(சந்திப்பு நிகழ்ந்தது: டிசம்பர் 2018)

தமிழில் கீர்த்தனைகள்

இவர் தற்போது (2021) நாமக்கல் அரசு கலைக்கல்லூரியின் முதல்வராக பணியாற்றிக்கொண்டிருக்கிறார். காலச்சுவடு இதழின் ஆசிரியர் குழுவிலும் இருக்கிறார். இவரது படைப்புகள் ஆங்கிலம், போலிஷ், ஜெர்மன், செக், மலையாளம், கன்னடம், தெலுங்கு, மராத்தி ஆகிய மொழிகளில் மொழிபெயர்க்கப்பட்டு வெளியாகியுள்ளன. இன்னும் வேறு மொழிகளிலும் மொழிபெயர்க்கப்பட இருக்கின்றன. பிரபல இசைக்கலைஞர் டி.எம்.கிருஷ்ணாவுடன் இணைந்து தமிழிசை நிகழ்ச்சிகளை நடத்துவதற்காக, தமிழில் கீர்த்தனைகளும் எழுதிவருகிறார்.

கீர்த்தனைகள் என்றாலே அது எப்போதும் பக்தியைத்தான் பாடுபொருளாகக் கொண்டிருக்கும். இவரோ, பக்தியைத் தவிர்த்து இருக்கும் மற்ற எல்லாவற்றையும் பாடுபொருளாகக் கொண்டு, தனது கீர்த்தனைகளில் எழுதிவருகிறார். நிகழ்ச்சிகளும் அரங்கேறிக் கொண்டிருக்கின்றன. இவர் எழுதிய வறுகறி என்ற சிறுகதை, பா.ரஞ்சித்தின் தயாரிப்பில் 'சேத்துமான்' என்ற திரைப்படமாக உருவெடுத்திருக்கிறது. பல்வேறு திரைப்பட விழாக்களில் இப்படம் திரையிடப்பட்டு வருகிறது. எதிர்காலத்தில் இவரது படைப்புகள் சினிமாவிலும் உருவெடுக்கும் என நம்புகிறேன். பெருமாள் முருகன் பல்வேறு படைப்புகளை மட்டுமல்ல, என்னைப்போன்ற பல்வேறு மாணவர்களையும் உருவாக்கியவர்.

சென்னைக்கு வந்த மூன்றே மாதத்தில் வீடு வாங்கினேன்! அப்போது எனக்கு வயது 15

- ஓவியர் ஸ்யாம்

குமுதம் ஆபிஸிற்கு ஒரு பெற்றோர் வந்திருக்கிறார்கள். "இந்தப் பொண்ணை வரைஞ்ச ஓவியரைப் பார்க்கணும். அந்தப் பொண்ணை அந்த ஓவியர் எங்கப் பாத்தாருன்னு கேக்கணும். கட்டினா, இந்த ஓவியத்தில் இருக்கிற பொண்ணைத்தான் கட்டுவேன்னு எம் பையன் ஒத்தக்கால்ல நிக்கறான்" என்கிறார்கள். அவர்களும், அதை வரைந்த ஓர் இளம் வயது ஓவியரின் முகவரியைக் கொடுக்க, ஓவியரின் வீடுதேடி வந்துவிட்டார்கள். அவரோ, 'அந்த ஓவியத்தில் இருக்கும் பெண், முழுக்க முழுக்க எனது கற்பனையில் வரைந்ததாகும். நான் எங்கேயும் அப்படி ஒரு பெண்ணைப் பார்க்கல' என்று சொல்லி அவர்களைச் சமாதானப்படுத்தி அனுப்புவதற்குள் போதும் போதுமென்றாகிவிட்டது.

அந்த அளவிற்கு தனது ஓவியங்களை உயிரோட்டமாக வரையும் திறன் கொண்ட, தமிழக ஓவியர்களில் தனக்கெனத் தனியொரு

முத்திரை பதித்திருக்கின்ற ஓவியர் ஸ்யாமை, சென்னை சூளைமேட்டிலுள்ள அவரது அலுவலக வீட்டில் சந்தித்தேன். மும்முரமாக வரைந்து கொண்டிருந்தவர், தனது தூரிகைகளுக்குச் சற்று ஓய்வு கொடுத்தார். மேசையில் அவர் வரைந்த ஓவியங்கள் உயிரோட்டத்தோடு என்னையே பார்ப்பது போலொரு பிரமை. "உரையாடலுக்கு நான் தயார் நண்பா" என்று உரிமையோடு பேச ஆரம்பித்தார்.

உங்க பூர்வீகம், சிறு வயது பிராயத்தைப் பற்றிச் சொல்லுங்க?

ராஜபாளையத்தில் விவசாயியாக இருந்த ஸ்ரீரங்கராஜா, சத்தியபாமா தம்பதியருக்கு இரண்டு மகன்கள். அதில் மூத்த மகன்தான் இந்த ஸ்யாம் சங்கர். தாத்தா, பாட்டி, மாமா, அத்தை என எங்கள் வீடு பெரிய கூட்டுக்குடும்பம் கொண்டது. குழந்தையாக இருக்கும்போது என் அம்மா, ஒரு மூட்டை அரிசியைக் கொட்டி பரப்பிவைத்து, அதில் என்னை விளையாட விடுவார்களாம். அதில் கையைக் கொண்டு ஏதேதோ கிறுக்கிக் கொண்டு இருப்பேனாம். அரிசியில் இருந்து தூக்கிவிட்டால், வீறுவீறென்று அழுவேனாம். பள்ளிக்கூடத்தில் படிக்கப் பிடிக்காது எனக்கு. படிக்கவே வராது. ஒவ்வொரு வகுப்பையும் ஒவ்வொரு பள்ளியில் படித்த குறும்புக்காரன் நான். ஆசிரியை "ஏ பார் ஆப்பிள், பி பார் பால்'' என்றால், நான் ஆப்பிள் படத்தையும், பந்தின் படத்தையும் வரைந்து வைப்பேன். இதைப்பார்த்த எனது ஆசிரியை, "நேரே எனது வீட்டிற்கு வந்து உங்க பையனுக்குப் படிப்பு வரல. படம்தான் வருது. வேற பள்ளிக்கூடம் பாத்துக்கோங்க" என்றார்.

வீட்டுச் சுவர் முழுக்க படமாக வரைந்து வரைந்து தள்ளுவேன். ஆனால், எங்கள் குடும்பத்தாருக்கு அது கிறுக்கல். சுவரில் கிறுக்கக்கூடாது என்று அடிப்பார்கள். அடி வாங்கும்போது 'கிறுக்க மாட்டேன்' என்பேன். அடுத்த சில மணி நேரத்தில் கிறுக்கி வைப்பேன். தோன்றியதை எல்லாம் வரைவேன். படம் வரைவது எங்கள் குடும்பத்திற்கு ஏதோ ஆகாத ஒன்றைப்போல் எண்ணம் கொண்டு, "இனிமே படம் வரைவியா?" என்று கட்டி வைத்து எல்லாம் அடித்துப் பார்த்தார்கள்.

படிக்க வராது என்பதால் என்னை யார் யாரெல்லாம் அந்த சிறுவயதில் துன்புறுத்துகிறார்களோ, அவர்களுக்கு எனது ஓவியங்களின் மூலம் தண்டனை கொடுத்து, என்னை

சமாதானப்படுத்திக் கொள்வேன். அதாவது என்னை என் மாமா அடித்தார் என்றால், அவர் படத்தை வரைந்து அவருக்கு கொம்பு வைத்து, அடி வாங்குவதுபோல் வரைந்து தள்ளிவிடுவேன். அதைப்பார்க்கும்போது, அவர்களுக்குத் தண்டனை கொடுத்துவிட்ட சந்தோஷம் எனக்கு கிடைக்கும். (சிரிக்கிறார்).

வீட்டில் சும்மா இருக்கப் பிடிக்காது. ஏதாவது குறும்புத்தனம் செய்துகொண்டே இருப்பேன். வீட்டில் இருக்கும் காசைத் திருடிக்கொண்டு தியேட்டருக்குப் போவது, தின்பண்டம் சாப்பிடுவது எனப் பொழுதைப் போக்கிக்கொண்டிருப்பேன். ஆறாம் வகுப்பு படிக்கும்போது சிவகாசிக்குச் சென்று காலண்டருக்கு ஓவியங்கள் வரைந்து கொடுத்து பணம் சம்பாரித்து, வயிறு முட்டச் சாப்பிட்டுவிட்டு வீட்டுக்கு ஒன்றும் தெரியாததுபோல் வந்திருக்கிறேன்.

உங்க குறும்புகள் எப்போதுதான் மாறியது?

அது எங்க மாறிச்சி... ஒவ்வொரு ஆண்டும் குறும்புகள் அதிகரிக்கத்தான் செய்தது. குறும்புகள் அதிகரிக்க அதிகரிக்க, பள்ளிக்கூடங்களும் மாறிக்கொண்டே இருந்தன. எனது சித்தப்பா ராணுவத்தில் இருந்தார். ஒருமுறை ஊருக்கு வந்தபோது, “இவன் படிக்கவே மாட்டேங்கறேன். எப்போ பாரு படம் படமா வரையறான்” என்று வீட்டிலிருப்போர் சொல்லவே, “நான் கூட்டிகிட்டு போய், இவனைத் திருத்திடறேன்” என்று கையோடு என்னைக் காஷ்மீருக்குக் கூட்டிச்சென்றுவிட்டார்.

ஆறாம் வகுப்பு படித்துக்கொண்டிருந்த நான், சித்தப்பாவின் கட்டுப்பாட்டால் அங்கே துப்பாக்கி துடைத்தேன். அங்கிருக்கும் சிப்பாய்களுக்கு பொழுதுபோக்காக அவர்கள் கையில் அழகான பெண்களின் ஓவியங்களை வரைய, அவர்கள் கைகளை ஆட்டினால் அந்த ஓவியங்கள் நடனமாடுவது போல் தோன்றும். எல்லாச் சிப்பாய்களுக்கும் அதைப் போட்டுவிட, அங்கிருந்த உயரதிகாரி எனது ஓவியத்திறனை கண்டு, அங்குள்ளோருக்குப் படம் வரைய கற்றுக்கொடுக்கச் சொன்னார். ஓராண்டு இப்படியே போக, ஹிந்தியும் பேசக் கற்றுக்கொண்டேன். சித்தப்பாவால் என்னை மாற்றமுடியவில்லை. மீண்டும் ஊருக்கே என்னைக் கொண்டுவந்து விட்டுவிட்டார்.

எங்களுக்குத் தூரத்து உறவு முறையான சேது அத்தை, பார்க்க மிகவும் அழகாக இருப்பார்கள். டீச்சர் அழகாக இருந்தால்தான் பள்ளிக்கூடம் போவேன் என்று அடம்பிடிக்கும் ரகம் நான். என் பெற்றோரிடம், "நான் அவனை மாத்திக்காட்டறேன்" என்று, என்னிடம் நைஸாகப் பேசி அழைத்து சென்றுவிட்டார் சேது அத்தை. இஷ்டம் போல் தின்றுவிட்டு, இஷ்டம் போல் தூங்கியவனை, அதிகாலை 5 மணிக்கு எழுந்து, என் வேலைகளை நானே செய்ய வேண்டும் என்பதை, அன்பாகச் சொல்லிச் சொல்லியே என்னை எப்படியும் வேலை வாங்கிவிடுவார். அவரின் கண்டிப்பும், நேரந்தவறாமையும் பின்னாட்களில் எனக்கு உதவியது. ஆனால், அங்கும் நான் நிலைத்திருக்கவில்லை. அத்தை என்னை வேலை வாங்குகிறார் என்று புரிந்துகொண்டதும் மீண்டும் சேட்டையை ஆரம்பித்தேன். அவரும் என்னை எங்கள் வீட்டில் கொண்டுவந்து விட்டுவிட்டார்கள். *(சிரிக்கிறார்)*

அப்புறம் எப்படித்தான் பள்ளிப்படிப்பை முடித்தீர்கள்?

எங்க படிப்பை ஒழுங்காக முடித்தேன். சேது அத்தையிடமிருந்து மறுபடியும் வீட்டிற்கு வந்ததும், அடங்காத பிள்ளை இது என்று, கோவில்பட்டியில் உள்ள லாட்ஜ் ஒன்றில் மூன்றரை ஆண்டுகள் தங்க வைத்து, ஆர்ய வைஸ்யா பள்ளியில் படிக்க வைத்தனர். ஒரு முறை கணக்கு வாத்தியார் என்னை அடித்துவிட, அவரையும், ஜெகன்மோகினி ஜெயமாலினியும் டான்ஸ் ஆடுவது போல் ஓவியம் வரைந்துவிட, அதைப் பார்த்த ஹெச்.எம். என்னை அழைத்து அன்போடு சொன்னார். "நல்லா படம் வரையற, இப்படி எல்லாம் பண்ணாதே" என்று சொல்லிவிட்டு, பல்வேறு ஓவியப்போட்டிகளுக்குப் பள்ளி சார்பில் அனுப்பி வைத்தார்கள்.

அனைத்து போட்டியிலும் பரிசினை வாங்கி வந்துவிடுவேன். படிப்பு வரவில்லை என்றாலும் இவனால் பள்ளிக்குப் பரிசு வருகிறதே என்று, பத்தாம் வகுப்பு வரை என்னை அந்தப் பள்ளியில் வைத்திருந்தார்கள். பத்தாம் வகுப்பு படிக்கும்போது, எனது வகுப்பில் உள்ள நண்பனுக்கு ரஜினிகாந்திடமிருந்து போட்டோ ஒன்று வர, என் கூட்டாளிகளெல்லாம், அவன் பக்கம் சென்றுவிட்டனர். "இருங்கடா, நான் ரஜினியை நேரே போய் பாத்து போட்டோ எடுத்துட்டு வரேன்" என்று சவால் விட்டேன். பத்தாம் வகுப்பு தேர்வு முடிந்ததும், கையில் 300 ரூபாய் பணத்தை எடுத்துக்கொண்டு சென்னைக்கு வந்துவிட்டேன்.

சென்னைக்கு வந்து ரஜினிகாந்தைப் பார்த்தீர்களா?

சென்னையில் எனக்கு யாரையும் தெரியாது. இங்கே உறவினர்கள் யாரும் எனக்குக் கிடையாது. அதனால், சென்னைக்கு வந்ததும் நேரே ஏவிஎம் ஸ்டுடியோவிற்குச் சென்று ரஜினியைப், பார்த்துவிட்டு அன்றே ஊர் திரும்புவதாகத் திட்டம். பையில் ரஜினிகாந்த் படம், நாயகன் கமல் படம், அப்போதைய பிரபல கதாநாயகர்களின் படங்களைத் தத்ரூபமாக வரைந்து வைத்திருந்தேன். அப்போது நடிகர் பூர்ணம் விஸ்வநாதன் ஏவிஎம் ஸ்டுடியோவில் இருந்து என்னை பார்த்துவிட்டு, "வா தம்பி" என்றார். விவரம் சொன்னேன். ஓவியங்களைப் பார்த்துவிட்டு, "நடிகர் சிவக்குமாரைப் போய் பார்" என்றார். சரி என்று அங்கு சென்றால், "நாளை காலையில் வாங்க" என்றனர். மீண்டும் திரும்பி ஸ்டுடியோவிற்கு வந்தேன். அங்கு ஒரு லைட்மேன் இருந்தார். எனது படங்களைப் பார்த்துவிட்டு, "பக்கத்துலதான் வாஹினி ஸ்டுடியோ இருக்கு. அங்கே அம்புலிமாமா அலுவலகம் இருக்கு. அங்க போ தம்பி. அங்க உனக்கு வேலை கிடைக்கும்" என்றார்.

ரஜினியத்தான பாக்க வந்தோம். இவர் எதுக்கு நம்மை இங்க போகச் சொல்றாருன்னு தோணினாலும் சரின்னு அங்கே போனேன். அவர்களோ "நாளை காலை 11 மணிக்கு வாங்க" என்றனர். சென்ட்ரல் ரயில்வே ஸ்டேஷனிற்கு சென்று இரவு தூங்கிவிட்டு, மறுநாள் 11 மணிக்கு, அம்புலிமாமா இதழின் பதிப்பகமான சாந்தமாமா ஆபிஸிற்குப் போனேன். அங்கே போனால் 70 பேர் ஆர்ட்டிஸ்ட் வேலைக்காக இண்டர்வியூவிற்கு வந்திருந்தனர். நான் ட்ரவுசர், சட்டை போட்ட சிறு பையன். ஒரு ஓரமாக அமர்ந்தவன், நன்றாகத் தூங்கிவிட்டேன். எழுந்து பார்த்தபோது, யாரும் இல்லை. கடைசியாக என்னை உள்ளே

அனுப்பி வைத்தனர். "என்ன படம் வரைஞ்சி வச்சிருக்க?" என்று அவர்கள் கேட்டபோது, ரஜினி, கமல் படங்களைக் காட்டினேன். இங்கே ராஜா, ராணி படங்கள்தான் வேண்டும் என்றனர். அதற்கென்ன என்று, ரஜினிக்குத் தலைப்பாகையும், மீசையில்லா கமலை ராணியாகவும் வரைந்து காட்டியதும், அங்கிருந்த பிரசாத் ரெட்டி சார், "பிரமாதமா வரையற, இந்தா அட்வான்ஸ் பிடி" என்று 450 ரூபாயைக் கையில் கொடுத்தார். வெளியே வந்தால், "உனக்கு வேலை கிடைச்சிடுச்சிப்பா" என்றார்கள்.

அம்புலிமாமாவிற்கு வந்த நீங்கள் குமுதம் வார இதழுக்கு எப்படிச் சென்றீர்கள்?

சாந்தமாமா அலுவலகத்தில் வேலையே தரவில்லை. இரண்டாம் நாள் அங்கிருந்த திருநெல்வேலியைச் சேர்ந்த சண்முகம் என்பவர், "நான் விளம்பரம் கேக்க குமுதம் ஆபிஸ் போறேன். இதைவிட அங்க நல்ல சம்பளம் கிடைக்கும்" என்றார்.

மறுநாள் அவரோடு குமுதம் ஆபிஸ் போக, பாக்கியம் ராமசாமி சார், புகைப்படக்கலைஞர் கே.வி. ஆனந்தோடு பேசிக்கொண்டிருந்தார். நான் வரவேற்பறையில் பபுள்கம்மை மென்று, வாயில் முட்டையிட்டு விளையாடிக் கொண்டிருந்தேன். அதைப் பார்த்துக்கொண்டே இருந்த பாக்கியம் ராமசாமி, என்னிடம் வந்து "யார் நீ?" என்றார். நான் 'ஆர்ட்டிஸ்ட்' என்றேன். அவர் நம்பவில்லை. "சரி... நீ இங்க வா..." என்றபடி உள்ளே அழைத்துச் சென்று, அமர வைத்து, தின்பண்டங்களைக் கொடுத்துவிட்டு, "பொம்மனாட்டியை வரைவியா" என்றார். நாட்டி என்றால், குறும்புக்காரப் பெண். இதோ வரைஞ்சி தரேன் என்று ஒரு பெண்ணை சில நிமிடங்களில் வரைந்து தர, "ஆகா... அழகா வரையறியே... ஒரு சீன் சொல்றேன் படம் வரையறியா" என்றார். வரையறேன் என்றேன். அவர் சொன்ன காட்சிக்கு அரை மணி நேரத்தில் படம் வரைந்து கொடுத்தேன். ஆச்சர்யத்தில் மூழ்கிய அவர், "இங்கேயே உட்கார்ந்திரு..." என்றபடி, எனது ஓவியத்தை எடுத்துக்கொண்டு, எஸ்.ஏ.பி. அண்ணாமலை சார் அறைக்குச் சென்று காட்டிவிட்டு, மீண்டும் என்னிடம் வந்தார். அந்தப் படம் ராஜேஷ்குமார் எழுதிய 'ஆகஸ்ட் ஆபத்து' என்ற தொடர்கதைக்கு என்று அப்போது எனக்குத் தெரியாது. "இனி இங்கயே படம் வரையலாம். வாரத்துக்கு ரெண்டாயிரம் சம்பளம் உனக்கு. வரையறியா?" என்றார். 'ஓ... தாரளமா வரையறேனே...' என்றேன். இப்படித்தான் எனக்கு குமுதம் அறிமுகமானது.

சென்னையில் யாரையும் தெரியாது என்றீர்கள். வேலை கிடைச்சிடுச்சி சரி! தங்குவதற்கான வீடு?

வீடுதான் எனக்கு அப்போது பிரச்சினையாக இருந்தது. 15 வயசு பையன் நான். எங்க போய் தங்கறது? சென்னை சென்ட்ரல் ரயில் நிலையத்தில தங்கிய ஆள் நான். சரி வேலை கிடைச்சிடுச்சி. வீடு எப்படியாச்சும் பாத்து வாங்கிடணும்னு முடிவு பண்ணிகிட்டேன். என்னா வைராக்கியம் பாருங்க எனக்கு... (சிரிக்கிறார்).

தாமோதரன் என்ற தாத்தா, எல்ஐசி ஏஜெண்டாக இருந்தவர், நான் சாந்தமாமா ஆபிஸில் இருந்த மூன்றாம் நாள் என்னிடம் வந்து "பாலிசி போடு. பாலிசி போட்டால் வீடு வாங்கிக் கொள்ளலாம்" என்றார். வீடில்லாததால் கார் ஷெட்டில்தான் தங்கியிருந்தேன். 'பாலிசி போட்டா வீடு வாங்கிடலாமா?' என்றேன். "வாங்கிடலாம், முதல் தவணை 400 ரூபாய் நான் கட்டறேன். மீதி நீதான் கட்டணும். அதை வைத்து நீ லோன் போட்டு, வீடு வாங்கிக்கலாம்" என்றார். சரி என்று பாலிசி போட்டுவிட்டேன். ஒரு வாரம் ஆகியும் தாத்தாவைக் காணல. வீடு எனக்கு வேணும். இரண்டாவது வாரம் அவர் வீட்டைத் தேடிக்கண்டுபிடித்து, 'ஏய் தாத்தா... வீடு வாங்கித்தரேன்னு ஏமாத்துறியா நீ... விடமாட்டேன் உன்னை. வீடு வாங்கிக்கொடு' என்று அடம்பிடிக்க, அவரோ, எல்ஐசி அதிகாரியான கீதாவிடம் கொண்டுபோய் விட்டுவிட்டார்.

அவரோ ஸ்ட்ரிக்ட் ஆக இருந்தார். "தம்பி, எல்ஐசி பத்திரம் மட்டும் போதாது, சாலரி சர்ட்டிபிக்கேஷன் வேணும். வீடு விக்கறவங்க உனக்கு வீடு தருவதா சொல்லி வீட்டுப்பத்திரம் தரணும்" என்றார். அதையும் இளங்கோ என்ற பில்டரைத் தேடிப்பிடித்து, கையில் இருக்கும் பணத்தைக் கொடுத்து, பத்திரம் தர ஒப்புதல் வாங்கிட்டேன். கீதாவிடம் போனால், "மேனேஜர்தான் லோன் அப்ரூவல் பண்ணனும். அவரை நீ சமாளிச்சிட்டன்னா, உனக்கு வீடு கிடைச்சிடும்" என்றார்.

அவரைச் சந்தித்தேன். அந்த அதிகாரி என்னை மேலும் கீழும் பார்த்துவிட்டு, "என்ன பண்ணற?"ன்னு கேட்டார். 'ஆர்ட்டிஸ்ட் நான்' என்றேன். "போய்ட்டு பெரியவங்கள வரச்சொல்லு." என்றார். 'சார்... நான்தான் பெரியவன். எனக்குதான் வீடு வேணும். நீங்க கேட்டபடி எல்லா டாக்குமெண்டும் கொடுத்திருக்கேன். குமுதம் வார இதழில் ஓவியம் வரைஞ்சிகிட்டிருக்கேன்' என்றேன்.

சிறிது நேரம் யோசித்தவர், “சரி... என்னை அப்படியே வரைஞ்சி கொடுத்தா, உனக்கு லோன் அப்ரூவல் பண்றேன்” என்றார். அவருக்குப் பின்புறம் முருகன் நின்று கொண்டிருந்த படம் இருந்தது. அந்த முருகன், மேனேஜரைக் கட்டிப்பிடித்து நிற்பது போல படம் வரைந்து கொடுக்க, அசந்துபோன அவர், “ஒரே ஒரு தவணை கட்டிய உனக்கு, லோன் சாங்ஷன்” என்றுவிட்டார்.

குமுதத்தில் இருந்த உங்களுக்கு நக்கீரனின் அறிமுகம் எப்படிக் கிடைச்சது?

நக்கீரனின் அறிமுகம் விரைவாகக் கிடைப்பதற்கு இந்த வீடுதான் காரணமாக இருந்தது. ஏனென்றால், லோன் வேண்டுமெனில் டாக்குமெண்டில், சாலரி சர்ட்டிபிகேட் விஷயம் இருக்கே... குமுதம் ஆபிஸில் படம் வரைந்து கொண்டிருந்தபோது, நக்கீரன் கோபால் அண்ணன், தனது திருமணப் பத்திரிகையை வைக்க அங்கே வந்திருக்கிறார். எனது ஓவியத்திறமையைப் பார்த்த அவர், எனைப்பற்றி அங்குள்ளோரிடம் கேட்டுவிட்டு, என்னிடம் வந்து, “தம்பி அவசியம் நீங்க எங்க ஆபிஸிக்கு வரணும். கட்டாயம் என்னை வந்து பாருங்க” என்றார்.

அவர் சொல்லிவிட்டுப்போன, பத்து நாள் கழித்து அவரிடம் போனேன். அப்போது எனக்கு சாலரி சர்ட்டிபிகேட் தேவையாக இருந்தது. எனைப் பார்த்ததும் வரவேற்றவர், “இனிய உதயம்னு ஒரு பத்திரிகை ஆரம்பிக்கலாம்னு இருக்கேன். காகித மனிதர்கள் என்ற கதையை பிரபஞ்சன் எழுதறார். நீங்க படம் வரையணும்” என்றார். ‘சரிங்க சார். வரைஞ்சி தரேன். எனக்கு இப்போ, வீடு வாங்கறதுக்கு சாலரி சர்ட்டிபிகேட் வேணும்’ என்றேன். நான் கேட்டதும், அப்போதே, மாதம் 7000 ஆயிரம் ரூபாய் சம்பளத்தில், நான் நக்கீரனில் வேலை செய்கிறேன் என்று சாலரி சர்ட்டிபிகேட் கொடுத்தார். வீட்டிற்கு லோன் அப்ரூவல் ஆனபிறகு, ரெஜிஸ்ட்ரார் செலவுக்காகப் பணம் பத்தவில்லை. 14 ஆயிரம் ரூபாய் வேண்டும் என்று கோபால் அண்ணனிடம் கேட்டேன். உடனே அந்தப்பணத்தை எடுத்துக்கொடுத்து அனுப்பி வைத்தார். அப்போது வரை அவருக்கு எந்த ஒரு படமும் வரைந்து கொடுக்கவில்லை. அவர் என் மேல் அவ்வளவு அன்பும், நம்பிக்கையும் வைத்திருந்தார்.

சென்னை வந்த மூன்றே மாதத்தில் இரண்டரை லட்சம் ரூபாய் மதிப்புள்ள ஒரு படுக்கை அறை கொண்ட வீட்டை, எனது ஓவியத் திறமையால், எனக்கு உரிமையாக்கிக் கொண்டேன். அப்போது

எனக்கு வயது 15. ஒன்றே முக்கால் லட்சம் கடனை 20 ஆண்டுகளில் அடைத்தேன். சூளைமேட்டில் உள்ள விநாயகா பிளாட்ஸ் எனது முகவரி ஆனது.

உங்கள் வாழ்வில் மறக்க முடியாத ஜாம்பவன்கள் யார்?

பல்வேறு பத்திரிகைகளுக்கு ஓவியம் வரைந்து கொடுத்துக்கொண்டே இருந்தேன். கோபுலு முதல் ஸ்யாம் வரை என்று 7 ஓவியர்களை வைத்து நிகழ்ச்சி ஒன்று நடந்தது. அதில் கோபுலு சார் எனக்கு ஒரு தராசைப் பரிசாகத் தந்தார். எதற்கு அவர் தராசைப் பரிசாகத் தந்தார் என்று எனக்குப் புரியவில்லை. பல நாட்கள் கழித்து, எதற்காகத் தராசை தந்தீர்கள் என்று அவரிடம் கேட்டபோது, "தராசின் தட்டில் ஒரு புறம் உனது ஓவிய வேலை, மறுபுறம் உனது வருமானம். இதில் எது குறைந்தாலும் நீ கீழே விழுந்திடுவ" என்றார். "எனக்குப்பிறகு எனது ஓவியங்களை ஸ்யாமிடம் கொடுத்துவிடுங்கள்" என்று கோபுலு சொல்லும் அளவுக்கு அவர் மனதில் இடம் பிடித்திருந்தேன்.

எழுத்தாளர் சுஜாதா வீட்டின் சமையலறை வரை செல்லும் உரிமையை அவர் எனக்கு வழங்கி இருந்தார். எனது மென்டர் அவர். அவரின் செல்லப்பிள்ளைபோல என்னை நடத்தினார். என்ன பிரச்சினை என்றாலும் அவரிடம்தான் ஆலோசனை கேட்பேன். அவருடைய எழுத்துச் சிந்தனைகளுக்கு, எனது ஓவியங்கள் அப்படியே பொருந்திப்போகும். இந்த இரு ஜாம்பவான்களும் என்னால் மறக்கமுடியாதவர்கள்.

மறக்க முடியாத சம்பவங்களைப் பற்றிச் சொல்லுங்கள்?

நிறைய இருந்தாலும் ஒன்றிரண்டை மட்டும் சொல்கிறேன். குமுதத்தில் சிறுகதை ஒன்றுக்காக நான் வரைந்த அழகான பெண்ணின் ஓவியத்தைப்பார்த்துவிட்டு, அந்தப்பொண்ணைத்தான் கட்டுவேன் என்ற வைராக்கியத்தோடு வாசகர் ஒருவரின் குடும்பமே என் வீடுதேடி வந்து சந்தித்தது. அதை யாரையும் மாடலாகப் பார்த்து வரையலங்க. என் கற்பனையில் வரைஞ்ச பொண்ணுங்க... சொன்னா நம்புங்க... என்று அவர்களிடம் சொல்லிப்புரிய வைத்து அனுப்புவதற்குள் போதும் போதும் என்றாகிவிட்டது.

நண்பர் ஒருவரின் அறிமுகத்தால், மதுரை மீனாட்சி அம்மனை ஓவியமாக வரையும் வாய்ப்பு கிடைத்தது. மீனாட்சி அம்மனை

நேரில் நின்று, அருகில் நின்று பார்த்து வரையும் பாக்கியம் கிடைத்தது. மீனாட்சி அம்மனைப் பல்வேறு விதங்களில் வரைந்தேன். அந்த அனுபவம் என் வாழ்வில் என்றும் மறக்க முடியாதது.

ஓவியத்துறைக்கு வரவிரும்புவோருக்கு உங்களின் ஆலோசனை என்ன?

நேர்மையும், நேரம் தவறாமையும் முக்கியம். எதையும் கூர்ந்து கவனிக்க வேண்டும். மனிதர்களை, விலங்குகளை, இருப்பிடங்களைப் படிக்கத் தெரிந்துகொள்ள வேண்டும். அவைதான் உங்களை ஒரு ஓவியனாகக் காட்டும்.

(சந்திப்பு நிகழ்ந்தது: அக்டோபர் 2018)

நடிகராக அவதாரம்

யாரிடமும் முறைப்படி ஓவியம் கற்றுக்கொள்ளாத இவர், பாண்ட்ஸ் நிறுவனம் நடத்திய உலகளாவிய மோனோகிராம் போட்டியில் மூன்றே கோடுகளில், சர்வதேச ஓவியர்களை பின்னுக்குத்தள்ளி, வெற்றிபெற்றவர். ஃபேஷன் ஷோக்களில் பாடி ஆர்ட், சினிமாக்களுக்கு ஸ்டோரி போர்டு, பத்திரிகைளுக்கு ஓவியம், வெளிநாடுகளுக்கு சுற்றுலா என்று உலகம் சுற்றும் வாலிபனாக பறந்து கொண்டிருக்கும் இவர், பரம்பரை சொத்துகளை எல்லாம் தம்பிக்கு கொடுத்துவிட்டு, தூரிகையால் சம்பாத்தித்த பணத்தைக் கொண்டு அழகிய ஓவியம் போல் வாழ்க்கையை நடத்திக்கொண்டிருக்கிறார் 41 வயது குறும்பனான ஸ்யாம். அண்மையில், 'கட்டில்' என்ற திரைப்படத்தில் குணச்சித்திர வேடம் ஒன்றிலும் நடித்து, தமிழ் சினிமாவிற்குள் நடிகராகவும் அவதாரம் எடுத்திருக்கிறார்.

ஜேஇஇ தேர்வில் தோல்வி அடைந்தேன்.

பின்னாளில் அதே ஜேஇஇ-க்கு தலைவரானேன்

- பேராசிரியர் காமகோடி வீழிநாதன்

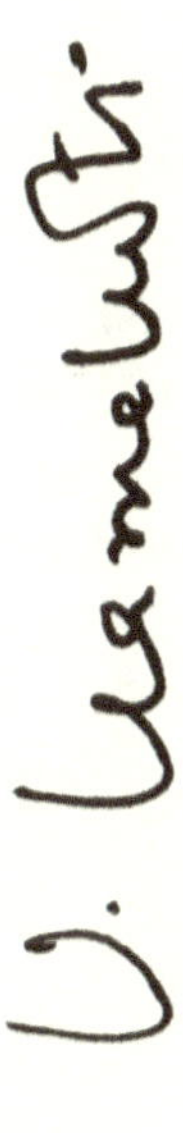

இந்தியாவின் உயர்கல்வி நிறுவனங்களில் ஒன்றான ஐஐடிக்களில் சேர்வதற்கு ஜேஇஇ என்ற நுழைவுத் தேர்வை எழுத வேண்டும். அந்த நுழைவுத் தேர்வில் தோல்வியைத் தழுவிய ஒருவர், பிற்காலத்தில் அதே ஜேஇஇ தேர்வு அமைப்புக்குத் தலைவராக பொறுப்பேற்று அசத்தியிருக்கிறார். இதைவிட முக்கியமாக, கம்ப்யூட்டர்களில் பயன்படுத்தும் புராசசரை முழுக்க முழுக்க இந்தியத் தயாரிப்பினைக்கொண்டு உருவாக்கியது உள்ளிட்ட பல்வேறு தயாரிப்புகளுக்குச் சொந்தக்காரர் இவர்.

அவர் தில்லியைச் சேர்ந்தவரோ, மும்பையைச் சேர்ந்தவரோ அல்ல. நம் தமிழகத்தைச் சேர்ந்தவர்தான். சென்னை ஐஐடியின் கணிப்பொறியியல் துறை மூத்த பேராசிரியரும், இந்தியாவிலேயே முதன்முதலாகத் தயாரிக்கப்பட்ட சக்தி பிராசஸரை உருவாக்கியவருமான காமகோடி வீழிநாதன்தான் இச்சிறப்புகளுக்கு உரியவர்.

சென்னை, ஆழ்வார்பேட்டையில் இருக்கும் அவரது வீட்டிற்குச் சென்று சந்தித்தேன். ஆறடி உயர மனிதர். வயதில் அரை சதம் அடித்தவர். சற்றே மெலிந்த தேகம். கண்ணாடி அணிந்த முகமாய் சாதரணனாகத் தோன்றினாலும், அவரின் பேச்சில் எளிமை தெறித்தாலும்... தேசத்திற்கு அவர் ஆற்றிய சேவை என்பது மிக அசாதரணமானது. தோற்றத்திற்கும் அவரது திறமைக்கும் சம்மந்தம் இருப்பது போன்றே தோன்றாது. அவ்வளவு அடக்கம். அவருடைய உரையாடலும் அப்படித்தான் இருந்தது.

உங்களது பூர்வீகம் மற்றும் இளம்பிராய வாழ்க்கை பற்றி?

சென்னைப் பல்கலைக்கழகத்தில் சம்ஸ்கிருத பேராசிரியராகப் பணியாற்றிக்கொண்டிருந்த ந.வீழிநாதன் – விசாலாட்சி தம்பதியரின் மகனாக 1968-ல் பிறந்தேன். காஞ்சி மடம் எங்களுக்கு முக்கிய தலம் என்பதால் எனக்குக் காமகோடி என்று பெயர் வைத்தனர். சென்னையில் பிறந்தாலும் மூன்று வயது வரை கும்பகோணம் அருகே உள்ள முடிகொண்டான் என்ற கிராமத்தில் அம்மாவோடு வளர்ந்தேன். கிராமம் எனக்கு மிகவும் பிடித்திருந்தது. கிராமத்துச் சிறுவனாகவே வளர்ந்தேன். என்னுடைய நான்காவது வயதில் சென்னையில் படிக்கவேண்டும் என்பதற்காகச் சென்னைக்கு வலுக்கட்டாயமாக வரவைக்கப்பட்டேன். சென்னையில் அப்போது இருந்த வித்யாபாரதி என்ற சிபிஎஸ்இ பள்ளியில் படிக்கும்போது வயலின் வாசிப்பது, கிரிக்கெட் விளையாடுவது என்று சாதாரணமாகவே சென்றது. 1982-ல் நடைபெற்ற 10-ஆம் வகுப்பு தேர்வில் 68 சதவீத தேர்ச்சி பெற்றிருந்தேன்.

பத்தாம் வகுப்பு முடித்துவிட்டு, அடுத்து எங்கு படிக்கலாம் என்று யோசித்துக்கொண்டிருந்த போது, மைலாப்பூரில் உள்ள பி.எஸ்.சீனியர் செகண்டரி பள்ளியைத் தேர்வு செய்தோம். அங்கு படிக்க இடம் கிடைப்பது மிகவும் கடினம். விண்ணப்பித்திருந்தும் இடம் கிடைக்கவில்லை. அப்பள்ளியில் படித்துக்கொண்டிருந்த எனது மாமா ராமனின் மகள், அங்கிருந்து ஸ்டேட் போர்டு பள்ளிக்கு மாற விரும்பினாள். உடனே என் மாமா என்னைக் கையோடு அந்த பள்ளிக்கு அழைத்துச் சென்று, "என் மகள் விட்டுச் செல்லும் இடத்தை, எனது மருமகனுக்குக் கொடுங்கள்" என்று கேட்டு, அங்கே படிக்கச் சேர்த்தார். என் மாமா அந்தப் பள்ளியில் சேர்க்கவில்லை என்றால், எனது வாழ்க்கை திசைமாறி இருக்கும்.

அந்தப் பள்ளி அனுபவம் எப்படி இருந்தது?

பி.எஸ்.சீனியர் செகண்டரி பள்ளிதான் எனக்கு ஐஐடி பற்றிய கனவுகளைத் தந்தது. இதற்குக் காரணம் இப்பள்ளியின் பிரின்ஸிபலாக இருந்த அலமேலு மேடம். எனக்குக் கணக்கென்றால் மிகவும் பிடிக்கும். ஆனால், நான் விளையாட்டுத்தனமாக இருந்ததைக் கண்ட அலமேலு மேடம், என்னை நெறிப்படுத்தினார். கணக்கை மிகவும் அற்புதமாகச் சொல்லித்தந்தார். கணக்கில் எனக்கு நல்லதொரு அடித்தளத்தை அமைத்துக் கொடுத்தவர் அவரே. அதே நேரத்தில் எனக்கு வேதியியல் பாடம் படிக்கவே வராது. அதையும் அங்கிருந்த விஜயலட்சுமி ஸ்ரீவத்ஸன் மேடம் எனக்குப் புரியும்படி சொல்லிக்கொடுத்து அந்த பாடத்திலும் என்னைத் தேற்றினார். பிளஸ் டூ தேர்வின் முடிவில் 82 சதவீதம் மதிப்பெண்களுடன் தேர்ச்சி பெற்றேன். ஐஐடியில் சேர்ந்து படிக்க விரும்பினேன். அதற்காக என்னைத் தயார் படுத்திக்கொண்டேன். வேதியியல் மட்டும் எனக்குக் கடினமாக இருந்தது. அதில் கூடுதல் கவனம் செலுத்திக்கொண்டிருந்தேன்.

ஜேஇஇ தேர்வு எப்படி இருந்தது? ஐஐடி கனவு என்ன ஆனது?

எனது பள்ளியில் படித்த மாணவர்கள் நிறைய பேர் ஐஐடியில் படிக்கச் சேர்ந்திருந்ததால் என்னுள்ளும் ஐஐடி பற்றிய ஆர்வம் பற்றிக்கொண்டது. அங்குதான் நாம் பி.டெக் படிக்க வேண்டும் என்று முடிவு செய்து வைத்திருந்தேன். அதற்காக ஜேஇஇ தேர்வு எழுதினேன். எனக்குக் கணக்கு பிடிக்கும் என்பதால், கணக்கிலும், கணக்கு சார்ந்த இயற்பியலிலும் நன்றாக மதிப்பெண்

பெற்றுவிட்டேன். ஆனால், எனக்குப் பயத்தைத் தந்துகொண்டிருந்த வேதியியலில் அதிக மதிப்பெண்கள் எடுக்கமுடியவில்லை. ஜேஇஇ தேர்வில் ஃபெயிலாகிவிட்டேன். 'என்னடா இது... வாழ்க்கையில் முதல்முறையாக தோல்வியடைந்து விட்டோமே. நமது கனவு இப்படி ஆகிவிட்டதே' என்று வருத்தத்தில் இருந்தேன்.

தமிழ்நாட்டில் உள்ள என்ஜினீயரிங் கல்லூரிகளில் சேர வேண்டுமென்றால் அப்போது நுழைவுத்தேர்வு எழுதவேண்டும். அதையும் அப்போது எழுதி வைத்திருந்தேன். அதன் முடிவுகளுக்காகக் காத்திருந்தேன். என் அப்பா சம்ஸ்கிருத ஆசிரியர் என்பதால், என்னையும் ஒரு ஆசிரியராக உருவாக்கிப் பார்க்க வேண்டும் என்று எண்ணம் கொண்டிருந்தார். "பணம் எப்போது வேண்டுமானாலும் சம்பாதித்துக்கொள்ளலாம். ஆனால், சமூகத்திற்கான நல்ல மனிதர்களை, ஓர் ஆசிரியரால்தான் உருவாக்க முடியும். அதனால், நீ ஆசிரியராக வரவேண்டும்" என்று அடிக்கடி சொல்லுவார்.

சரி, நமக்குத்தான் ஐஐடியில் படிக்க வாய்ப்பு கிடைக்கல. பொறியியல் படிப்புக்கான ரிசல்ட்டும் வரல. அப்பாவின் ஆசைப்படி பிஎஸ்சி கணிதம், எம்எஸ்சி, பிஎச்டி முடித்துவிட்டு கணக்கு வாத்தியாராகப் போயிடலாம் என்று முடிவெடுத்தேன். அதன்படி விவேகானந்தா கல்லூரியில் பிஎஸ்சி கணிதவியல் படிக்க விண்ணப்பித்தேன். இடமும் கிடைத்தது. சரி கிடைத்ததைப் படிப்போம் என்ற எண்ணத்தோடு, அக்கல்லூரியின் முதல்வரான கணேசனைப் போய் பார்த்தேன். அவர் என் அப்பாவின் நண்பர். "நீ எடுத்திருக்க மார்க்குக்கு என்ஜினீயரிங் சீட்டே கிடைக்கும். இங்க படிக்க சேர்ந்துட்டு, அப்புறம் என்ஜினீயரிங் படிக்க போயிட்டன்னா இங்க ஒரு சீட் வீணாகிடும். அதனால, பிஎஸ்சி மேத்ஸ்தான் படிப்பேன். என்ஜினீயரிங் போகமாட்டேன்னு எழுதிக்கொடுத்துட்டு, உன்னோட சர்ட்டிபிகேட்டெல்லாம் எடுத்துட்டு வந்து கொடு. அட்மிஷன் போட்டுடறேன்" என்றார். அப்போதுதான் என் தாத்தாகிட்ட இருந்து ஒரு கடிதம் வந்தது. அது என் வாழ்வைத் திருப்பிப்போட்டது.

என்னதான் அந்த கடிதத்தில் எழுதியிருந்தார் உங்கள் தாத்தா?

எனது அம்மா வழி தாத்தாவான வாஞ்சிநாதன், அப்போதைய காஞ்சி பெரியவரான சந்திர சேகரேந்திர சரஸ்வதியிடம், நான்

பிளஸ் டூ தேர்ச்சி பெற்றதையும், அடுத்து என்ன படிக்க வைக்கலாம் என்பதையும் கேட்டார். காஞ்சி பெரியவரோ, நம்ம வெங்கடேஸ்வரா என்ஜினீயரிங் கல்லூரியில் "கம்ப்யூட்டர் சயின்ஸ் படிக்கச்சொல்லு" என்றிருக்கிறார். அப்போது போன் வசதி இல்லை என்பதால், இந்த செய்தியைக் காஞ்சிபுரத்திலிருந்து எனக்கு கடிதம் மூலம் அனுப்பி இருந்தார். நான் விவேகானந்தா கல்லூரியில், கணிதவியல் சேர்வதற்காக வீட்டிலிருந்து சர்ட்டிபிகேட்களை எடுத்துக்கொண்டு வெளியே வருவதற்கும், போஸ்ட்மேன் அந்த கடிதத்தைக் கொண்டுவந்து தருவதற்கும் சரியாக இருந்தது. கடிதத்தைப் பிரித்துப் பார்த்தேன். 'வெங்கடேஸ்வரா கல்லூரியில் கம்ப்யூட்டர் சயின்ஸ் என்ஜினீயரிங் படிக்கச் சொல்லி இருக்கிறார் காஞ்சி பெரியவர். நீ இங்க வந்து படிக்கச் சேர்ந்துடு' என்று தாத்தா எழுதியிருந்தார்.

அப்பாவிடம் கேட்டேன். "உனக்கென்னப்பா தோணுது?" என்று கேட்டார். 'கணக்கு வேண்டாம். என்ஜினீயரிங் போவோம்பா' என்றேன். "சரிப்பா அப்படியே செஞ்சிடுவோம்" என்றார். வெங்கடேஸ்வரா என்ஜினீயரிங் கல்லூரியில் கம்ப்யூட்டர் சயின்ஸ் படிக்கச் சேர்ந்துவிட்டேன். அங்கே சேர்ந்த பிறகுதான் அடுத்தடுத்த சவால்கள் காத்திருந்தன.

என்ன சவால்கள்? அதை எப்படி எதிர்கொண்டீர்கள்?

தமிழ்நாட்டில் உள்ள தனியார் கல்லூரிகளில் அந்த ஆண்டுதான் கம்ப்யூட்டர் சயின்ஸ் பாடப்பிரிவு நடத்துவதற்கு அனுமதி கொடுக்கப்பட்டிருந்தது. நாங்கள்தான் முதல் பேட்ச் மாணவர்கள். அக்கல்லூரியின் டீன் ஆக, ஓய்வு பெற்ற ஐஐடி பேராசியர் ராஜப்பா இருந்தார். அவர் எங்கள் கல்லூரிக்கு ஓய்வு பெற்ற ஐஐடி பேராசிரியர்கள், அண்ணா பல்கலைக்கழக பேராசிரியர்களை அழைத்து, பாடம் நடத்தவைத்தார். ஐஐடிக்கு சென்று வாய்ப்பு கிடைக்காத எனக்கு, ஐஐடி பேராசிரியர்களின் வருகையும், அவர்கள் கற்றுக்கொடுத்த கல்வியும் என்னை வளப்படுத்தின. ஐஐடியிலிருந்து ஓய்வு பெற்ற கணிதப் பேராசிரியர் எஸ்.டி. நிஹாம் கணக்கின் அனைத்து பரிமாணங்களையும் எனக்குக் கற்றுக்கொடுத்தார். இப்படியெல்லாம் கணக்கு போடமுடியுமா என்று கற்றுக்கொடுத்தவர் அவர்தான். அப்போது எங்கள் கல்லூரியின் முதல்வராக இருந்தவர் அண்ணா பல்கலைக்கழகதின் இசிஇ துறையின் முன்னாள் பேராசிரியர். அவரின் வழிகாட்டுதலும் என்னைச் செழுமைப்படுத்தின.

ஐஐடியில் சேர்ந்திருந்தால் என்ன படிப்பு கிடைக்குமோ, அந்த படிப்பினை எங்கள் கல்லூரி பேராசிரியர்கள் எங்களுக்குக் கற்றுக்கொடுத்தார்கள். அவர்கள் என்னைப் பட்டை தீட்டினார்கள் என்றுதான் சொல்ல வேண்டும்.

இரவில் ஆய்வுப்படிப்பு செய்தீர்கள் என்று கேள்விப்பட்டேன். அதைப்பற்றிச் சொல்லுங்கள்?

நீங்கள் கேள்விப்பட்டது உண்மைதான். கல்லூரி நேரத்தில்தான் எல்லோரும் ஆய்வினைச் செய்வார்கள். நாங்கள் இரவில் செய்தோம். அதற்குக் காரணம் ஓர் ஆசிரியர். எங்களுக்கு மூன்று செமஸ்டர்கள் முடிந்திருக்கும். அதன் பிறகு வந்தவர்தான் வெங்கடேஸ்வரன் சார். இவர் ஐஐடியில் ஆய்வு மேற்கொண்டவர். ஆய்வு என்றால் என்ன? அதை எப்படிச் செய்ய வேண்டும்? ஏன் செய்ய வேண்டும்? என்று அனைத்தையும் கற்றுக்கொடுத்தவர் அவர்தான். இன்று நான் செய்துவரும் ஆய்வுகளுக்கு அடித்தளம் அமைத்தவரும் இவரே. அப்போது பகலில் கரண்ட் இருக்காது. இரவில் மட்டுமே கரண்ட் இருக்கும் என்பதால், இரவு 9 மணிக்கு கல்லூரிக்குச் செல்வோம். ஆய்வில் ஈடுபாடுள்ள 10 மாணவர்களைத் தன்னோடு வைத்துக்கொண்டு சொல்லிக்கொடுத்த ஆசான் அவர். இரவு 2 மணி வரை ஆய்வு செய்வோம். கல்லூரியை விட்டு வெளியே வந்தால் பாம்புகள் நடமாட்டம் இருக்கும். வெங்கடேஸ்வரன் சார் எங்களுக்கெல்லாம் முன்னே சென்று, எங்களைப் பாதுகாப்பாக அழைத்துச் செல்வார். இப்படியாக பி.இ. படித்து முடித்தேன். பல்கலைக்கழக அளவில் முதல் 10 மாணவர்களில் நானும் ஒருவனாகத் தேர்ச்சி பெற்றேன். என்னோடு படித்த மாணவர்களில் 50 பேர் அமெரிக்காவிற்குப் படிக்கச் சென்றுவிட்டனர். எனக்கும் அந்த திட்டம் இருந்தது. ஆனால், அதை ஒரு தலைவர் தனது பேச்சால் மாற்றிக்காட்டினார்.

யார் அந்த தலைவர்? என்னதான் அப்படிப் பேசினார்?

எனது வகுப்பில் மொத்தம் 60 பேர். அதில் 50 பேர் அமெரிக்காவிற்குப் படிக்க சென்றுவிட்டார்கள் அல்லவா? மீதமுள்ள பத்து பேர் மட்டும் இங்கே இருந்தோம். டிஆர்டிஓ-வில் அப்போது பணியாற்றிக்கொண்டிருந்த அப்துல் கலாம் ஐயா எனக்கு மிகவும் பிடித்தமானவர். அவர் “இந்தியாவிலேயே படித்து இந்தியாவிற்கே சேவை செய்ய வேண்டும். 2020-ல் இந்தியாவை வல்லரசாக்க வேண்டும்” என்று தனது உரைகளில்

சொல்லிக்கொண்டே இருப்பார். அந்த தலைவரின் வார்த்தைகளை மனதில் இருத்திக்கொண்ட நான், இந்தியாவிலேயேதான் படிக்க வேண்டும். சேவையும் இந்தியாவிற்குதான் செய்ய வேண்டும் என்று முடிவெடுத்துக்கொண்டேன். கேட் தேர்வினை எழுதி தேர்ச்சி பெற்றேன். 1989-ல், சென்னை ஐஐடியில் எம்.டெக். படிக்க இடம் கிடைத்தது. எம்.டெக். வேண்டாம். ஆய்வில் நிறைய ஈடுபடவேண்டும். நிறைய சாதிக்க வேண்டும் என்ற எண்ணத்தில், ஐஐடியில் எம்.எஸ். ரிசர்ச் படிப்பில் சேர்ந்தேன். இங்கு பாண்டுரங்கன் என்ற பேராசிரியர் எனக்கு வழிகாட்டியாக இருந்து, என் ஆய்வுப் படிப்பில் நிறைய விஷயங்களைக் கற்றுக்கொடுத்தார். 1995-ல் பி.எச்டி பட்டம் பெற்றேன். படித்து முடித்ததும் தனியார் நிறுவனங்களில் ஆண்டுக்கு 12 லட்ச ரூபாய் சம்பளத்தில் வேலை கிடைத்தது. ஆனால் நான் போகவில்லை

நல்ல வேலை கிடைத்தும் வேலையில் ஏன் சேரவில்லை?

தனியார் நிறுவனங்களில் ஆண்டுக்கு 12 லட்ச ரூபாய் சம்பளத்தில் வேலை கிடைத்தது உண்மைதான். ஆனால், என் அப்பாவின் ஆசை, நான் ஆசிரியர் பணிக்குப் போகவேண்டும் என்பதுதானே. அதனால் வேலையில் சேரவில்லை. பெங்களூரு இந்திய அறிவியல் கழகத்தில் ரிசர்ச் அசிஸ்டெண்டாக, போஸ்ட் டாக்டரல் படிக்கச் சேர்ந்தேன். அப்போது எனக்குச் சம்பளம் 3992 ரூபாய். அப்போது எனக்குப் பெண் பார்க்க ஆரம்பித்திருந்தார்கள். எனது சம்பளத்தைக் கேட்டுவிட்டு, "என் வீட்டு டிரைவருக்கு நாங்கள் கொடுக்கும் சம்பளம் இது" என்று, எனக்கு பெண் கொடுக்காமல் ஓடியவர்களும் உண்டு. (சிரிக்கிறார்). அங்கே பேராசிரியர் பாலகிருஷ்ணனின் வழிகாட்டுதலின்படி, சூப்பர் கம்ப்யூட்டர் எஜுகேஷன் ரிசர்ச் சென்டரில் இரண்டு ஆண்டு காலம், கம்ப்யூட்டர் குறித்த ஆய்வில் ஈடுபட்டு, எனது ஆய்வுத்திறமையை வளர்த்துக் கொண்டேன். இது என்னுடைய எதிர்கால ஆய்வுகளுக்கு மிகப்பெரிய அடித்தளத்தை அமைத்துக்கொடுத்தது. பெண் பார்க்கும் படலமும் தீவிரமாக இருந்தது. நான் உயரமாக இருந்ததால், அதைக் காரணம் காட்டி பெண் கொடுக்காமல் ஓடியவர்களும் இருந்தார்கள் (சிரிக்கிறார்).

அப்புறம் எப்படித்தான் உங்களுக்குப் பெண் கிடைத்தது?

இந்திய அறிவியல் கழகத்தில் பணியாற்றிக்கொண்டிருந்த போது, விஜயேந்திரர் சாமிகள் மூலம் என் மனைவி ரேணுகாவை

எனக்குத் திருமணம் செய்து வைத்தார்கள். அவரும் என்னைப்போலவே உயரம். அப்போது சென்னையில் உள்ள சாப்ட்வேர் நிறுவனத்தில் மாதம் 30 ஆயிரம் ரூபாய் சம்பளத்தில் வேலை பார்த்துக்கொண்டிருந்தார். என் மனைவி சிறுமியாக இருக்கும்போதே, அவருடைய தந்தை இறந்துவிட்டார். அதனால் என் அம்மாவையும், என் அப்பாவையும் தன் தாய், தந்தையராகப் பார்த்துக்கொண்டார் ரேணுகா. எனது பணிகளுக்கு எப்போதும் உறுதுணையாக இருப்பவர். எங்களுக்கு ஒரு மகள் பிறக்கவும், "இனி அப்பா, அம்மாவையும், மகளையும் வீட்டில் இருந்து பார்த்துக்கொள்ள வேண்டும். வேலைக்குப் போகமாட்டேன். நீங்கதான் இனி பாத்துக்கணும்" என்று சொல்லிவிட்டார். அவங்க எனக்கு கிடைத்த வரன் அல்ல வரம்.

இரண்டு ஆண்டு ஆய்வுப்படிப்பு முடிந்ததும் பெங்களூருவிலிருந்து சென்னைக்கு வந்துவிட்டேன். சிலிக்கான்வேலியில் இருந்த சாப்ட்வேர் நிறுவனம் ஒன்று, சென்னையில் தனது கிளையைத் துவங்கியது. அந்த நிறுவனத்திற்கு என் பேரில் விண்ணப்பத்தை அனுப்பி வைத்தான் எனது நண்பன் ஸ்ரீதர். எனக்கு இது தெரியாது. திடீரென்று இன்டர்வியூவிற்கு அழைத்தார்கள். எல்லாம் முடிந்தது. "மாதச் சம்பளம் உங்களுக்கு 1.20 லட்சம்" என்றார்கள். அப்போதுதான் எனது திறமைக்கு மதிப்பு நிறைய உண்டு என்பதை உணர்ந்து கொண்டேன். அந்த நிறுவனத்தைச் சென்னையில் உருவாக்கினேன். அந்த நிறுவனம், தங்களுக்கான கிராபிக்ஸ் சாப்ட்வேர் உருவாக்கும் பணியைச் செய்துகொண்டிருந்தது. சென்னை ஐஐடி மாணவர்களைக் கொண்டு, அவர்கள் கொடுத்த புராஜக்ட்களைத் திறம்பட செய்து முடித்தேன். இரண்டு ஆண்டுகளில் எனது சம்பளம் ரூ.2.50 லட்சத்தைத் தாண்டிவிட்டது. ஸ்டாக் மார்க்கெட்டிலும் எனக்கென்று பங்குகளைக் கொடுத்திருந்தது அந்த நிறுவனம்.

கை நிறைய சம்பாதிக்க ஆரம்பித்த நீங்கள், ஆசிரியராகப் பணியாற்ற வேண்டும் என்ற உங்கள் அப்பாவின் ஆசையை எப்படி நிறைவேற்றினீர்கள்?

2001-ல் சென்னை ஐஐடியில் உதவிப்பேராசியர் பணியிடம் காலியாக இருக்கவே, விண்ணப்பித்தேன். பணி கிடைத்தது. "பணம் எப்போது வேண்டுமானாலும் சம்பாதித்துக்கொள்ளலாம். நாலு ஏழை மாணவர்களின் வாழ்க்கையில் ஒளியேற்ற, ஆசிரியப் பணியால்தான் முடியும்" என்று அப்பா அடிக்கடி சொல்லுவார்.

ஐஐடியில் அப்போது எனக்கு சம்பளம் 22 ஆயிரம் ரூபாய். நான் பணியாற்றிக்கொண்டிருந்த நிறுவனமோ அப்போது மாதம் இரண்டரை லட்ச ரூபாயினை சம்பளமாகத் தந்துகொண்டிருந்தது. என் மனைவியிடம் ஆலோசனை கேட்டேன். என் மனைவியோ "2.50 லட்சம் ரூபாய் கொடுத்தால் அதற்குத் தகுந்த மாதிரியும், 22 ஆயிரம் ரூபாய் கொடுத்தால் அதுக்குத் தகுந்த மாதிரியும் குடும்பத்தை நடத்துவேன். உங்களுக்குப் பிடித்ததைச் செய்யுங்கள்" என்றார். பணம் முக்கியமல்ல, ஆசிரியப் பணியே முக்கியம் என்று முடிவு செய்துகொண்டு, அந்த வேலையை ராஜினாமா செய்துவிட்டு, ஐஐடியில் உதவிப் பேராசிரியராகச் சேர்ந்தேன். அப்பாவிற்கு மிகுந்த மன நிறைவு. எனக்கும் என் தந்தையின் ஆசையைப் பூர்த்தி செய்த மகிழ்வு.

ஐஐடியில் உங்களது பணி எப்படி இருந்தது?

ஐஐடியில் எனது ஆசிரியப்பணியை விரும்பிச் செய்தேன். எனது முதல் இரண்டு ஆய்வு மாணவர்களான கல்யாண் குமாரும், சிவாவும் ஏழைக்குடும்பத்திலிருந்து வந்தவர்கள். அவர்களைக் கல்வியில் மட்டுமின்றி புராஜக்டிலும் ஈடுபடுத்தி அவர்களின் திறமையைப் பட்டை தீட்டினேன். ஒன்றரை ஆண்டுகளில் எம்.எஸ். படிப்பை முடித்துவிட்டு, மாதம் 70 ஆயிரம் சம்பளத்தில் பணியில் சேர்ந்தார்கள். என் தந்தையின் வாக்கு மெய்யானது கண்டு மகிழ்ந்தேன். அன்றிலிருந்து இன்றுவரை 16 பிஎச்.டி. மாணவர்களையும், 30 எம்.எஸ். மாணவர்களையும் உருவாக்கி இருக்கிறேன்.

இந்த காலகட்டத்தில் இந்திய அரசின் டி.ஆர்.டி.ஓ., கல்பாக்கத்தில் உள்ள அடாமிக் ரிசர்ச் சென்டர் ஆகியவற்றின் புராஜக்ட்களை நிறைய எடுத்து செய்து கொடுத்தேன். இதன்மூலம் தேசத்திற்கு என்ன தேவை? அதை எப்படி என்னுடைய ஆய்வின் மூலம் நிறைவேற்ற முடியும் என்று தெரிந்து கொண்டேன். அப்போது என்னைத் தேடி ஒரு பதவி வந்தது.

பல்வேறு ஏற்றங்களைச் சந்தித்துக்கொண்டிருந்த எனக்கு 2010-ல் ஜேஇஇ வைஸ் சேர்மேன் பதவியும், 2011-ல் ஜே.இ.இ. சேர்மேன் பதவியும் தேடிவந்தது. எந்த ஜே.இ.இ. தேர்வில் தோல்வியடைந்தேனோ, அதே தேர்விற்கு இப்போது சேர்மேனாகும் வாய்ப்பு கிடைத்தது. அப்பா சொன்ன ஆசிரியப் பணியில் இருந்ததால்தான் இந்த வாய்ப்பும் எனக்குக் கிடைத்தது என்பதை

மறக்கவில்லை. அந்த ஆண்டு இத்தேர்வில் ஒரு மாற்றத்தைக் கொண்டுவந்தேன். தேர்வின்போது விடை எழுதிய ஓ.ஆர்.எஸ். தாளினை, தேர்வு முடிவுகள் வெளியான பின்பு, இணையதளத்தில் வெளியிட்டு, வெளிப்படைத்தன்மையை ஏற்படுத்தினேன். இது மாணவர்களுக்கு இத்தேர்வின் மீதான நம்பிக்கையை அதிகப்படுத்தியது.

சக்தி புராசசர் உருவாக்கத்தைப் பற்றி சொல்லுங்கள்?

2011-ல் மூன்று முக்கிய முடிவுகளை எடுத்தேன். இந்த அளவிற்கு உயர்ந்துவிட்டோம். இனி தேசத்திற்குப் பயன்படும் வகையில் புராசசர் உருவாக்கம், இயற்கை விவசாயம், உடல்நல மேம்பாடு என மூன்று துறைகளில் செயல்பட விரும்பினேன்.

அதன்படி முதன் முறையாக, முழுக்க முழுக்க இந்தியாவில் தயாரான சக்தி புராசசரை இந்த நவம்பர் 1-ஆம் தேதி அறிமுகப்படுத்தி இருக்கிறோம். இது இந்தியர்களால், இந்தியாவிற்குள் உருவாக்கப்பட்ட முதல் புராசசர் ஆகும். குறிப்பாகச் சொல்லவேண்டுமெனில், இது ஓபன் சோர்ஸ் சாப்ட்வேர்களைப் பயன்படுத்தி உருவாக்கப்பட்டது. தற்போதைக்கு இதன் வேகம் இன்டெல் ஐ3 புராசசர் அளவுக்கு இருக்கும். வரும் டிசம்பருக்குள் இன்டெல் ஐ7 –ஐ எல்லாம் தூக்கிச் சாப்பிட்டுவிடும் வேகத்தில் உருவாக்க இருக்கிறோம். இந்த புராசசரை உலக அளவில் பயன்பாட்டுக்குக் கொண்டுவருவது எங்களின் நோக்கம். மேக் இன் இந்தியா திட்டத்தில் உருவான இந்த சக்தி புராசசரை குறைந்த விலையில் உருவாக்க முடியும் என்பதாலும், இதில் ஸ்பைவேர், மால்வேர் போன்ற வைரஸ்களின் தாக்குதல்கள் மிகக் குறைவாக இருக்கும் என்பதாலும், இது நிச்சயம் உலக அளவில் புழக்கத்திற்கு வரும். அப்போது உலக அளவில் நமது சக்தி புராசசரின் வரவு மகத்தானதாக இருக்கும். இந்தியாவின் பெயர் அழுத்தமாகப் பதியும் என்பதில் நம்பிக்கை இருக்கிறது.

அடுத்து விவசாயம் குறித்து சொன்னேன் அல்லவா? எங்களின் பூர்வீக ஊரான விஷ்ணுபுரத்தில் ஆறரை ஏக்கர் நிலம் இருக்கிறது. அங்கே இயற்கை விவசாயம் செய்து வருகிறேன். வீட்டில் அந்த இயற்கை விவசாய முறையில் விளைந்த அரிசியைத்தான் பயன்படுத்துகிறோம். இயற்கை விவசாயத்தில் பல்வேறு புதுமைகளை அறிவியல் துணையோடு செய்ய இருக்கிறேன். இதுவும் வருங்காலத்தில் சாத்தியமாகும்.

இன்றைய நிலையில் மார்பகப் புற்றுநோய், வாய் புற்றுநோய் போன்றவற்றைக் கண்டறிய 40 ஆயிரம் ரூபாய் செலவாகிக் கொண்டிருக்கிறது. சென்னையிலுள்ள பேட்டர்சன் கேன்சர் இன்ஸ்டிட்யூட்டுடன் இணைந்து தெர்மல் இமேஜ் முறையில், அதாவது உங்களது உடல் உறுப்புகளில் வெப்பநிலையை கிரகித்து, புற்றுநோய் உள்ளதா? அடுத்த ஆறுமாதங்களுக்குள் புற்றுநோய் வருமா என்றெல்லாம் கணித்துச் சொல்லும் கருவியை உருவாக்கிக் கொண்டிருக்கிறோம். இதுவும் டிசம்பர் மாதத்திற்குள் உருவாகிவிடும். இந்த கருவி செயல்பாட்டிற்கு வந்தால் மார்பக மற்றும் வாய் புற்றுநோய் சோதனைகளை 10 ரூபாய் செலவில் செய்துவிடலாம். இந்தியர்கள் எதற்கும் சளைத்தவர்கள் அல்ல என்பதை எனது ஆசிரியப்பணி மூலம் செய்து கொண்டிருக்கிறேன். செய்துகொண்டே இருப்பேன்.

(சந்திப்பு நிகழ்ந்தது: நவம்பர் 2018)

கிராமத்தில் இலவச பள்ளிக்கூடம்

விஷ்ணுபுரம் கிராமத்தில் இவரது கொள்ளுத்தாத்தா ஏற்படுத்திய ஜார்ஜ் பள்ளியை இன்றுவரை இலவசமாக நடத்திவருகிறார். நகரத்தில்தான் திறமையான மாணவர்கள் இருக்கிறார்கள் என்பது பொய். கிராமத்தில் நிறைய திறமைமிகு மாணவர்கள் இருக்கிறார்கள். அவர்களைக் கண்டறிந்து, அவர்களை ஐஐடியில் படிக்க வைத்து பெரிய ஆட்களாக மாற்ற வேண்டும் என்பதே இவரின் குறிக்கோள். அதற்காகத் தனது பள்ளி மாணவர்களை, பள்ளியில் இருந்தே தயார்படுத்திக் கொண்டிருக்கிறார்.

இவர் உருவாக்கிய சக்தி புராசசரைப் பயன்படுத்திப் புதிய கம்ப்யூட்டர் அப்ளிக்கேஷன்களை உருவாக்குவதற்காக, மத்திய அரசு வைத்த போட்டியில் 10 ஆயிரம் பேர் பங்குகொண்டு, அப்ளிகேஷன்களை உருவாக்கியுள்ளனர். இதன்மூலம் சக்தி புராசசரின் திறன் உலகிற்கு தெரியவந்திருக்கிறது. கொரோனாவால் இவருடைய ஆய்வுப் பணிகளில் தாமதம் ஏற்பட்டிருந்தாலும், விரைவில் இந்திய கம்ப்யூட்டர்களில் மட்டுமின்றி அயல்நாட்டு கம்ப்யூட்டர்களிலும் சக்தி புராசசர் இடம்பெறுவது உறுதி. மத்திய அரசின் பாதுகாப்புக் குழு உறுப்பினராக இருக்கும் இவரை, 2022 ஜனவரியில் சென்னை ஐஐடியின் இயக்குநராகப் மத்திய அரசு நியமித்திருக்கிறது.

சிவில் சர்வீஸ் தேர்வில் தொடர் தோல்விகளைச் சந்தித்தவன் நான்!

- பா. இளங்கோவன், ஐஆர்ஏஎஸ்

தமிழ்வழியில் படித்து, தனியார் பயிற்சி நிறுவனங்களுக்கு எங்கும் செல்லாமல், வேலை செய்துகொண்டே சிவில் சர்வீஸ் தேர்விற்கு படித்து, தமிழிலேயே அத்தேர்வினை எழுதி, இந்தியன் ரயில்வே அட்மினிஸ்ட்ரேட்டிவ் சர்வீஸ் எனப்படும் ஐஆர்ஏஎஸ் பதவியில் இருக்கிறார் இளங்கோவன். சமூக சிந்தனையாளர், எழுத்தாளர், பத்திரிகையாளர் எனப் பன்முகங்கள் இவருக்கு உண்டு.

தெற்கு ரயில்வேயில் முதுநிலைக் கோட்ட நிதி மேலாளராக பணியாற்றிக் கொண்டிருக்கும் அவரை, அந்தி சாயும் வேளையில், பெரம்பூரில் உள்ள அவரது வீட்டில் சந்தித்தோம். அவரோடு உரையாடியபோது... தெள்ளு தமிழ் துள்ளி விளையாட, அழுத்தம் திருத்தமாகப் பேசினார். ஆங்கிலத்தை அணுஅளவு மட்டுமே நாடினார் எனலாம். இனி அவருடன் உரையாடியது அப்படியே இங்கே...

உங்களுடைய பூர்வீகம், பெற்றோர்கள், பள்ளிப்படிப்பு பற்றிச் சொல்லுங்க?

விருதுநகர் மாவட்டம் மம்சாபுரம் என்ற கிராமம்தான் நான் பிறந்து வளர்ந்த ஊர். அப்பா பெயர் ஓ.எம்.பாலன். அம்மா பெயர் கோமதி அம்மாள். இருவரும் ஓமியோபதி மருத்துவர்கள். எனக்கொரு அக்கா, தங்கை, நான் என மூன்று வாண்டுகளோடு எங்கள் குடும்பம் இருந்தது.

மம்சாபுரத்தில் இருந்த சிவராம் நடுநிலைப்பள்ளியில் எட்டாம்வகுப்பு வரை படித்தேன். அப்போதெல்லாம் எனக்கு சிவில் சர்வீஸ் தேர்வு மீது ஆர்வம் இருந்ததில்லை. கொஞ்சம் நன்றாகப் படிப்பேன். எட்டாம் வகுப்பு முடித்தபின்பு, ரூரல் மெரிட் ஸ்காலர்ஷிப் தேர்வில் தேர்ச்சி பெற்றதால், ஆண்டுக்கு ஆயிரம் ரூபாய் உதவித்தொகையோடு, அருப்புக்கோட்டை எஸ்.பி.கே. மேல்நிலைப்பள்ளியில் படிக்க இடம் கிடைத்தது. அங்கு நன்றாக படித்ததன் விளைவாக, பத்தாம் வகுப்பில் 439 மதிப்பெண்கள் எடுத்திருந்தேன்.

நான் மருத்துவராக வேண்டும் என்று எனது பெற்றோருக்கு விருப்பம். எனது அக்காவிற்கு சித்த மருத்துவம் படிக்க இடம் கிடைத்தது. எம்பிபிஎஸ் படிக்க இடம் கிடைக்கவில்லை. அதனால், என்னைப் பதினோராம் வகுப்பில் ஆங்கிலவழியில் சேர்த்து விட்டனர். பர்ஸ்ட் குரூப் எடுத்து படித்தேன். பத்தாம் வகுப்புவரை தமிழ்வழியில் படித்துவந்த நான், பிளஸ் ஒன், பிளஸ் டூ வகுப்பில் முழுக்க முழுக்க ஆங்கில வழியில் படிப்பது மிகவும் சிரமமாக இருந்தது. இதனால் பிளஸ்டூ தேர்வில் 870 மதிப்பெண்கள் மட்டுமே என்னால் எடுக்க முடிந்தது.

பெற்றோரின் எம்பிபிஎஸ் கனவு என்ன ஆனது? பத்திரிகையாளராக உருமாறியது எப்படி?

என் பெற்றோர்களுக்கு ஓர் எண்ணம். சரி ஏதேனும் ஒரு அறிவியல் பிரிவில் பையனைப் படிக்க வைத்துவிட்டோம் என்றால், அடுத்து எம்பிபிஎஸ் படிக்க வைத்துவிடலாம் என்று முடிவெடுத்தார்கள். அதன்படி மதுரை தியாகராயர் கல்லூரியில், என்னை பிஎஸ்சி ஜுவாலஜி படிக்கவைத்தார்கள்.

அங்கே முதலாம் ஆண்டு படிக்கும்வரை, என் வீட்டில் சொல்வதைத்தான் செய்து கொண்டிருந்தேன். அங்கே தமிழ்த்துறை

பேராசிரியராக இருந்த அருணகிரி என்பவர், அடிக்கடி எங்களுக்குக் கதை, கவிதை, கட்டுரை, பேச்சு எனப் பல்வேறு போட்டிகளை நடத்துவார். இன்றைய பட்டிமன்ற பேச்சாளரான கு.ஞானசம்பந்தன், அப்போது எங்கள் கல்லூரியில் தமிழ் பேராசிரியராக வந்தார். இந்த ஆசிரியர்களால், எழுத்து எனக்கு வசமானது. அங்கிருக்கும்போது ‘வைகைத் தென்றல்’ என்ற கையெழுத்துப் பிரதியை நடத்தினோம்.

அங்கே இரண்டாம் ஆண்டு படிக்கும்போது, விகடன் மாணவ நிருபர் பயிற்சித்திட்டம் வந்திருந்தது. கல்லூரியில் இரண்டு ஆண்டு காலமாக கையெழுத்துப்பிரதியில் எழுதிய அனுபவம் கைகொடுக்க, விகடனுக்கு விண்ணப்பித்தேன். மூன்று கட்டத் தேர்வுக்குப் பிறகு மாணவப் பத்திரிகையாளன் ஆனேன். இது என் வாழ்வில் எனக்கு ஏற்பட்ட முதல் வெற்றிப்படிகட்டு.

விகடனில் எனக்குச் சீனியர் செட்டில் இருந்தவர்கள் சீவலப்பேரி பாண்டி புகழ் செளபா, தற்போது இந்து நாளிதழின் ஆசிரியராக இருக்கும் அசோகன். எனக்கு ஜூனியர் செட் என்று பார்த்தால் திரைப்பட இயக்குநர் சுசி.கணேசன்.

மூன்றாம் ஆண்டு படிக்கும்போது, மதுரைப்பகுதியில் பல்வேறு புலனாய்வுக் கட்டுரைகளை எழுதி இருக்கிறேன். குறிப்பாக ஜூனியர் விகடனில் ஒரு செய்தி வெளிவந்தால், அது உண்மைத்தன்மையோடு இருக்கும். அதைக்கண்டு அரசும் உடனே நடவடிக்கை எடுக்கும். அந்த அளவிற்கு ஜூ.வி பத்திரிகை பெயர் பெற்றிருந்தது. அந்த இதழில் பெண் குழந்தைகளைக் கொலை செய்யும் கிராமம், ஹெலிகாப்டரில் கஞ்சா கடத்தல் போன்ற புலனாய்வுச் செய்திகளை எழுதினேன். அந்த ஆண்டு விகடனில் அவுட்ஸ்டேண்டிங் மாணவ பத்திரிகையாளராகத் தேர்வு செய்யப்பட்டேன்.

இளநிலை பட்டப்படிப்பு இப்படியாக முடிந்தது. மேற்கொண்டு ஜூவாலஜி படிக்க விருப்பம் இல்லை. பத்திரிகை துறைதான் இனி நமக்குச் சரிப்படும் என்று வீட்டில் இருப்பவர்களுக்கு சமாதானம் சொல்லிவிட்டு, ஓராண்டு டிப்ளமோ இன் ஜர்னலிஸம் படிப்பை மைசூர் பல்கலைக்கழகத்தில், தொலைநிலைக் கல்வி முறையில் படித்து முடித்தேன். டிப்ளமோ படிக்கும்போது, விகடனில் முழுநேர பத்திரிகையாளனாகப் பணி செய்து கொண்டிருந்தேன்.

இதனால் முழுக்க முழுக்க பத்திரிகையாளனாக மாறிப்போனேன். அடுத்து என்ன செய்யலாம் என்று யோசித்தபோது, கோவை பிஎஸ்ஜி கல்லூரியில் எம்.ஏ. ஜர்னலிஸம் இருக்கவே, அங்கே சேர்ந்து அதைப் படித்தேன். அடுத்து மதுரை காமராசர் பல்கலைக்கழகத்தில், எம்பில் படித்தேன்.

முழுநேர பத்திரிகையாளராக மாறிய உங்களுக்குச் சிவில் சர்வீஸ் தேர்வு எழுதும் எண்ணம் எப்படி வந்தது?

படிப்பை முடித்ததும், கேரளாவில் உள்ள அரசு நிறுவனம் ஒன்றின், ஹவுஸ் ஜர்னலில் எடிட்டர் பணி கிடைத்தது. ஒன்றரை ஆண்டுகாலம் அங்கே பணியாற்றினேன். அப்படிப் பணியாற்றிக் கொண்டிருக்கும்போதே, யுஜிசி நெட் தேர்வில் பெல்லோஷிப்போடு தேர்வாகினேன்.

இளங்கலை படிப்பின் மூன்றாம் ஆண்டிலிருந்து கேரளாவில் பணியாற்றிக் கொண்டிருக்கும் வரை, விகடனில் தொடர்ந்து எழுதிக்கொண்டுதான் இருந்தேன். அப்போதுதான் எனக்கு சிவில் சர்வீஸ் தேர்வு எழுதலாமே என்ற எண்ணம் வந்தது.

ஒவ்வொருவரும் ஒவ்வொரு துறையை மட்டும்தான் புரிந்து வைத்திருப்பார்கள். பத்திரிகையாளனாக இருப்பவனோ ஒவ்வொரு துறையையும் தெரிந்து வைத்திருப்பான். உலகத்தை வேகமாக புரிந்துகொள்ளும் திறன் கொண்டவன் பத்திரிகையாளன். ஏழாண்டு பத்திரிகை அனுபவத்தில், நிறைய அரசுத்துறை அலுவலர்களைப் பார்த்தாச்சு. அவர்களது குற்றம் குறைகளைத்

தோலுரித்து எழுதியாச்சு. நாம் அந்த அதிகார இடத்தில் இருந்தால், செய்ய வேண்டியதை அதிகாரத்தோடு செய்யலாம் இல்லையா? என்ற எண்ணம் எனக்கு உதித்தது. அதனால் சிவில் சர்வீஸ் தேர்வை எழுதிப் பார்க்கலாம் என்று எழுதினேன்.

சிவில் சர்வீஸ் தேர்வு அனுபவங்கள் எப்படி இருந்தன?

1994-ல் இந்த தேர்வில் விருப்பப்பாடங்களாக நான் எடுத்துக்கொண்டது தமிழ் இலக்கியத்தையும், இந்திய வரலாறையும்தான். இந்தத் தேர்வை நான் நமது தாய்மொழியான தமிழிலேயே எழுதினேன். இதற்காகத் தனியார் பயிற்சி நிலையத்திற்கு எல்லாம் போகவில்லை. வீட்டில் இருந்து படித்ததோடு சரி. முதல் முயற்சியிலேயே நான் சிவில் சர்வீஸ் தேர்வில் தேர்ச்சி பெற்றுவிட்டேன். எனக்கு அப்போது, இந்தியன் இன்ஃபர்மேஷன் சர்வீஸ் எனப்படும் IIS சர்வீஸ் கிடைத்தது. இது எனக்குக் கிடைத்த முதல் வெற்றிப்படிக்கட்டு.

ஏதோ சுமாராகப் படித்ததற்கே நமக்கு ஐஐஎஸ் கிடைத்தது. நன்றாகப் படித்தால் ஐஏஎஸ் ஆகலாம் என்ற எண்ணம் உதித்ததால் சர்வீஸ் பணிக்குப் போகவில்லை. அப்போது மண்டல் கமிஷன் பரிந்துரைகளின்படி, இட ஒதுக்கீட்டு முறை அமலுக்கு வந்ததால் நிறைய தமிழக மாணவர்கள் அப்போது சிவில் சர்வீஸ் தேர்வில் தேர்ச்சி பெற்றிருந்தார்கள். இதனால், அடுத்த முறை தேர்வில் வெற்றி பெற்றுவிடலாம் என்ற நம்பிக்கை ஆழமாக உருவாகி இருந்தது. அடுத்த தேர்வினை எழுதினேன், தொடர் தோல்விகள்தான் கிடைத்தன. *(சிரிக்கிறார்)*.

தொடர் தோல்விகளுக்குப் பிறகு எப்படி மீண்டு வந்தீர்கள்?

தொடர் தோல்விகளுக்கு முன்பு, நான் என்ன சூழலில் இருந்தேன் என்பதைத் தெரிந்து கொள்ளவேண்டும். இன்ஃபர்மேஷன் சர்வீஸ் பணியை வேண்டாம் என்று ஒதுக்கிவிட்டு, சிவில் சர்வீஸ் தேர்விற்காகப் படிக்க வேண்டும் என முடிவெடுத்தேன். முழுநேரமாகப் படிக்காமல், ஒரு வேலையைச் செய்துகொண்டே படிக்கலாம் என்று நினைத்து வேலை தேடினேன். அப்போது பிஎஸ்ஜி கல்லூரியின் ஜர்னலிஸம் துறையில் உதவிப்பேராசிரியர் பணியிடம் காலியாக இருக்கவே அதில் சேர்ந்தேன். நான் படித்த பேராசிரியர்களிடம், உதவிப்பேராசிரியராகச் சேர்ந்து பணியாற்றும் வாய்ப்பும் எனக்கு கிடைத்தது. அங்கே படித்த மாணவர்கள் மிகவும் திறமைசாலிகள்.

அவர்களுக்காக நாம் தினம் தினம் புதிது புதிதாய்ப் படித்துக்கொண்டே இருக்க வேண்டும்.

நான் சிவில் சர்வீஸ் தேர்வில் வெற்றி பெற்றிருந்ததால், இதற்கு ஆலோசனை கேட்டு நிறைய மாணவர்கள் வந்தனர். அங்கே இதுகுறித்து சிறப்பு வகுப்புகளும் எடுக்க ஆரம்பித்தேன். இதில் என்ன ஒரு சிறப்பு என்றால், என்னிடம் பயிற்சி பெற்ற மாணவர்கள் சிவில் சர்வீஸ் துறையில் வெற்றிபெற்ற வண்ணம் இருந்தார்கள். என்னிடம் படித்த மாணவர்கள் பத்திரிகை துறையிலும் வெற்றிகரமாக அடி எடுத்து வைத்துச் சென்று கொண்டிருந்தார்கள். என் மாணவர்களோடு நானும் ஒரு மாணவனாக சிவில் சர்வீஸ் எழுதியும், தொடர் தோல்விகளைத்தான் சந்திக்க சேர்ந்தது.

1995, 1996, 1997, 1998 என நான்கு ஆண்டுகள் தொடர்ந்து சிவில் சர்வீஸ் தேர்வு எழுதினேன். ஏதேனும் ஒரு பகுதியில் சறுக்கிவிட்டதால் தேர்ச்சி பெறாமல் போய்விட்டேன். என்னிடம் படித்த மாணவர்கள் எல்லாம் சிவில் சர்வீஸில் தேர்ச்சி பெற்று சர்வீஸில் நுழைந்தனர். நம்மை விட, இளைஞர்கள் புத்திசாலிகள் அல்லவா. அதனால் 1999-ல் விடாப்பிடியாகப் படித்து, ஐஆர்ஏஎஸ் சர்வீஸ் எனப்படும் இந்தியன் ரயில்வே சர்வீஸில் தேர்ச்சி பெற்றேன். ரயில்வே துறையில் காலடி எடுத்து வைத்தபின்பு, ரயில்வே துறையில் பல்வேறு சவால்களைச் சந்தித்தபடி, இன்று தெற்கு ரயில்வேயின் முதுநிலைக் கோட்ட நிதி மேலாளராகப் பணியாற்றிக் கொண்டிருக்கிறேன்.

தமிழ்வழியில் சிவில் சர்வீஸ் தேர்வு எழுதிய நீங்கள், அதில் என்னென்ன சவால்களை எதிர்கொண்டீர்கள்?

நான் தமிழ்வழியில்தான் தேர்வை எழுதினேன். தமிழ் இலக்கியங்களுக்கு பிரச்சினை இல்லை. ஆனால், இந்திய வரலாறு, உலக வரலாறுகளுக்குத் தமிழில் புத்தகங்கள் இல்லை. அசோகர் மரம் நட்டார்; குளம் வெட்டினார்; கலிங்கப்போரில் வென்றார் என்பது போன்ற மன்னர் சார்ந்த கேள்விகளைச் சிவில் சர்வீஸ் தேர்வில் கேட்க மாட்டார்கள். மக்கள் நிலை எப்படி இருந்தது? சமூக பொருளாதார நிலை எப்படி இருந்தது? ஆட்சி முறை எப்படி இருந்தது? இதுகுறித்துதான் கேட்பார்கள் என்பதால், பல்வேறு ஆங்கிலப்புத்தகங்களைப் படித்து, அதிலிருந்து மொழிபெயர்த்து எழுத வேண்டி இருந்தது. இதுதான் நான் சந்தித்த

சவால். வரும் காலத்தில் சிவில் சர்வீஸ் தேர்வில் உள்ள மொழிப்பாடங்கள் தவிர்த்து பிறதுறை பாடங்களுக்குரிய, தரமான புத்தகங்களைத் தமிழில் மொழிபெயர்த்து வெளியிட்டால், தமிழக மாணவர்கள் நிச்சயம் வெற்றிக்கனிகளைப் பறிப்பார்கள். தமிழ்கூறும் நல்லுலகில் அந்த பணியை யாரேனும் மேற்கொள்வார்கள் என்று நம்புகிறேன்.

ரயில்வே துறை வேலைகளுக்கு எப்படித் தயாராக வேண்டும்?

உலகிலேயே அதிக பணியாளர்களைக் கொண்டிருக்கும் ரயில்வே துறை நமது இந்தியன் ரயில்வே துறைதான். இங்கு வேலை கிடைத்தால், இந்தியன் ரயில்வே வேலையாளை மட்டுமன்றி, அவரின் குடும்பத்தையும் சேர்த்து கவனித்துக் கொள்ளும். பயணிகளைக் கையாள்வதில் இந்தியன் ரயில்வே துறைக்கு நஷ்டம் என்றாலும், சரக்கு போக்குவரத்தின் மூலம் கிடைக்கும் வருவாயைக் கொண்டு ஈடுகட்டி, லாபம் ஈட்டி வரும் துறை, இந்தியன் ரயில்வே துறை.

ரயில்வே துறையில் லட்சக்கணக்கில் வேலைவாய்ப்புகள் இருக்கின்றன. ஒவ்வொரு ஆண்டும் பணி ஓய்வு பெறுபவர்களின் எண்ணிக்கை அதிகமாக இருக்கிறது. புதிய புதிய தடங்களில் ரயில்வே பணிகளை மேற்கொள்ள இருப்பதால், அதற்கும் ஆட்கள் தேவை இருக்கிறது. அதனால் இங்கு வேலை வாய்ப்புகள் அதிகம். ரயில்வே துறையில் 100 விதமான பணிகள் இருக்கின்றன. பணம் கொடுத்தோ, சிபாரிசின் மூலமாகவோ இந்தியன் ரயில்வேயில் வேலை வாங்கிவிட முடியாது. பணியாளர் தேர்வு நேர்மையாக நடக்க வேண்டும் என்பதற்காக ஆன்லைன் முறையில் எல்லாவற்றையும் நடத்துகிறோம். என்ன வேலைக்கு விண்ணப்பிக்கிறோமோ, அந்த வேலைக்கான தகுதிகளையும், திறமைகளையும் வளர்த்துக்கொண்டு, கொஞ்சம் படித்து தேர்வு எழுதினால் போதும், அவர்களுக்கு நிச்சயம் இங்கே வேலை கிடைக்கும்.

தேர்வு எழுதும் மாணவர்களுக்கு, வெற்றிக்கான மந்திரத்தைச் சொல்லிக்கொடுங்க?

சிவில் சர்வீஸ் தேர்வோ அல்லது போட்டித்தேர்வோ எதுவாக இருந்தாலும் சரி, கஷ்டப்படாமல் எளிதில் எதுவும் கிடைக்காது என்பதை முதலில் புரிந்துகொள்ளுங்கள். உங்களோடு போட்டிபோட லட்சக்கணக்கான திறமைசாலிகள் காத்திருக்கிறார்கள் என்பதையும்

புரிந்துகொள்ளுங்கள். கடின உழைப்பைச் செலுத்தி படிக்க வேண்டும். அந்தத் துறை சார்ந்து உள்ள பாடங்களை நன்றாகப் படித்து, அதற்கான தகுதித் திறன்களை வளர்த்துக்கொண்டு மோதிப்பாருங்கள். வெற்றி உமதே.

(சந்திப்பு நிகழ்ந்தது: ஆகஸ்ட் 2018)

ஆவணப்படங்களும் விழிப்புணர்வும்

தென்னக ரயில்வேயில் 2018-ஆம் ஆண்டில் சிறந்த நிர்வாகி விருதைப் பெற்றிருக்கும் இளங்கோவன், திருநங்கைகளுக்காக 'அஃறிணைகள்' என்ற ஆவணப்படத்தையும், குற்றப் பரம்பரையினரான கல்ஒட்டர்களைப் பற்றிய 'ஆராயா தீர்ப்பு' எனும் ஆவணப்படத்தையும் இயக்கி, சமூகத்திற்கான விழிப்புணர்வை ஏற்படுத்தி இருக்கிறார். இந்த இரண்டு ஆவணப்படங்களும் பல்வேறு விருதுகளைப் பெற்றிருக்கின்றன. கல் ஒட்டர்கள் குறித்த புரிதலும் சமூகத்திற்கு ஏற்படக்காரணமாக இருந்த இளங்கோவன், முகநூலிலும் தொடர்ந்து சமூகம், பெண்ணியம், சாதிய எதிர்ப்பு குறித்து எழுதி வருகிறார். அந்த முகநூல் எழுத்துக்களை, அரேபிய நாட்டில் உள்ள ஷமீம் பானு இக்பால், 'வாங்க பேசலாம் செல்லம்ஸ்' என்ற தலைப்பில் புத்தகமாக வெளியிட்டிருப்பது, இவரது எழுத்துக்கு கிடைத்த வெற்றி. இவரது மனைவி கீதா இளங்கோவனும் சிவில் சர்வீஸ் அதிகாரியாக இருக்கிறார்.

"நான் உயிரோடு இருக்கிறேன்னா... அது உங்களாலதான்யா..!"

- வானிலை ஆய்வாளர் ரமணன்

மழைக்காலம் வந்துவிட்டால் போதும், பள்ளி செல்லும் சிறுசு முதல் கல்லூரி செல்லும் இளசு வரை வானிலை அறிக்கையைத்தான் ஆவலோடு எதிர்பார்ப்பார்கள். அதிலும் குறிப்பாக வானிலை ஆய்வாளர் ரமணன் முகம் தெரிந்துவிட்டால் போதும். 'ஆகா... மழை வந்துடும். பள்ளி, கல்லூரிகளுக்கு லீவு...' என்று உற்சாகம் பீறிட்டு எழும். அவர் அந்தத் துறைக்கு வந்தபிறகுதான், வானிலை குறித்து பாமரர்களுக்கும் தெரிய வந்தது.

விவசாயிகளுக்கு மழையே அமுது. மீனவர்களுக்கு கடலே அமுது. விமானிகளுக்கு பயணமே அமுது. இப்படி அனைத்து மக்களுக்கும் வானிலை முன்னறிவிப்பு இன்றியமையாததாக இருக்கிறது. அத்தகைய அறிவிப்புகளைத் தந்து பல இன்னல்களைக் கடக்க வைத்த, ரமணனை மேற்கு மாம்பலத்தில் உள்ள அவரது வீட்டில் சந்தித்து உரையாடினேன்.

பணியில் இருந்து ஓய்வுபெற்று வீட்டில் இருந்தவர் இளைஞரின் துள்ளலோடு உரையாடினார். ஊதுவர்த்தியின் மணம் நாசியை நிறைக்க, அவரது உரையாடல் எனது மூளையின் நியூரான்களில் நிறைய ஆரம்பித்தது... இனி கேள்விகளும் அவரது பதில்களும்...

உங்களுடைய பூர்வீகம், பெற்றோர், பள்ளிப்படிப்பு குறித்து சொல்லுங்கள்?

ரிசர்வ் வங்கி ஊழியரான சிவக்குமார், சுலோச்சனா தம்பதிக்கு, மகனாக புதுக்கோட்டையில் பிறந்தவன். எனக்கு ஒரு தங்கை. எனக்கு இரண்டு வயது இருக்கும்போது சென்னைக்கு வந்துவிட்டோம். சென்னை, தேனாம்பேட்டை அருகே உள்ள பிஎஸ்ஐ பள்ளியில் பதினோராம் வகுப்பு வரை படித்தேன். பள்ளியில் படிக்கும்போது, தபால்தலை சேகரிப்பதில் மிகவும் ஈடுபாடு வந்தது. இது எனது பொதுஅறிவு வளர்ச்சிக்கு உறுதுணையாக இருந்தது. பல நாடுகளைப் பற்றியும், அந்த தபால்தலையில் அச்சிடப்பட்டிருக்கும் உருவங்களின் வரலாறுகளையும் படித்தால் போதும், உலக அறிவு வளர்ந்துவிடும். இது பின்னாட்களில் எனக்கு உதவிற்று. குருநானக் கல்லூரியில் பியூசி படித்து முடித்துவிட்டு, விவேகானந்தா கல்லூரியில் பிஎஸ்சி இயற்பியல் படித்தேன். அதன்பிறகு அண்ணாமலை பல்கலைக்கழகத்தில் எம்எஸ்சி படிப்பும், சென்னை பல்கலைக்கழகத்தில் புவியியல் துறையில் பிஎச்டியும் படித்து முடித்திருக்கிறேன். மனைவியின் பெயர் மதுமதி. எங்களுக்கு ஒரே ஒரு மகன்.

யாருக்கும் தெரியாத வானிலை துறையை நீங்கள் எப்படித் தேர்வு செய்தீர்கள்?

அதற்கு ஒரு சம்பவம் காரணமாக இருந்தது. அதற்கு முன்னதாக நடந்த சம்பவத்தைச் சொன்னால்தான் அதன் முக்கியத்துவம் உங்களுக்குத் தெரியவரும். நாங்கள் கல்லூரியில் படிக்க ஆரம்பித்த காலகட்டத்தில்தான், தமிழ்நாட்டில் பிளஸ் ஒன், பிளஸ் டூ அறிமுகமானது. இதனால், ஆசிரியர் பணிக்கு நிறைய ஆட்கள் தேவைப்பட்டனர். என்னோடு கல்லூரியில் படித்த மாணவர்களில் 99 சதவீதம் பேர், மேல்நிலைப் பள்ளிகளில் காலியாக இருந்த ஆசிரியர் பணிகளுக்குப் போனார்கள். எனக்கு அதில் விருப்பம் இல்லாததால், நான் அந்தப் பணிக்குச் செல்லவில்லை. எனது விருப்பம் வேறொன்றாக இருந்தது.

விவேகானந்தா கல்லூரியில் இயற்பியல் படித்துக் கொண்டிருந்தபோது, சென்னை வானிலை மண்டல இயக்குநராக இருந்த ஏ.ஏ.ராமா சாஸ்திரி, வானிலை குறித்தும் வானிலை மையத்தின் செயல்பாடுகள் குறித்தும் விரிவாக எடுத்துச்சொன்னார். 'அட வானிலையில் இவ்வளவு விஷயங்கள் இருக்கின்றனவா' என்று ஆச்சர்யப்பட்டுப்போனேன். அப்போது என் மனதில் ஏற்பட்ட மாற்றம்தான், இந்த துறைக்கு நான் வர, போடப்பட்ட பிள்ளையார் சுழி. அந்த துறையைத் தேர்வு செய்துகொண்ட பிறகு, நமக்கு ஆசிரியர் துறை வேண்டாமென்று ஒதுங்கிவிட்டேன். என்னோடு படித்தவர்களெல்லாம் பலரும் ஆசிரியர் பணிக்குச் சென்ற வண்ணம் இருந்தார்கள்.

வானிலை துறையில் பணி எங்கே கிடைத்தது?

எனது துறை வானிலைதான் என்று நான் தீர்க்கமாக முடிவு செய்ததால், முதுநிலை பட்டப்படிப்பு முடித்து, இதற்காகக் காத்திருந்தேன். அந்த நேரத்தில், வானிலைத் துறையில் சீனியர் அப்சர்வர் பணியிடம் இருக்கிறது என்று விளம்பரம் வரவே, விண்ணப்பித்தேன். தகுதித்தேர்வு வைத்துதான் இப்பணிக்குத் தேர்வு செய்வார்கள். இந்தத் தகுதித்தேர்வில் கேட்கப்பட்ட பொது அறிவுக் கேள்விகளுக்குப் பதில் அளிக்க, தபால் தலை சேகரிப்பில் எனக்குக் கிடைத்த பொது அறிவு உதவியாக இருந்தது.

நான் நினைத்தது போலவே, 1980-ல், எனக்கு இந்த வேலை கிடைத்தது. கிடைத்ததைச் செய்வதற்கும் பிடித்ததைச் செய்வதற்கும் வித்தியாசம் உண்டல்லவா. பிடித்தது கிடைத்தது. முதலில் என்னை ஆந்திர மாநிலம் கர்நூலில் பணியமர்த்தினார்கள். ஆந்திராவில் ஒன்றரை ஆண்டுகாலம் பணியில் இருந்தபோது, அந்த மக்களோடு ஒன்றிணைந்து போனதில், தெலுங்கு மொழியைக் கற்றுக்கொண்டது போனஸ் போன்று கிடைத்த வாய்ப்பு.

ஆந்திராவில் பணியாற்றிய நீங்கள் சென்னை விமான நிலையத்தில் பணியாற்ற வந்தது ஏன்?

நல்ல கேள்வி இது. ஆந்திராவில் பணியாற்றியபோது பொதுவாக வழங்கப்படும் வானிலை அறிவிப்புகளுக்கான பணியைச் செய்துகொண்டிருந்தேன். இங்கே அப்படி அல்ல. ஒவ்வொரு நிமிடமும் வேலை செய்ய வேண்டும். (புரியாததுபோல் அவரை பார்க்கவும், அதைப் புரிந்துகொண்டு சிரித்தவர்) விளக்கமாகச் சொல்கிறேன். பொதுப்படையான வானிலை அறிவிப்பு என்பது

மழை, புயல் குறித்த அறிவிப்பாக, ஆண்டில் சில மாதங்களுக்கு மட்டுமே தேவைப்படும். ஆனால், விமானிகளுக்கு 365 நாட்களும் வானிலை குறித்த தகவல் தேவை. எங்கெல்லாம் விமான நிலையம் இருக்கிறதோ, அங்கெல்லாம் வானிலை ஆய்வு மையம் கண்டிப்பாக அமைக்கப்பட வேண்டும். ஒவ்வொரு நிலையத்திலும் அமைக்கப்பட்டிருக்கும்.

விமானம் தரையிறங்குவதற்கு உண்டான காற்றழுத்தம், காற்றின் வேகம், ஈரப்பதம் போன்றவற்றை, இந்த ஆய்வு மையம்தான் உன்னிப்பாக கவனித்து, அந்த அறிக்கைகளை விமானிகளுக்கு அனுப்ப வேண்டும். இங்கு சீனியர் அப்சர்வராக, 1982-ஆம் ஆண்டு, பணி மாறுதலில் வந்தேன்.

இங்கே எனது பணி எப்படி இருந்தது என்றால், இங்குள்ள வெப்பம், காற்றழுத்தம், காற்றின் வேகம், காற்றின் திசைவேகம், ஈரப்பதம் போன்றவற்றைக் கணக்கிட்டுத் தரும் பணியாக இருந்தது. இங்கு ஆண்டு முழுக்க வேலை இருக்கும். ‘‘எங்களுக்கு 24/7 வேலை’’ என்று பத்திரிகையாளர்கள் எல்லாம் சொல்வீர்களே அதேபோலத்தான் எங்களுக்கும் வேலை இருக்கும். விழிப்புடன் கவனித்துச் செய்யவேண்டும் என்பதற்காக மூன்று ஷிப்டாக வேலையைப் பிரித்துக் கொடுத்திருப்பார்கள். மூன்று ஆண்டுகள் இந்த வேலையைச் செய்துகொண்டிருந்தேன். அடுத்த கட்ட பாய்ச்சலுக்கு மனம் என்னை உந்தித் தள்ளவே, அதற்கும் என்னைத் தயார்படுத்திக் கொள்ள ஆரம்பித்தேன்.

கண்காணிப்பாளர் (அப்சர்வர்) பணியில் இருந்த நீங்கள், எப்படி வானிலை ஆய்வாளராக மாறினீர்கள்?

1985-வரை சென்னையில் சீனியர் அப்சர்வராக வேலை செய்தேன். அப்போது துறை சார்ந்த தேர்வுகள் நடைபெறும். அதில் தேர்வெழுதி, மேலே உள்ள பதவிகளுக்குச் சென்றுவிடலாம். இதை அறிந்துகொண்டபின்பு, 1986-ல் துறை சார்ந்த தேர்வினை எழுதித் தேர்ச்சிபெற்று, தில்லியில் உள்ள வட அரை கோளப் பகுப்பாய்வு மையத்தில் வானிலை உதவியாளர் கிரேடில் சேர்ந்தேன்.

இங்கு பல்வேறு மையங்களிலிருந்து வருகின்ற வானிலைத் தகவல்களைப் பெற்று, முறைப்படுத்தி, ஆய்வு செய்து, வரைபடத்தில் குறித்து, எங்கெல்லாம் அனுப்ப வேண்டுமோ, அதை அனுப்பவதும் பெறுவதும் எனது பணி. வானிலை ஆய்வு குறித்த அனுபவங்களை இங்கே பெற்றேன். அதாவது வானம் எப்படி இருக்கும். மேகமூட்டமாக இருக்குமா அல்லது வறண்ட வானிலை இருக்குமா?, மழை வருமா? என்றெல்லாம் இந்தத் தகவல்களை ஆய்வு செய்வதன் மூலம் தெரிந்துகொள்ளலாம்.

சில ஆண்டுகளுக்குப்பிறகு மீண்டும் ஒரு தேர்வினை எழுதி, வானியல் ஆய்வாளர் கிரேடு – 2 என்ற பதவி உயர்வோடு, 1990-ல் சென்னைக்கு வந்தேன். முதன்முதலாக பணி உயர்வில் சீனியர் அப்சர்வராக பணியாற்ற வந்தேனோ, அதே சென்னை விமான நிலையத்தில் வானிலை ஆய்வாளராக பணியில் அமர்ந்தேன். வெளிமாநிலத்தில் பணியாற்றிவிட்டு சொந்த மண்ணில் மீண்டும் பணியாற்ற வந்தேன். தில்லிக்குச் சென்று பணியாற்றியதால் இந்தி மொழியும் எனக்குப் பரிச்சயமானது.

சென்னை வானிலை மையத்தின் இயக்குநராக மாறியது எப்படி?

சென்னை விமான நிலையத்தில் 1990 முதல் 2002 வரை, 12 ஆண்டு காலம் திறமையாகப் பணியாற்றினேன். விமானம் ஏறும்போதும் சரி, இறங்கும்போதும் சரி சிறுவிபத்து நேர்ந்தாலும் காலநிலை, வானிலை அறிக்கை சரியாக இருந்ததா என்று பார்ப்பார்கள். அந்த அளவிற்கு கண்ணில் விளக்கெண்ணெய் விட்டுக்கொண்டு இப்பணியில் கவனத்தோடு செய்ய வேண்டும். நான் இப்பணியில் இருந்தவரை ஒரு விபத்தும் ஏற்படவில்லை என்பதில் எனக்கு ஆத்மதிருப்தி.

12 ஆண்டுகள் பணி அனுபவத்திற்குப்பிறகு, அப்போது தில்லியில் எங்களின் தலைமை இயக்குநராக இருந்த ஆர்.ஆர். கேல்கர் என்பவர், எனக்கு இயக்குநராகப் பதவி உயர்வு கொடுத்தார். பதவி உயர்வு கொடுக்கும்போது, வேறு மாநிலத்திற்குத்தான் மாற்றுவார்கள். ஆனால், அவரோ சென்னையிலுள்ள புயல் எச்சரிக்கை வானிலை மையத்தின் இயக்குநராக நியமித்தார்.

இது எனக்கு கிடைத்த பேறு என்றுதான் சொல்லவேண்டும். இந்தப் பதவிக்கு வந்த பிறகுதான், ஊடகங்கள் மூலமாக மக்களைச் சந்திக்கும் வாய்ப்பு எனக்குக் கிடைத்தது. இந்த வாய்ப்பினால், பள்ளி மாணவர்களுக்கு என்னைக் கண்டாலே மகிழ்ச்சி ஏற்படக் காரணமாக இருந்தது (சிரிக்கிறார்). 2002 முதல் 2016 வரை இதே மையத்தில் இயக்குநராக இருந்து பணியாற்றிவிட்டு ஓய்வு பெற்றேன்.

வானிலை ஆய்வு என்பது கூட்டு முயற்சி என்கிறார்களே! அது உண்மைதானா?

சத்தியமாக உண்மைதான். தனி ஒரு துறையால் இந்த பணிகளைச் செய்துவிட முடியாது. அப்படி செய்ய முயற்சித்தால் தோல்விதான் மிஞ்சும். விரிவாக சொல்லவேண்டும் எனில், வானிலை அறிக்கை என்பது என்னுடைய தனி மனிதனுடைய அறிவு அல்ல. ரேடார் துறை, கம்யூனிக்கேஷன் துறை, சாட்டிலைட் துறை, புவியியல் துறை எனப் பல்வேறு துறைகளின் கூட்டுமுயற்சி. ஒவ்வொரு துறையிலிருந்தும் தகவல்களைப்பெற்று, அதை ஒன்றிணைத்து காற்றின் வேகம் எப்படி இருக்கும், மேகக்கூட்டங்கள் எந்தத் திசையில் செல்லும், மேகமூட்டமாக இருக்குமா? மழை வருமா? என்பதையெல்லாம் கணித்துத்தான் சொல்லமுடியும். இப்பணியில் உள்ள அனுபவமும், சரியான புள்ளிவிவரங்களும் கிடைத்தால் போதும். நாம் கொடுக்கும் வானிலை அறிக்கை 100-க்கு 95 சதவீதம் சரியாக இருக்கும்.

இதன் காரணமாகத்தான், நான் டிவியில் வந்தாலே, பள்ளி மாணவர்கள் அனைவருக்கும் “ஆகா இன்று ஸ்கூலுக்கு லீவுடோய்” என்று சொல்லும் அளவுக்கு, வானிலை அறிவிப்பு முக்கியத்துவம் பெற ஆரம்பித்தது. இந்த முக்கியத்துவமானது என்னுடைய பணிக்காலத்தில் இருந்துதான் கிடைக்க ஆரம்பித்தது என்பதில் எனக்குப் பெருமகிழ்ச்சி.

2016 வரை இயக்குநர் பணியில் இருந்திருக்கிறீர்கள். 2011-ல் 'தானே' புயல், 2015-ல் சென்னை வெள்ளம் குறித்த உங்களின் கணிப்பு எப்படி இருந்தது?

பல்வேறு இடங்களில் இருந்து வரும் வானிலைத் தகவல்களை வைத்துக்கொண்டு, புயல், சூறாவளி போன்ற தகவல்களைக் கணித்துச் சொல்லமுடியும். தானே புயல் குறித்து முன்கூட்டியே அறிவிப்பைக் கொடுத்திருந்தேன். கடலூர் மாவட்டத்தில் உள்ள தியாகவள்ளி என்ற மீனவ கிராமப் பகுதியில்தான் தானே புயல் கரையைக் கடந்தது. தானே புயலால் தொலைத்தொடர்புகள் எல்லாம் துண்டிக்கப்பட்டபோதும், புதுச்சேரி வானொலி நிலையத்தின் மூலம் தொடர்ந்து அறிவிப்புகளைக் கொடுத்துக்கொண்டே இருந்தேன்.

புயல் கடந்து சென்றுவிட்டதே என்று, வெளியே வந்துவிடக்கூடாது. புயல் சென்ற தடத்தில், காற்றில் ஏற்பட்ட வெற்றிடத்தை நிரப்புதவற்காக, எதிர்த்திசையில் இருக்கும் காற்று அந்த வெற்றிடத்தை நோக்கி வேகமாய்த் திரும்பிவரும். அதுவும் பெரிய சேதத்தை ஏற்படுத்தும் என்று சொல்லி எச்சரித்துக்கொண்டே இருந்தேன்.

இப்புயலின்போது, அதிக உயிர்ச்சேதம், தவிர்க்கப்பட்டதற்குக் காரணம், வானிலை அறிக்கையை மக்கள் நம்பியதுதான். தியாகவள்ளி மீனவர்கள் என்னை நேரில் வந்து சந்தித்துவிட்டு, "ஐயா... உங்களால்தான் இன்று நாங்கள் எல்லோரும் உயிரோடு இருக்கிறோம்" என்று சொன்னபோது, நெகிழ்ந்து போனேன்.

2015-ல், சென்னையைப் புரட்டிப்போட்ட மழை வெள்ளத்தின்போது, "அதி கனமழை இருக்கும் என்றும், வழக்கத்திற்கு மாறாக, 26 சென்டிமீட்டர் மழை அன்றைய தினம் பெய்யும்" என்றும் வானிலையைக் கணித்துச் சொல்லி இருந்தேன். அதன்படியே நடந்தது.

என்னதான் நாம் அறிக்கை விட்டாலும், இயற்கையின் சீற்றத்தை எதிர்கொண்டுதான் ஆகவேண்டும். எச்சரிக்கையே இல்லாமல் திடீர் என்று ஓரிடத்தில் மாட்டிக்கொண்டால் நாம் மீள்வது கடினம். எச்சரிக்கை விடுத்துவிட்டால், அதைத் தைரியமாக எதிர்கொண்டு, தப்பிக்க வழி தேடுவோம். அந்த எச்சரிக்கையைத்தான் மக்களுக்கும், அரசுக்கும் வானிலை அறிக்கை மூலம் கொடுத்து வந்தேன்.

இந்த பணிக்காலத்தில் மறக்கமுடியாத சம்பவம் ஏதேனும் ஒன்றை சொல்லுங்களேன்?

பணிக்காலத்தின் போது பல்வேறு இடங்களுக்குச் சென்று வருவேன். சில கிராமங்களில், என்னை நேரில் பார்க்கும்போது "அடியேய்... இவர்தான்டி ஸ்கூலுக்கெல்லாம் லீவு விடறவரு" என்று சொல்வதைக் கேட்டிருக்கிறேன். துக்ளக் பத்திரிகையின் ஆசிரியர் சோவும் 'ரமணன் வந்தால் லீவு வந்துவிடும்' என்றும் எழுதி இருக்கிறார். இவை ஒருபுறம் மகிழ்வைத் தந்தாலும், புதுச்சேரிக்கு சென்றபோது, ஒரு வயதான மீனவர் என் கையைப் பிடித்துக்கொண்டு, "இன்னிக்கு நான் உயிரோடு இருக்கிறேன்னா... அது உங்களாலதான்யா... உங்க அறிவிப்பைக் கேக்காம கடலுக்குப்போன பசங்க பொணமாத்தான் போனானுங்க..." என்றார். நான் மிகவும் நெகிழ்ந்து போனேன்.

மீனவர்களுக்கு கடலில் மீன் கிடைப்பது குறிப்பிட்ட காலம் மட்டுமே. மற்ற நாட்களில் அவர்கள் என்ன செய்வார்கள்? மீனவர்களின் வாழ்வாதாரம் மிகவும் முக்கியம். இதற்கு மாற்று வழிகள் இருக்கின்றன. கடலில் குறிப்பிட்ட அளவு வலைகளைக் கட்டி, அதிலே மீன்களை வளர்த்து விற்கலாம். இதனால் இலங்கையிடம் குண்டடிபட்டு சாகும் அவலம் நேராது. கடலுக்கடியில் மியூசியம், ஸ்கூபா டைவிங் பயிற்சி, அலைச் சறுக்கு பயிற்சி போன்றவற்றில் மீனவர்களை ஈடுபடுத்தினால், அரசுக்குச் சுற்றுலா வருமானமும், மீனவர்களுக்கு வாழ்வாதாரமும் கிடைக்கும். அரசுதான் இவற்றை எல்லாம் செய்ய வேண்டும்.

ஓய்விற்குப் பிறகு பள்ளி, கல்லூரிகளில் விழிப்புணர்வு ஏற்படுத்தி வருகிறீர்களாமே? இத்துறைக்கு வரவிரும்புபவர்களுக்கு உங்களது ஆலோசனை என்ன?

ஓய்வு பணிக்குத்தானே தவிர எனக்கல்ல. ஓடிக்கொண்டே இருக்கவேண்டும் என்பதற்காக நிறைய பள்ளி, கல்லூரிகளுக்குச் சென்று விழிப்புணர்வை ஏற்படுத்தி வருகிறேன். பிஎஸ்சி படித்து முடித்தபிறகு, எம்எஸ்சி மெட்டராலஜி, எம்டெக் அட்மாஸ்பெரிக் சயின்ஸ் ஆகிய படிப்புகளை, வானிலை துறைக்கு வரவிரும்பும் மாணவர்கள் எடுத்து படிக்கலாம். ஆந்திர பல்கலைக்கழகம், கொச்சின் பல்கலைக்கழகம், தில்லி, கரக்பூரிலுள்ள ஐஐடிக்களில் இப்படிப்புகள் கற்றுத்தரப்படுகின்றன. தமிழ்நாடு வேளாண்மை பல்கலைக்கழகத்தில் வேளாண் வானியல் எனப்படும்

எம்.எஸ்சி. அக்ரோமெட் படிப்பும் இருக்கிறது. இப்படிப்புகளைப் படித்தால் இந்தியாவில் மட்டுமின்றி, வெளிநாடுகளில் நிறைய வரவேற்பு இருக்கிறது என்று விழிப்புணர்வு ஏற்படுத்திவருகிறேன்.

எனது ஒரே மகன் அரவிந்த் எம்.டெக். எனர்ஜி ஸ்டடீஸ் படித்துவிட்டு, ஜெர்மன் அரசு நிறுவனத்திற்காக பெங்களூரில் இருந்து பணியாற்றுகிறார். அடுத்த 7 நாட்களில் சூரியனிலிருந்து எவ்வளவு செல்சியஸ் அளவு வெப்பம் வெளிப்படும். இதனால் எவ்வளவு சூரிய மின்சாரம் கிடைக்கும் என்று கணித்துச் சொல்லும் படிப்பு இது. இதுவும் வானியல் சார்ந்த படிப்புதான். வாய்ப்புகள் நிறைய இருக்கின்றன. படிக்கத்தான் நம் மக்கள் முன்வர வேண்டும்.

(சந்திப்பு நிகழ்ந்தது: செப்டம்பர் 2018)

எது முக்கியம்?

இவருடன் கல்லூரியில் படித்து முடித்துவிட்டு ஆசிரியரான நண்பர்கள் எல்லோரும் பள்ளித் தலைமை ஆசிரியர்களாக இருந்தனர். இவரது வானிலை அறிக்கையைக் கேட்டு, மாவட்ட நிர்வாகம் அல்லது மாநில அரசு விடுமுறை தரும். இவருடைய நண்பர்களில் சிலர் "நாங்க நினைச்சாக்கூட, எதாச்சும் சொன்னக்கூட பள்ளிக்கூடத்துக்கு லீவு விடமுடியாது. நீ சொன்னா மட்டும் லீவு கொடுத்துடறாங்கப்பா. நீ ஆசிரியர் வேலைக்கு வந்திருந்தாகூட இந்த அளவுக்கு வளர்ந்திருக்கமாட்ட, இந்தத் துறையைத் தேர்வு செய்தது சரிதான்பா" என்று கிண்டல் கலந்த பாராட்டை நட்பாகச் சொல்லி மகிழ்ந்திருக்கிறார்கள். "மற்றவர்கள் என்ன செய்கிறார்கள் என்பது முக்கியமல்ல. நமக்கு பிடித்த துறையில் நாம் என்ன செய்யவேண்டும் என்பதுதான் முக்கியம்" என்கிறார் ரமணன். உண்மைதானே!

எப்போதும் குறிக்கோளை உயர்வாக வை!

- முன்னாள் ஐபிஎஸ் அதிகாரி நடராஜ்

தமிழகத்தின் முன்னாள் ஐபிஎஸ் அதிகாரி, டிஎன்பிஎஸ்சியின் முன்னாள் தலைவர், சென்னை மயிலாப்பூர் தொகுதியின் இந்நாள் எம்எல்ஏவுமான ரா. நடராஜ் அவர்களை, (2018-ல்) மைலாப்பூரில் இருந்த அவரது தொகுதி அலுவலகத்திற்குச் சென்று சந்தித்தேன். நறுக்குத் தெறித்தாற் போலவும், கன கச்சிதமாகவும், ஒரு போலீஸ் அதிகாரியைப் போல் மிகவும் விறைப்பாக வார்த்தைகள் வந்து விழும் என்று எதிர்பார்த்தேன். “என்ன சாப்பிடறீங்க.... எதாச்சும் சாப்பிட்டுவிட்டு பேசுவோமா... தொகுதியில் சுற்றிவிட்டு வந்தது... எனக்கும் கொஞ்சம் பசி எடுக்குது...” என்று இயல்பாகச் சொல்லிவிட்டு, டிகிரி காபியையும், பிஸ்கட்டுகளையும் வரவழைத்து விருந்தோம்பலை நிறைவு செய்தவர் “ம்ம்... இப்ப தெம்பா பேட்டி கொடுக்கலாம்” என்றார். என்னுடைய எதிர்பார்ப்பிற்கு மாறாக மிகவும் எளிமையாக, நினைவுகளைப் பின்னோக்கி, நிதானித்துப் பேசினார்.

அவருடன் உரையாடியதில் (சில ரகசியச் செய்திகளை வெளியிடுவது பத்திரிகையாளருக்கான நேர்மை ஆகாது என்பதால்) சில சென்சார்களுடன் இங்கே தருகிறேன்... (நடிகர் பூர்ணம் விஸ்வதாதன் இவருடைய அப்பாவின் சகோதரர் என்பதை அன்றுதான் தெரிந்துகொண்டேன்). இனி எனது சொல்லம்புக் கேள்விகளும், அவரது வில்லம்பு பதில்களும்...

உங்களின் பூர்வீகம், பெற்றோர் பற்றிச் சொல்லுங்கள்?

திருநெல்வேலி மாவட்டம், முன்னீர்பள்ளம் எனும் ஊர்தான் எங்களின் பூர்வீகம். எனது தாத்தா பெயர் பூர்ணம். எங்களின் குலதெய்வத்தின் பெயர் பூர்ண கிருபேஸ்வரர். அதனால் எங்கள் வம்சத்தில் இந்த பெயர் இணைந்தே வரும். எங்களது தாத்தா வெள்ளைக்காரன் காலத்திலேயே தாலுகா ஆபிஸில் பணியாற்றிக்கொண்டிருந்தார். விடுதலைப் போராட்டம் வெடித்த காலத்தில், அப்பணியைத் துறந்துவிட்டு, சட்டம் படித்து, விடுதலைப் போராட்டத்தில் ஈடுபட்டுக்கொண்டே தென்காசியில் வக்கீலாகப் பணியாற்றினார். அவரது மகன்களில் ஒருவர்தான் மறைந்த பிரபல குணச்சித்திர நடிகரான பூர்ணம் விஸ்வநாதன். என் அப்பா பூர்ணம் ராமச்சந்திரன். அப்பா ஆசிரியராக வாழ்க்கையைத் துவக்கியவர். என் அம்மா பெயர் கமலா. சிதம்பரத்தைச் சேர்ந்தவர்.

திருநெல்வேலியைப் பூர்வீகமாகக் கொண்ட நீங்கள் சென்னை பையனானது எப்படி?

திருமணத்திற்கு முன்பு வரை என் அப்பா எங்களின் சொந்த ஊரில்தான் இருந்தார். திருமணமானதும் எனது அம்மாவுடன் சென்னையில் உள்ள கோபாலபுரத்துக்கு வந்துவிட்டார். மார்ச் 10, 1951 அன்று, சென்னையில் பிறந்தேன். அம்மாவிற்கு சிதம்பரம் நடராஜர் மேல் ஆழ்ந்த பக்தி உண்டு. அதனால் எனக்கு நடராஜ் என பெயர் வைத்தார்கள். எனக்கு இரண்டு சகோதரிகள், ஒரு தம்பி. என் அப்பாவிற்கு இந்தி, சம்ஸ்கிருதம், தமிழ், ஆங்கிலம் அனைத்தும் தெரியும் என்பதால் வானொலி நிலையத்திலும் பணியாற்றினார்.

உமா ராமச்சந்திரன் என்ற பெயரில் நிறைய கதைகளை எழுதியவர். ரஜினி நடித்த ‘முள்ளும் மலரும்’ படத்தின் கதை எனது அப்பா எழுதியதுதான். எழுத்தாளரின் மகனாக, சென்னை பையனாக வளர்ந்த நான், முன்னாள் குடியரசுத் தலைவர்

சர்வபள்ளி ராதாகிருஷ்ணன் படித்த, திருவல்லிக்கேணி இந்து மேல்நிலைப்பள்ளியில் பள்ளிப்படிப்பை முடித்தேன். பள்ளியில் இருந்தபோது ஏஆர்சி (தேசிய மாணவர் படை)யில் சேர்ந்துகொண்டேன். தாத்தாவைப் போல தேச சேவை மீதான ஆர்வம் அப்போதே எனக்குள் இருந்தது.

சிவில் சர்வீஸ் தேர்வு எழுதவேண்டும் என்ற ஆர்வம் எப்போது உங்களுக்கு ஏற்பட்டது? அதற்கு மூலகாரணமாக இருந்தது யார்?

எனது வாழ்வில் நானடைந்த வெற்றிகளுக்கு மூல காரணமாகவும், முதல் காரணியாகவும் இருந்தவர் என் தந்தை ராமச்சந்திரன். என்னுள் வாசிப்புப் பழக்கத்தை ஆரம்ப காலத்திலிருந்தே ஏற்படுத்தியவர். தமிழ் இலக்கியத்தை எனக்குள் எளிமையாக, அதே சமயத்தில் ஆழமாகப் புகுத்தியவர் அவர்தான். நிறைய புத்தகங்களைப் படிக்கச் சொல்லுவார். எனக்கும் படிக்கப் பிடிக்கும்.

அப்போது சென்னையில் பிரிட்டிஷ் கவுன்சில் நூலகத்திற்கும், அமெரிக்கத் தூதரகத்தில் உள்ள நூலகத்திற்கும் எளிதாகச் சென்று வரலாம். நான் அங்கே சென்று ஆங்கில இலக்கியப் புத்தகங்களை எடுத்துப் படிப்பேன். அப்பா எனக்குள் ஏற்படுத்திய இந்த வாசிப்புப் பழக்கம், எனக்கு சிவில் சர்வீஸ் தேர்வெழுதத் தூண்டியது மட்டுமின்றி, இவைதான் அந்த தேர்வுக்கும் உதவியது. பள்ளியில் படிக்கும்போதே இவற்றை எல்லாம் செய்ய ஆரம்பித்துவிட்டேன்.

கல்லூரியில் என்ஜினீயரிங் படிக்கக் கிடைத்தும் நீங்கள் படிக்காமல் போனது ஏன்?

அப்போதிருந்த காலகட்டம்தான் அதற்குக் காரணம். இரண்டு உலகப்போர்களுக்குப் பிறகு பொருளாதார மந்த நிலையை உலக நாடுகள் சந்தித்துக்கொண்டிருந்த காலகட்டம் அது. அப்போது என்ஜினீயரிங் படித்தவர்கள் வேலை இல்லாமல் தடுமாறிக்கொண்டிருந்தார்கள்.

பள்ளிப்படிப்பு முடிந்ததும் எனக்கு என்ஜினீயரிங் படிக்க இடம் கிடைத்தது. நமக்கு முன்னால் படித்தவர்களுக்கே வேலை கிடைக்காத போது, நாம் என்ஜினீயரிங் படித்தால், நமக்கும் அதே நிலைதான் ஏற்படும் என்ற பயத்தில் அப்படிப்பில் சேரவில்லை. பிஎஸ்சி இயற்பியல் படிக்க விரும்பினேன். அப்போது சென்னையில் லயோலா கல்லூரியும், பிரசிடென்சி கல்லூரியும்தான் சென்னையில் மிகவும் பிரபலமான கல்லூரிகள்.

அச்சமயத்தில்தான், விவேகானந்தா கல்லூரியில் மிகப்பெரிய நூலகம் ஒன்றைக் கட்டியிருக்கிறார்கள் என்றும் அங்கே அரிய நூல்கள் இருக்கின்றன என்றும் கேள்விப்பட்டேன். அதனாலேயே அக்கல்லூரியில் சேர்ந்தேன். நூலகத்தில்தான் அதிக நேரம் இருப்பேன். நிறைய படிப்பேன். அந்தக் கல்லூரியில் என்சிசி மாணவனாக மட்டுமின்றி, பேச்சுப்போட்டி, கட்டுரைப்போட்டி என்று பல்வேறு திறமைகளை வளர்த்துக்கொண்டேன். அங்கே படித்து முடித்ததும், பிரசிடென்சி கல்லூரியில் முதுகலை இயற்பியல் படிப்பை, 1973-ல் முடித்தேன்.

சிவில் சர்வீஸ் எழுத வேண்டும் என்று விரும்பிய நீங்கள், ராணுவத்தில் சேர முயற்சி செய்தீர்கள் என்று கேள்விப்பட்டேனே? அது ஏன்?

நீங்கள் கேள்விப்பட்டது உண்மைதான். 1960 முதல் 1970-வரை சீனா மற்றும் பாகிஸ்தான் நாடுகளுடன் இந்தியா மூன்று போர்களைச் சந்தித்திருந்தது. இதனால் தமிழ்நாட்டில் அப்போதிருந்த இளைஞர்களிடம், தேச சேவையே முக்கியம் என்ற எண்ணமும், எழுச்சியும் ஆழமாக வேரூன்றி இருந்தது. தாத்தா சுதந்திரப்போராட்ட வீரர் என்பதாலும், நான் இளம் ரத்தம் என்பதாலும் எனக்குள்ளேயும் அந்த எண்ணம் இருந்தது. ராணுவத்தில் சேர வேண்டும் என்று நினைத்தேன். அது முடியவில்லையெனில், எனது அப்பா மற்றும் சகோதரிகளைப் போல ஆசிரியர் பணிக்குப் போகலாம்

என நினைத்தேன். அப்போது இந்திய ராணுவத்தில் குறுகிய கால ராணுவப் பணிக்குதான் ஆட்களைத் தேர்வு செய்து கொண்டிருந்தார்கள். அப்போது ராணுவத்தில் சேர்ந்தால் 5 ஆண்டுகள் மட்டும் பணியில் இருக்கமுடியும். 5 ஆண்டுகள் மட்டும் ராணுவத்தில் இருந்துவிட்டு, அதன்பிறகு என்ன செய்வது என்ற யோசனை வரவே, ராணுவ வேலையை மறந்துவிட்டு அப்பாவைப்போல ஆசிரியர் ஆகலாம் என நினைத்தேன்.

ஆசிரியர் பணிக்கு போகலாம் என்று முடிவெடுத்த உங்களை சிவில் சர்வீஸ் தேர்விற்கு மடைமாற்றியது யார்? ஐபிஎஸ் தேர்வு செய்தது ஏன்?

'அப்பா நான் ஆசிரியர் பணிக்குப் போகிறேன்' என்று அவரிடம் சொன்னபோது, "நீ சாதாரணப் பணிகளுக்கு எல்லாம் போகக்கூடாது. எந்த வேலைக்குப் போவதாக இருந்தாலும், அங்கே உயர்ந்த பதவியில் வேலைக்குப் போக வேண்டும். உனது குறிக்கோளை உயர்வாக வை. உனக்கு ஏற்றது ஐஏஎஸ் பணிதான். அதனால் சிவில் சர்வீஸ் தேர்வை எழுது" என்றார். அப்பாவினுடைய ஆலோசனையின் பேரில், சிவில் சர்வீஸ் தேர்வெழுத முடிவு செய்து விண்ணப்பித்து விட்டேன். நான் எந்த ஒரு கோச்சிங் சென்டரும் போகவில்லை. எனது அப்பா சிறுவயதிலேயே எனக்கு வாசிப்புப் பழக்கத்தை ஏற்படுத்திவிட்டதால், பாடத்திட்டத்திற்கு ஏற்ப காலையில் நான்கு மணி நேரம், மாலையில் நான்கு மணி நேரம் படித்தேன். கவனமாகப் படித்து 1974-ல், தேர்வு எழுதினேன். ஐஏஎஸ் பதவிதான் எனது குறிக்கோளாக இருந்தது.

சிவில் சர்வீஸ் தேர்வினை முதல் முறையாக எழுதிய போதே, 1975-ல் தேர்ச்சி பெற்றுவிட்டேன். ஆனால், நான் நினைத்ததுபோல ஐஏஎஸ் கிடைக்கவில்லை. ஆனால், எனக்கு ஐபிஎஸ் கிடைத்தது. அடுத்த தேர்வு எழுதலாம் என நினைத்தபோது, ஐபிஎஸ் தேர்ச்சி பெற்றதால், முதல் பணியிடமே தமிழ்நாட்டில் எனக்குக் கொடுத்தார்கள். சரி நம்ம சொந்த மண்ணிலேயே வேலை கிடைக்கும்போது, எதற்கு இன்னொரு வருடத்தை வீணாக்க வேண்டும் என்ற முடிவில் ஐபிஎஸ் பணியை ஏற்றுக்கொண்டேன். இரண்டு ஆண்டு பயிற்சிக்குப் பிறகு, 1978-ல், எங்களின் பூர்வீக மாவட்டமான திருநெல்வேலியில் ஏஎஸ்பியாக பணியமர்த்தப்பட்டேன். அப்போதெல்லாம் கொலை, கொள்ளை, கலவரம் நிறைந்த பூமியாக இருந்தது திருநெல்வேலி.

இப்படி ஒரு ஐபிஎஸ் அதிகாரி இருக்கிறார் என்று வெளியே தெரியவைத்த சம்பவம் எது?

நான் புதிதாக பணிக்கு வந்து சேர்ந்த தருணம் அது. அப்போது சீவலப்பேரி பாண்டி என்பவன், அங்கிருந்த ஒரு கிராம நிர்வாக அலுவலரைக் கொன்றுவிட்டு, ஆயுள் தண்டனை பெற்றிருந்தான். சிறையிலிருந்து தப்பிய அவனை போலீஸாரால் பிடிக்க முடியவில்லை. அப்பொறுப்பு என்னிடம் ஒப்படைக்கப்பட்டது. 'அவனைப் பிடித்தால் 10 ஆயிரம் ரூபாய் பரிசு தரப்படும்' என்று எங்களின் காவல்துறை உயரதிகாரி நோட்டில் எழுதிவைத்துவிட்டுப் போயிருந்தார். இரண்டு ஆண்டுகள் போராட்டத்திற்குப் பிறகு 1980-ல், எனது தலைமையிலான தனிப்படை சீவலப்பேரி பாண்டியைக் கைது செய்து, அவனது ஆட்டத்திற்கு முற்றுப்புள்ளி வைத்தது. இதுதான் நடராஜை தமிழ்நாடு மட்டுமல்ல, இந்திய அளவில் தெரிய வைத்தது.

காவல்துறை அதிகாரி என்றாலே கடுகடு என்று இருப்பார்கள். நீங்கள் எப்போதும் சிரித்த முகத்துடன் இருக்கிறீர்களே? அதன் ரகசியம் என்ன?

நன்றாகப் பணி செய்துகொண்டிருந்த காரணத்தால், பதவி உயர்வில் காஞ்சிபுரம் எஸ்பியாக நியமிக்கப்பட்டேன். அதுநாள் வரை கும்பகோணத்தில் இருந்த காஞ்சிப் பெரியவர், காஞ்சிபுரம் மடத்திற்கு வந்து தங்கினார். அப்போது காஞ்சிப் பெரியவரைப் பார்க்க இந்திரா காந்தி முதற்கொண்டு பல்வேறு தலைவர்கள் வந்து போய்க்கொண்டே இருப்பார்கள். அவர்களுக்கு எல்லாம் பாதுகாப்பு கொடுப்பது, சட்ட ஒழுங்கு பிரச்சினைகளைப் பார்த்துக்கொள்வது எல்லாம் சவாலானதாக இருந்தது. எல்லாவற்றையும் சிறப்பாகச் செய்துமுடித்தேன். வாரத்திற்கு ஒரு முறை பெரியவரைப் பார்த்துவிடுவேன். அவரின் எளிமை, உதவும் தன்மை, பேசும் பாங்கு ஆகியவற்றைக் கண்டு வியந்தேன். அவரைப்போல் என்னையும் எளியவனாக்கிக் கொண்டேன். காவல்துறை அதிகாரிகள் கடுகடு என்று இருப்பார்கள். நான் அதற்கு விதிவிலக்காக இருந்ததற்கும், மக்களோடு மக்களாக ஒன்றுவதற்கும் காஞ்சிப் பெரியவரைச் சந்தித்ததுதான் காரணம். கடுகடு என்று இருந்தால்தான் குற்றவாளிகள் பயப்படுவார்கள் எனும் கருத்து நிலவி வருகிறது. சிரித்த முகத்தோடு வேலையை செய்தால் எதிலும் வெற்றி கிடைக்கும் என்பது எனது கருத்து. இதுதான் நீங்கள் கேட்ட ரகசியம். (சிரிக்கிறார்)

நீங்கள் கையாண்ட சில முக்கிய வழக்குகள் பற்றிச் சொல்லுங்கள்?

1983-ல் சிபிசிஐடி குற்றப்பிரிவு எஸ்பியாக பணிமாற்றம் கிடைத்தது. இதில் விடுதலைப்புலிகள் குறித்த வழக்குகளைத் திறம்பட நடத்தினேன். 1984-ல் சென்னை விமான நிலையத்தில் நிகழ்த்தப்பட்ட குண்டு வெடிப்பில் 37 பேர் பலியானார்கள். அந்த வழக்கில் சம்மந்தப்பட்ட குற்றவாளிகளைக் கைது செய்து வழக்கை முடித்தேன். 1984-ல் இங்கிருந்தபடியே, இலங்கையின் ஜாப்னா நகரில் இருந்த இரண்டு ஐ.நா. தூதர்களை ஈழத்தமிழ் இயக்கம் ஒன்று கடத்தியது. இது இந்தியாவுக்கு அவப்பெயரை ஏற்படுத்துவதாக இருந்தது. அப்போது முதல்வராக இருந்த எம்ஜிஆர், "மூன்று நாட்களில் குற்றவாளிகளை கைது செய்து, அவர்களை விடுவிக்க வேண்டும்" என்றார். அந்த பொறுப்பு என்னிடம் ஒப்படைக்கப்பட்டது. மூன்றே நாட்களில் குற்றவாளிகளைக் கைது செய்து, ஐ.நா. தூதர்களை விடுதலை செய்ய வைத்தேன்.

1986-ல், டெபுடேஷனில் நேபாளத்திற்குச் சென்றேன். அங்கே ஏற்பட்ட உள்நாட்டு கலவரத்தால் பாதிப்புக்குள்ளாக இருந்த இந்திய தூதரகத்தை திறம்படப் பாதுகாத்தேன். நான்கு ஆண்டுகளுக்குப்பிறகு 1990-ல், சென்னை காவல்துறை துணை ஆணையர் பதவி கிடைத்தது. அந்த ஆண்டு டிசம்பரில் குடியரசுத்தலைவர் ஆட்சி அமலுக்கு வரவே, செங்கல்பட்டு கிழக்கு மாவட்ட எஸ்பியாக நியமிக்கப்பட்டேன். அப்போது ஏர்போர்ட்டிலிருந்து செங்கல்பட்டுவரை எனது காவல் சரகத்திற்கு உட்பட்ட எல்லையாக இருந்தது.

1991-ல், ராஜிவ்காந்தியை விமான நிலையத்திலிருந்து பத்திரமாக ஸ்ரீபெரும்புதூர் எல்லை வரை பத்திரமாக கொண்டு சேர்த்தோம். எங்கள் எல்லை முடிந்ததால், அங்கிருந்து திரும்பி வருவதற்குள் அவர் படுகொலையான செய்தி வந்தது. வரும்வழியிலேயே அவரைக் கொல்லத் திட்டமிட்டிருந்தனர் என்பது இச்சம்பவத்துக்குப் பிறகான விசாரணையில் தெரியவந்தது. அப்படி எந்த ஒரு அசம்பாவிதமும் நடைபெறவிடாமல் பத்திரமாக அவரை ஸ்ரீபெரும்புதூர் வரை கொண்டு சென்றோமே, அந்தத் தலைவரை இழந்துவிட்டோமே என்ற ஆதங்கம் என்னிலிருந்து மறையவே இல்லை. அதன்பிறகு ஏற்பட்ட கலவரங்களை அடக்கியது, சட்டம் ஒழுங்கை நிலைநாட்டியது எல்லாம் விவரித்தால் நாள் போதாது.

அதன்பிறகு பல பதவிகள் வகித்தேன். கைதிகள் மறுவாழ்வு மையங்கள், கல்வி, சுகாதாரம், லஞ்ச ஒழிப்பு, சுற்றுப்புறச் சூழல் பாதுகாப்பு ஆகிய துறைகளில் பல்வேறு மாற்றங்களைக் கொண்டுவந்தேன். வீரப்பன் விவகாரம் பெரிதானதால், அவனைப் பிடிக்கும் பணியில் இருந்தேன். ஆனால் தமிழக அரசின் உத்தரவால், சென்னை நகர போலீஸ் கமிஷனராகப் பதவி ஏற்றேன். இன்னும் சில பதவி உயர்வுகளைப் பெற்றபிறகு 2011-ல் பணி ஓய்வு பெற்றேன்.

டிஎன்பிஎஸ்சி தலைவராக உங்களின் பணி எப்படி இருந்தது?

எங்கும் எதிலும் வெளிப்படைத்தன்மை இருக்க வேண்டும் என்று விரும்புபவன் நான். பணி ஓய்விற்குப் பிறகு, தமிழக அரசு எனக்கு இந்தத் தலைவர் பதவி அளித்ததை, எனது நேர்மைக்கும், திறமைக்கும் கிடைத்த பரிசாகக் கருதினேன். ஓய்வை ஒதுக்கிவைத்துவிட்டு, 2012 முதல் 2014 வரை டிஎன்பிஎஸ்சி தலைவராக பணியாற்றினேன்.

தேர்வில் வெளிப்படைத்தன்மை, கணினிமயமாக்குதல் போன்றவற்றைச் செய்தேன். கடிதம் மூலம் விண்ணப்பிக்கும் முறையைக் கைவிட்டு, கணினிவழி விண்ணப்ப நடைமுறையைக் கொண்டுவந்தேன். இதனால் பேப்பரின் தேவை குறைந்தது. மரங்கள் காக்கப்பட்டன. டிஎன்பிஎஸ்சி தேர்வு எழுதும் அறைகளில் சிசிடிவி வைத்தது, கணினி முறையில் கலந்தாய்வு ஆகியவற்றைக் கொண்டுவந்ததனால் டிஎன்பிஎஸ்சி தேர்வின் மீது மக்களுக்கு நம்பிக்கை ஏற்பட்டது. திறமையாளர்கள் பலருக்கும் அரசுப்பணி கிடைக்க, அந்த நடவடிக்கைகள் ஏதுவாக அமைந்தன.

அரசியலுக்கு வந்தது எப்படி?

அதற்கு அம்மா(ஜெயலலிதா)தான் காரணம். என்னிடம் அவர் பேசியபோது, "உங்களைப் போன்ற நேர்மையாளர்கள், திறமையாளர்கள் மக்கள் சேவையிலும் ஈடுபடவேண்டும்" என்றார். அம்மா அவர்களின் வழிகாட்டுதலில், அதிமுகவில் சேர்ந்து, 2016-ல் மைலப்பூர் எம்எல்ஏவாக தேர்தலில் வெற்றி பெற்று, இன்று வரை மக்களுக்குச் சேவையாற்றிக் கொண்டிருக்கிறேன்.

உடல் ஆரோக்கியத்தை எப்படிப் பாதுகாக்கிறீர்கள்?

தற்போது எனக்கு வயது 67 ஆகிறது. உடலும் மனதும் நமக்கு முக்கியம். நடைப்பயிற்சி, யோகா ஆகியவற்றின் மூலம்

திடகாத்திரமாக இருக்கிறேன். உங்கள் உடலை நீங்கள்தான் பாதுகாத்துக்கொள்ள வேண்டும். அதற்குரிய பயிற்சிகளைச் செய்து உடம்பை இரும்பாக வைத்துக்கொண்டால், ஆரோக்கியம் உங்களின் நிழலாக எப்போதும் இருக்கும்.

சிவில் சர்வீஸ் தேர்வை எழுத விரும்புபவர்களுக்கு உங்களின் ஆலோசனைகள் என்ன?

என்னைப்போல காவல் துறை அதிகாரி மட்டுமல்ல எந்த ஒரு அரசுப்பணித் தேர்வாக இருந்தாலும் சரி, நான் சொல்லும் மூன்று கோச்சிங் சென்டர்களுக்குப் போகவேண்டும். 1. தேர்வுக்கான பாடத்திட்டத்தை முழுமையாக படிப்பது. 2. நூலகம், 3. முந்தைய ஆண்டு வினாத்தாள்கள். இந்த மூன்று சென்டரையும் நீங்களே அமைத்துக்கொள்ளலாம். இதற்காகத் தனியே கோச்சிங் சென்டர்கள் போகவேண்டும் என்ற அவசியம் இல்லை. நன்றாக உங்களைத் தயார் செய்துகொண்டு, தேர்வினை எழுதுங்கள். தேர்வில் வெற்றியும் பெறுவீர்கள்.

(சந்திப்பு நிகழ்ந்தது: நவம்பர் 2018)

அரசியல்வாதிகளுக்காக ஒரு கல்வி நிலையம்

“அரசியல் எனில் சேவை மனப்பான்மை இருக்க வேண்டும். ஆனால் மக்களின் மனதில் அரசியல் எனில் ஒரு சாக்கடை. ஊழல், லஞ்சம், கொள்ளையடிக்கப் பயன்படும் துறை என்ற எண்ணம் மேலோங்கி இருக்கிறது. அதற்குக் காரணம் இங்கிருக்கும் மோசமான அரசியல்வாதிகள். அரசியலில் சேவை செய்யும் மனப்பான்மை கொண்ட இளைஞர்களை உருவாக்க வேண்டும். எனவே, அரசியல் ஆளுமைகளை இன்றைய இளைஞர்களுக்குக் கற்றுத்தருவதற்கென்று அரசியல் கல்வி நிலையம் ஒன்றை உருவாக்கும் முயற்சியில் இருக்கிறோம்” என்றார். ‘மிகவும் அவசியம் சார் இந்த பயிற்சிக்கூடம். விரைவில் தொடங்குங்கள். நான் முதல் மாணவனாக வந்து சேர்ந்துகொள்கிறேன்’ என்றேன்.

பள்ளி ஆசிரியர் பணியைத் துறந்துவிட்டு எழுத்துத் துறைக்கு வந்தேன்!

- கிரைம் எழுத்தாளர் ராஜேஷ்குமார்

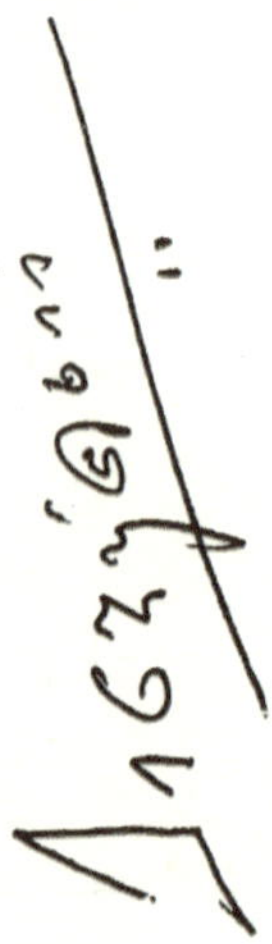

தமிழ்நாட்டில் மட்டும், 1980-களில், 45-க்கும் மேற்பட்ட மாத நாவல் பத்திரிகைகள் வெளிவந்து கொண்டிருந்தன. அப்போது கல்கி, ஜெயகாந்தன், சாண்டில்யன், சுஜாதா, தமிழ்வாணன், லா.சா.ர. ஜா.ர.சு. என பல்வேறு எழுத்துலக ஜாம்பவான்கள் கோலோச்சிக்கொண்டிருந்தனர். அப்போது இளைஞனாக எழுத்துலகில் கால் பதித்த கே.ஆர்.ராஜகோபாலன், தன்னுடைய வித்தியாசமான கிரைம் கதைகளால் தமிழகத்தைத் திரும்பிப் பார்க்க வைத்து, ராஜேஷ்குமாராய் உருமாறி, இன்று 1600-க்கும் மேற்பட்ட நாவல்களை எழுதி சாதனை படைத்திருக்கிறார்.

71 வயதானாலும் அதே இளமை துள்ளலுடன், புயல்வேக உற்சாகத்துடன் கதைகளை எழுதிக்கொண்டிருக்கும் கிரைம் கதை மாமன்னர் ராஜேஷ்குமாரை சென்னையில் இருந்தபடியே இணைய வழியிலும், அலைபேசியிலும் நேர்காணல் செய்தேன்.

உங்களது பூர்வீகம், பெற்றோர், பள்ளிப்பருவம் குறித்து சொல்லுங்கள்?

கோயம்புத்தூர்தான் எங்களது பூர்வீகம். என் தாத்தா தறிநெய்யும் வேலையைச் செய்தவர். அப்பா பெயர் ரங்கசாமி. அம்மா பெயர் கிருஷ்ணவேணி. கைத்தறி சேலை கடை வைத்திருந்தோம். எனது குடும்பத்தின் மூத்த மகன் நான். அடுத்து எனது தம்பி சதானந்தம். அதற்கடுத்து தங்கைகள் மகாலட்சுமி, வனஜா, ராஜேஸ்வரி.

ஏழ்மையான குடும்பம் எங்களுடையது. கோவை ஆர்.எஸ். புரத்தில் இருக்கும் தேவாங்க உயர்நிலைப்பள்ளியில்தான் எனது பள்ளிவாழ்க்கை தொடங்கியது. நான் ஆறாம் வகுப்பு படிக்கும்போது நஞ்சப்பண்ணன் என்ற ஆசிரியர், எங்கள் எல்லோரிடமும் ‘‘எதிர்காலத்தில் என்னவாக விரும்புகிறீர்கள்?’’ என்று கேட்டார். ஒவ்வொருவரும் ‘‘நான் டாக்டர்’’, ‘‘நான் என்ஜினீயர்’’ என்று சொன்னார்கள். நான் ‘அக்ரி ஆபிஸராக வரவேண்டும்’ என்று சொன்னேன். பத்தாம் வகுப்புவரை அதே பள்ளியில் படித்து முடித்தேன்.

அக்ரி ஆபிஸர் ஆக வேண்டும் என்ற உங்கள் கனவு நிறைவேறியதா?

சிறுவயதிலேயே எனது இலக்கு அக்ரி ஆபிஸராக வரவேண்டும் என்று இருந்ததால் பியுசி படிப்பில் அறிவியல் பிரிவைத் தேர்வு செய்து படித்தேன். அதில் நேச்சுரல் சயின்ஸ் என்றொரு பாடமும், பிஸிக்கல் சயின்ஸ் என்று மற்றொரு பாடமும் முக்கிய பாடங்களாக இருந்தன. தேர்வின் முடிவில் நேச்சுரல் சயின்ஸ் பாடத்தில் 55 மதிப்பெண்கள் பெற்றிருந்தும், பிஸிக்கல் சயின்ஸில் 45 மதிப்பெண்கள் பெற்றுவிட்டதால், அக்ரி ஆபிஸர் படிப்புக்கேற்ற மதிப்பெண்கள் கிடைக்கவில்லை. சில மதிப்பெண்கள் வித்தியாசத்தில் அப்படிப்பு கைநழுவிப் போனது. எனது கனவும் நொறுங்கிப்போனது. இதனால் பிஎஸ்சி தாவரவியல் படிப்பில் சேர்ந்தேன். இந்தப்படிப்பை முடித்தால் அப்போது வேலை எதுவும் கிடைக்காது. அதனால் பிஎட் படிக்க முடிவு செய்து பெரியநாயக்கன் பாளையத்தில் இருக்கும் ஸ்ரீராமகிருஷ்ண வித்யாலயத்தில் விண்ணப்பித்திருந்தேன். அங்கே மொத்தமே 100 இடங்கள்தான். எனக்கு 101-வது இடம் கிடைத்தது. அதாவது வெயிட்டிங் லிஸ்ட். இரண்டு மாதம் கழித்து, அங்கிருந்த மாணவர் ஒருவர் வெளியேறிவிட, எனக்கு அந்த சீட் கிடைத்தது.

படித்து முடித்துவிட்டு, 1970-ல், பவானிசாகர் அரசுப் பயிற்சிப்பள்ளியில் ஆசிரியராக பணியில் சேர்ந்தேன். அதனையடுத்து பண்ருட்டி அருகே இருக்கும் கிராமமான பாலூருக்கு மாற்றல் கொடுத்தார்கள். ஆனால், நான் அங்கே பணிக்குச் செல்லவில்லை. அதன்பிறகு நான் படித்த தேவாங்க பள்ளியிலேயே ஆசிரியர் பணி கிடைக்கவே, அங்கே போய் சேர்ந்தேன்.

அங்கே எனக்கு பாடம் எடுத்த ஆசிரியரான நஞ்சப்பண்ணன் "நீ டாக்டர் ஆவ, இன்ஜினீயர் ஆவ, அக்ரி ஆபிஸர் ஆவேன்னு நினைச்சேன். இந்த வாத்தியார் வேலைக்கா வந்த... பெரிய படிப்பு படிச்சு நல்ல வேலைக்குப் போகணும்டா. இது உனக்கான இடம் இல்ல. அடுத்த ஆண்டுக்குள் நீ இங்க இருக்கக்கூடாது. வேற நல்ல வேலையில செட்டிலாகணும்" என்றார். அப்போது வேலை கிடைப்பதே கடினமாக இருந்தது. ஆனாலும் என்னால் 5 ஆண்டுகள்தான் அந்த வேலையில் தாக்குப்பிடிக்க முடிந்தது. ஒரே பாடங்களை திரும்பத்திரும்ப நடத்திக்கொண்டிருப்பதில் எனக்கு நாட்டமில்லை. அந்தப் பணியை ராஜினாமா செய்துவிட்டு, அப்பா வைத்திருந்த சிறிய கைத்தறி துணிக்கடையைப் பார்த்துக்கொள்ள ஆரம்பித்தேன். கடைக்கு சேலைகள் வாங்க வேண்டும் என்பதற்காக ஹூப்ளி, பம்பாய், சூரத் என வட இந்தியா முழுக்க சென்றுவர ஆரம்பித்தேன். இப்படித்தான் எனது கனவுகள் நிறைவேறாமலே போனது. நான் கண்ட கனவு நிறைவேறாமல் போனாலும், தொழில் நிமித்தமாக இந்தியா முழுக்க சுற்றியது பின்னாட்களில் அவற்றை கதைக்களங்களாக மாற்ற உதவியது.

திசை மாறிய படகாக மாறிப்போன உங்கள் வாழ்க்கையில், உங்களுக்குள் இருந்த எழுத்தாளன் எப்படி முளைத்தான்?

1967 கோவை அரசு கலை கல்லூரியில் தாவரவியல் படித்தபோது சிறப்புத் தமிழ் என்றொரு பாடம் இருந்தது. அப்போது எங்கள் தமிழ்த்துறைத் தலைவராக பேராசிரியர் மீனாட்சி சுந்தரம் என்பவர் இருந்தார். ஒருநாள் வகுப்பிற்கு வந்தவர், "கல்லூரி ஆண்டு மலர் தயாரிக்கிறோம். நம் வகுப்பில் இருப்பவர்கள் யாரேனும் கதை எழுதுங்க" என்றார். வகுப்பில் அமைதி நிலவியது. திடீரென்று அருகில் இருந்த பிரபாகரன் என்பவன், என்னைக் காட்டி, "இவன் எழுதுவான் சார்" என்று சொல்லிவிட்டான். 'எனக்கு கதை எழுத வராது சார்' என்றேன். "நீ எழுதுவ... எழுதிட்டு வா" என்றார்.

மறுநாள் வகுப்பிற்கு சென்றால், ஆசிரியர் என்னிடம் வந்து "கதை எங்கே?" என்று கேட்டார். 'நான் எழுதிட்டு வரல சார்... பிரபாகரன் நான் எழுதுவேன்னு சும்மா சொன்னான் சார்' என்றேன். "வகுப்பை விட்டு வெளியே போ" என்று விரட்டினார். எப்போதும் கடிந்து பேசாத ஆசிரியர் அவர். நம் மீது கோபப்பட்டுவிட்டாரே என்று வருத்தமாகிவிட்டது.

அப்போது எங்கள் பகுதியில் தியாகரயார் படிப்பகம் இருந்தது. அங்குதான் எல்லா நாளிதழ்களும், வார இதழ்களும், மாத இதழ்களும் படிக்கக் கிடைக்கும். அப்போது பிரபலமாக இருந்த சிறுவர் மாத இதழ்களான கண்ணன், அம்புலிமாமா, வார இதழ்களான ஆனந்த விகடன், குமுதம் போன்ற இதழ்களில் உள்ள சில கதைகளை வாசித்தேன். அன்றைய காலகட்டத்தில் நா.பா., கோ.வி.மணிசேகரன், அகிலன், லா.சா.ர. ஆகிய ஜாம்பவான்கள் கோலோச்சினர். அவர்களது கதைகளைப் படித்தேன். எப்படி எழுதி இருக்கிறார்கள். அதிலிருந்து நான் எழுதுவதற்கான ஐடியா கிடைக்குமா என்பதற்காக அவற்றைப் படித்தேன். என்ன கதை எழுதுவது என்று இரவு 8 மணி வரை ஒரே சிந்தனை. ஆனாலும், எழுதியாக வேண்டும் என்ற உந்துதலில், இரவில் கதை ஒன்றை எழுதி, அதற்கு 'புதுவாழ்வு' என்ற தலைப்பிட்டு, மறுநாள் ஆசிரியரிடம் கொடுத்தேன். கதையைப் படித்துப்பார்த்துவிட்டு, "ரொம்ப நல்லா எழுதியிருக்க" என்று பாராட்டியவர், கதையின் தலைப்பு பழசாக இருக்கிறது என்பதால், 'ஒளி பிறந்தது' என்ற தலைப்பு வைத்து, கல்லூரி மலரில் அதனை வெளியிட வைத்தார்.

அந்தக் கதையைப் படித்த என் நண்பர்கள் அனைவரும் பாராட்டினர். இங்கிருந்துதான் நீங்கள் கேட்ட எழுத்தாளன் முளைக்க ஆரம்பித்தான். (சிரிக்கிறார்) என் தலையெழுத்தை மாற்றிய தமிழாசிரியர் அவர். அவரால்தான் என்னுள் இருந்த எழுத்தாளனை என்னால் கண்டுகொள்ளமுடிந்தது.

பத்திரிகைகளில் எழுத ஆரம்பித்தது எப்போது?

அப்போது மாலைமுரசு பத்திரிகையில் அனுபவ எழுத்தாளர்களின் கதைகளைப் பிரசுரிப்பார்கள். அறிமுக எழுத்தாளர்களுக்கும் வாய்ப்பு கொடுத்தார்கள். 'வாசகர்களே கதை எழுதத் தெரியுமெனில், எழுதி அனுப்புங்கள். பிரசுரமாகும் கதைக்கு 10 ரூபாய் பரிசு' என்று விளம்பரம் செய்திருந்தார்கள். அந்த காலத்தில் 10 ரூபாய் என்பது பெரிய பணம். ஒரு காபியின் விலை 20 பைசா என்றால் பத்து ரூபாயின் மதிப்பு எப்படி இருக்கும் என்பதை கணக்கிட்டுக்கொள்ளுங்கள். சிவராஜ், தண்டபாணி ஆகிய இருவரும் என்னுடைய நெருங்கிய நண்பர்கள். "டேய் ராஜகோபால், நீ கதை எழுதுடா. பத்து ரூபாய் கிடைக்கும். ஹோட்டலில் சாப்பிடலாம். சினிமாவுக்குப் போகலாம்" என்று என்னை எழுதத்தூண்டுவார்கள். அதற்காக ஒரு கதை எழுதினேன். அந்தக் கதைக்கு வித்தியாசமான டைட்டில் வைக்க வேண்டும் என்பதற்காக, 'அலிபாபாவும் நாற்பது திருடர்களும்' படத்தில் இடம்பெறும் பாடல் வரிகளில் உள்ள 'உன்னை விடமாட்டேன்' என்ற தலைப்பை வைத்தேன். நண்பனின் பாக்கெட்டில் உள்ள பாஸ்போர்ட் சைஸ் போட்டோ கதை சொல்வதுபோல அக்கதையை எழுதியிருந்தேன். அந்தக்கதை மாலைமுரசில் வெளியானது. பத்து ரூபாய் பரிசும் கிடைத்தது. அக்கதையைப் படித்துவிட்டு அந்த பத்திரிகையின் அப்போதைய ஆசிரியர் நடராஜன் "நல்ல எழுத்தாளராக வருவீர்கள்" என்று பாராட்டினார். அப்போது எழுத ஆரம்பித்தவன்தான், இன்று கிரைம் கதை எழுத்தாளர் என்ற இடத்தில் அமர்ந்திருக்கிறேன்.

எழுதறதெல்லாம் ஒரு வேலையான்னு கேட்கும் காலத்தில் இருந்த உங்களுக்கு முதலில் ஆதரவு தந்தது யார்?

உண்மையாலுமே நல்ல கேள்வியைக் கேட்டீங்க. 1968-ல் பட்டப்படிப்பு முடிச்சுட்டு வேலையில்லாம 6 மாசம் வீட்டிலேதான் இருந்தேன். கல்லூரி ஆண்டு மலரில் கதை எழுதிய அனுபவத்தைக் கொண்டு, பத்திரிகைகளில் கதை எழுத முயற்சி

செய்துகொண்டிருந்த காலகட்டம் அது. பேப்பர்ல ஏதாச்சும் எழுதிகிட்டே இருப்பேன். என் அம்மாவிடம் அக்கம்பக்கத்து பொம்பளைங்க வந்து, "என்ன? உன் பையன் படிச்சுபுட்டு இப்படி கதை எழுதறேன்னு வீட்லயே உக்காந்துகிட்டிருக்கானே. எங்கயாச்சும் ஜவுளிக் கடைக்கு, மளிகைக் கடைக்குப் போனா மாசம் 100 ரூபாயாச்சும் கிடைக்குமே" என்றார்கள். அந்தக் காலத்தில் பத்து ரூபாயே பெரிது என்றால் நூறு ரூபாய் என்பது மிகவும் பெரிது. மற்ற அம்மாக்களாக இருந்திருந்தால், "ஆமாங்க... அவன் வேலைக்குப்போனா மாசம் 100 ரூபாய் கிடைக்கும். இந்த பையன்தான் போகமாட்டேங்கறானே" என்று சொல்லியிருப்பார்கள். ஆனால் என் அம்மாவோ "ஏன்..? என் பையன் கதை எழுதினால் என்ன? கல்கி, ஜெயகாந்தன் மாதிரி என் பையனும் ஒருநாள் பெரிய எழுத்தாளனா வரட்டுமே" என்றார்.

என் அப்பா என்னிடம் வந்து, "யார் என்ன சொன்னாலும் எதைப்பற்றியும் கவலைப்படாதே. உனக்குப் பிடித்ததைச் செய்" என்றார். அவங்க ரெண்டு பேரும் நினைச்சிருந்தா என்னை ஒழுங்கா வேலைக்குப்போன்னு சொல்லியிருக்க முடியும். ஆனால் எனக்குப் பிடித்ததை மகிழ்ச்சியோடு செய்ய அனுமதித்து, ஆதரவும் தந்தனர்.

மாலைமுரசில் எனது முதல் கதை வெளியானபோது, 10 பேப்பர்களை வாங்கிக்கொண்டுபோய் அக்கம்பக்கத்து வீடுகளில் கொடுத்து, "என் பையன் கதை எழுதியிருக்கான். படிச்சுப்பாருங்க" என்று சொல்லிப் பெருமைப்பட்டவர் என் தாய். அப்படிப்பட்ட பெற்றோர்கள் அமைவது வரம். அவர்கள் இல்லையெனில் நான் இல்லை. பெற்றவர்களைக் கடைசிவரை நன்றாகப் பார்த்துக்கொண்டேன். என் தாய், தந்தை இருவரும் வானுறை தெய்வங்களாக இருந்து... "உன்னால் முடியும் மகனே... எழுது... உன்னோடு இருக்கிறோம்" என்று ஆசிர்வதித்து, எனக்கு ஆத்ம பலத்தைத் தந்துகொண்டே இருக்கிறார்கள். எழுதிக்கொண்டே இருக்கிறேன்.

பெற்றோர்கள் நம்முடன் இருக்கும்வரை மட்டுமே மனிதர்கள். மறைந்துவிட்டால் அவர்கள் வானுறை தெய்வங்கள். நாம் நன்றாக இருக்கவேண்டும் என்று நினைக்கும் உண்மையான தெய்வங்கள் அவர்கள் மட்டுமே. பெற்றவர்களை நன்றாக பார்த்துக்கொள்ளும் பிள்ளைகள் என்றும் வீணாகப்போனதில்லை. பெற்றவர்களை மதியுங்கள். அவர்களைப் பாதுகாத்துக்கொள்ளுங்கள்.

தொடக்க காலத்தில் பெற்றவர்கள் தவிர மற்ற யாருடைய பாராட்டு உங்களுக்கு உரமூட்டியது?

பள்ளி வேலையை விட்டுவிட்டு கதை எழுதிக்கொண்டிருந்த காலகட்டம் அது. 10 கதை எழுதினால் 1 கதைதான் பிரசுரமாகும். இதெல்லாம் சோர்வைத் தந்துகொண்டிருந்தது. விநாயகர் கோவிலுக்குச் சென்றபோது என்னுடைய ஆசிரியர் ராமசாமியை சந்தித்தேன். "என்னப்பா செய்துகொண்டிருக்கிற?" என்று அவர் விசாரித்தபோது, எனது மனக்குறைகளைச் சொன்னேன். அப்போது அவர் "டாக்டர் ஆக முடியல, என்ஜினீயர் ஆக முடியல, அக்ரி ஆபிஸர் ஆக முடியலன்னு வருத்தப்படாத ராஜகோபால்" என்று சொல்லியபடியே என்னை கட்டிப்பிடித்து கூடுதல் நம்பிக்கை வார்த்தைகளைச் சொன்னார். "நீ சொன்ன டாக்டர், என்ஜினீயர் வேலைகளைச் செய்வதற்கு இங்கே ஆயிரம் பேர் இருக்கிறார்கள். ஆனால், இவர்கள் யாராலும் எழுத்தாளர் ஆகமுடியாது. எழுத்தாளன் என்பவன் சுயம்பு போல. பாட்டு, மியூசிக் என எந்தக் கலையாக இருந்தாலும் டியூசன் சென்றோ, தனியே பயிற்சி வகுப்புகளுக்குச் சென்றோ கற்றுக்கொள்ளலாம். ஆனால் எழுத்தாளருக்கு யாரும் கற்றுத் தரமாட்டார்கள். அவனாகவேதான் எழுதுவான். உனக்கு சரஸ்வதி கடாட்சம் இருக்கு. நீ நல்ல எழுத்தாளனாக வருவ. இதுதான் உனக்கான இடம்" என்று சொன்னார். அதை என் வாழ்நாளில் மறக்கமுடியாது.

ராஜகோபால் எப்படி ராஜேஷ்குமாராக மாறினார்?

நான் கதை எழுதிய காலகட்டத்தில் கு.ப.ராஜகோபால், பிரதிபா ராஜகோபால் என்ற இரண்டு எழுத்தாளர்கள் இருந்தனர். நாமும் ஒரு ராஜகோபாலாக இருந்தால் அடையாளம் தெரியாது என்பதால் புனைப்பெயர் வைக்கலாம் என்று முடிவு செய்தேன். எங்கள் வீட்டுக் கடைக்குட்டி, எனது கடைசி தங்கச்சி ராஜேஸ்வரி என்றால் எல்லோருக்கும் செல்லம். எனக்கும் பிடிக்கும். அவர் பெயரில் இருந்த ராஜேஸை எடுத்துக்கொண்டேன். எனது மூத்த தங்கை மகாலட்சுமியின் மகன் அனந்தகுமார். அவனை எனக்குப் பிடிக்கும் என்பதால், அவனிடம் இருந்த குமாரை எடுத்து ராஜேஷ்குமார் என்ற பெயரை வைத்துக்கொண்டேன். இப்படித்தான் கே.ஆர்.ராஜகோபால் ராஜேஷ்குமாராக மாறினான். (இவருடைய இனிஷியல்களைத் திருப்பிப் படித்தால் ஆர்.கே. என்று வரும். ராஜேஷ்குமார் என்பதனை ஆர்.கே. என்றும் குறிப்பிடுவார்கள். இப்படி அமைந்ததும் ஓர் ஆச்சர்யம்தான்)

கிரைம் கதைகளைத் தேர்வு செய்து எழுதக் காரணம் என்ன?

1980-களில் நான் கதை எழுத வந்தபோது சிவசங்கரி, ஜெயகாந்தன், ந.பா., சாண்டில்யன் என ஒரு பெரிய ஜாம்பவான் படையே கதை எழுதும் துறையில் இருந்தது. உதாரணத்திற்கு வரலாற்று நாவலில் சாண்டில்யனும், ஹாஸ்யத்தில் சாவியும் வெளுத்து வாங்கிக்கொண்டிருந்தனர். தமிழ்வாணன், சுஜாதா போன்றவர்கள் கிரைமிலும் அசத்தினர். இவர்களுக்கு இடையில் நாம் நின்றாக வேண்டுமென்றால் வித்தியாசமாக எழுத வேண்டும். யாரும் யூகிக்க முடியாத கதைகளாக எழுத வேண்டும் என முடிவு செய்துகொண்டேன். அதுமட்டுமின்றி சென்னை, தமிழ்நாடு ஆகிய நிலப்பரப்புக்குள் எனது கதைகளை எழுதவில்லை. வாசகர்கள் அறிந்திராத புனே, நாக்பூர், பம்பாய், தில்லி என வெளி மாநிலங்களைக் கதைக்களங்களாகத் தேர்வு செய்து, அறிவியலைக் கலந்து எழுத ஆரம்பித்தேன். பத்திரிகைகளுக்கும் சரி, வாசகர்களுக்கும் சரி பிடித்துப்போனது. இதுதான் நம்ம வழி என்று பிடித்துக்கொண்டு எழுதினேன். அதன் வழியே காலமாற்றத்திற்கு ஏற்ப என்னை நான் ‘அப்டேட்’ செய்து கொண்டே வந்திருக்கிறேன்.

உங்கள் கிரைம் கதைகளில் வரும் விவேக், கோகுல்நாத், ரூபலா, விஷ்ணு ஆகிய பாத்திரங்களின் பெயர்களை எங்கிருந்து கொண்டுவந்தீர்கள்?

தொடக்க காலத்தில் எனது கதைகளில் துப்பறியும் நிபுணராக விவேக்கும் கோகுல்நாத்தும் வருவார்கள். எனக்கு விவேகானந்தரை மிகவும் பிடிக்கும் என்பதால், அவருடைய பெயரிலிருந்து விவேக் பிறந்தான். எனது கல்லூரிக்கால நண்பர்களில் ஒருவன் கோகுல். இது பழைய பெயராக இருக்கிறதே, அதனோடு நாத் என்பதை இணைத்து கோகுல்நாத்தாக மாற்றி, விவேக்கின் மாமாவாக, அவனுக்கு உதவிசெய்யும் பாத்திரமாகக் கொண்டுவந்தேன். இவர்களையே எத்தனை காலத்திற்கு வைத்து எழுதுவது, விவேக்கிற்கு ஒரு நாயகி பாத்திரம் உருவாக்கினால் நன்றாக இருக்குமே என்ற எண்ணத்தில் வந்தவர்தான் ரூபலா.

ரூபலா என்பவர் என்னுடைய வாசகி ஒருவரின் பெயர். தொழில் நிமித்தமாக நான் மதுரையிலுள்ள விடுதி ஒன்றில் தங்குவேன். அந்த தங்கும் விடுதியின் வரவேற்பாளராக இருந்தவர்தான் ரூபலா. என் கதையை மாலைமுரசில் படித்து என்னை அறிந்து வைத்திருந்தார். ரூம் காலியாக இல்லாதபோதும்,

எனக்காக மெனக்கெட்டு மேனஜரிடம் சொல்லி அறை எடுத்துக்கொடுத்துவிடுவார். அந்த அளவுக்கு மதிப்பு வைத்திருந்த வாசகி அவர். ''நீங்கள் எழுதும் கதைகளில் 'என்னையும் ஒரு பாத்திரமாக மாற்றுங்கள் சார்'' என்று அன்பு வேண்டுகோள் விடுத்தார். அவரது பெயரை விவேக்கின் இணையாக கொண்டுவந்தேன். கோகுல்நாத்திற்கு ரிடையர்மெண்ட் கொடுத்துவிட்டு, இன்றைய இளைஞர்களுக்கு ஏற்றாற்போல ஒரு ஆள் வேண்டும் என்பதற்காக, விவேக்கின் அசிஸ்டெண்டாக விஷ்ணு என்ற பாத்திரத்தைக் கொண்டுவந்தேன். இவன் காலத்திற்கு ஏற்ப சற்று பிளேபாய் போல இருப்பான். ஆனால் வேலையில் கவனமாக இருப்பான். இந்த பெயர் கற்பனையாக வைத்ததுதான். காலமாற்றத்திற்கு ஏற்ப கதாபாத்திரங்களும் அப்டேட்டா இருக்கணும். (சிரிக்கிறார்).

உங்களது முதல் தொடர்கதை நினைவிருக்கிறதா?

ஏன் நினைவில்லாமல். கல்கண்டில்தான் எனது முதல் தொடர்கதை வெளிவந்தது. 'ஏழாவது டெஸ்ட்புரம்' எனும் தொடர்கதை. அதன் கதைக்களம் நாசிக்கில் உள்ள மன்கார்டு எனும் வனப்பகுதியை வைத்து கதையை எழுதியிருப்பேன். இது வாசகர்களிடம் மிகுந்த வரவேற்பைப் பெறவே, கல்கண்டு இதழிலேயே அடுத்த தொடர்கதையை எழுதச் சொன்னார்கள். அந்தக்கதையின் பெயர் 'பம்பாய்க்கு பத்தாவது மைல்'. எல்லோரும் விமானத்தில் பயணித்திருப்பார்கள். ஆனால் விமானத்தில் ஒரு பிரச்சினை என்றால் என்னவெல்லாம் நடக்கும் என்று தெரியாது அல்லவா. அப்படி நடப்பவற்றை இந்தக் கதையில் விரிவாக எழுதியிருப்பேன்.

விமான நிலையத்திற்குள் நீங்கள் போர்டிங் பாஸ் எடுத்து உள்ளே வந்துட்டீங்கன்னா... அந்த இடத்திலிருந்து நீங்கள் விமானத்தில் ஏறும் வரை, அவர்களுடைய கண்காணிப்பில்தான் இருப்பீங்க. விமானத்தில் நீங்க ஏறலைன்னா விமானம் போகாது. யார் இந்த ஆள்? எதற்காக வந்தான்? எங்க போறதுக்கு வந்தான்? ஏன் அவன் விமானத்துல ஏறல? ஏறலன்னா, அவன் என்ன செய்யறதுக்காக உள்ள வந்தான்? இப்படி அவன் ஜாதகத்தையே தோண்டித் துருவ ஆரம்பிச்சுடுவாங்க... இதை எல்லாம் இந்த கதையில் எழுதியதும் பலரும் பிரமிப்பா பார்த்தாங்க. இதுல இவ்ளோ விஷயம் இருக்கான்னு பார்த்தாங்க. இப்படி பிரமிக்க வைக்கும் விஷயங்களை எழுதும்போது வெற்றி கிடைத்தது.

அந்த ரகசியத்தை மனதில் வைத்தபடி என்னுடைய கதைகளை எழுதிக்கொண்டே வருகிறேன். அதுதான் இன்றுவரை ராஜேஷ்குமாரை நிலைநிறுத்தி வைத்திருக்கிறது.

அறிவியல் விஷயங்களை ஏன் கையிலெடுத்தீர்கள்?

பணம், பேராசை, பெண்ணாசை, சொத்து, பழி தீர்த்தல் போன்றவற்றால் நடக்கும் கிரைம்களைத் தாண்டி, அறிவியல் மூலமாகவும் கிரைம்கள் நடக்கின்றன என்பதை, எனது எழுத்தின் வழியே வாசகர்களுக்கு அறிமுகப்படுத்தினேன். நான் அறிவியல் ஆசிரியனாக இருந்ததால் அறிவியலில் என்னென்ன நடக்கிறது, நடந்து கொண்டிருக்கிறது என்பதை அறிந்து வைத்திருந்தேன். அதை எனது கதைகளில் பயன்படுத்தத் தொடங்கினேன். வாசகர்களுக்கு மிகவும் பிடித்துப்போனது. உதாரணத்திற்கு, மாலைமதியில் நான் எழுதிய முதல் கதையின் பெயர் 'வாடகைக்கு ஒரு உயிர்.' விஞ்ஞானி ஒருவர் தனது பரிசோதனைக்காக ஒரு உயிரை வாடகைக்கு எடுத்துக்கொள்வது பற்றிய கதைக்களம் இது. 1980-ல் எழுதிய கதை இது. அப்போது மிகுந்த வரவேற்பைப் பெற்றது. இந்த கதை குமுதம் ஆசிரியரான எஸ்.ஏ.பி. அண்ணாமலையையே ஆச்சர்யப்படுத்தியது. அடுத்த இரண்டு ஆண்டுகளுக்குள் குமுதத்திலேயே தொடர்கதையை எழுதுங்கள் என்று சொல்லும் அளவிற்கு இந்த அறிவியல் விஷயங்கள் எனக்கு வாய்ப்பை ஏற்படுத்திக் கொடுத்தன.

குமுதத்தில் அவ்வளவு எளிதாக கதை எழுதிவிடமுடியாதே? எப்படி இது சாத்தியமானது?

நீங்க சொல்றது உண்மைதான். திடீர்னு என்னைக் கூப்பிட்ட எஸ்.ஏ.பி. சார், "குமுதத்தில் கதை எழுதுங்க" என்றார். அவர் சொன்னதும் எனக்கே பிரமிப்பாக இருந்தது. என்னை எழுதச் சொன்னபோது குமுதத்தில் இருந்த ஆசிரியர் குழுவினர், எஸ்.ஏ.பி.யிடம் பலத்த எதிர்ப்பு தெரிவித்திருகிறார்கள். எஸ்.ஏ.பி. சாருக்கு, என்னை எழுதச் சொன்னதற்கு ஒரு சம்பவம் காரணமாக இருந்தது.

வயதாகிறது என்பதால் எஸ்ஏபி சார் தினமும் காலையில் நடைபயிற்சி மேற்கொள்வது வழக்கம். அவர் எங்கே நடைபயிற்சி மேற்கொள்வார் என்றால் எக்மோர், சென்ட்ரல் போன்ற ரயில் நிலையங்களில், இரண்டு மூன்று முறை நடந்துவிட்டு வருவார். அப்படி நடந்துசெல்லும்போது யார், யார் என்ன செய்கிறார்கள்.

யார் யார் என்னென்ன புத்தகங்களை விரும்பிப் படிக்கிறார்கள் என்பதைக் கவனித்துக்கொண்டே வருவார். அப்படி அவர் நடந்து சென்றபோது, ரயில் வந்ததைக்கூட கவனிக்காமல், போர்ட்டர் ஒருவர் அவரை மறந்து, மாலைமதியில் நான் எழுதிய கதையை ஆழ்ந்து படித்துக்கொண்டிருந்தார். இந்த சம்பவம்தான் அவர் என்னை எழுதச் சொன்னதற்குக் காரணம். அவரது ஆசிரியர் குழுவிடம் "ஒருவரின் வேலையையே மறக்க வைக்கும் அளவிற்கு ராஜேஷ்குமாரிடம் எழுத்துத் திறமை இருக்கிறதே... அதனால்தான் அவரை எழுத சொன்னேன்" என்றார். இது எனது எழுத்துக்கு கிடைத்த பேராதரவு.

உங்கள் குடும்பத்தினரைப் பற்றிச் சொல்லுங்கள். அவர்களின் ஆதரவு எப்படி இருந்தது?

எனது கதைகளுக்கு முதல் வாசகி என் அம்மா. அம்மாவிற்கு அடுத்து என் மனைவி தனலட்சுமி. நான் கதைகளை எழுதி எனது மனைவியிடம் கொடுப்பேன். அவங்க "கதை நல்லா இல்லை" என்று சொன்னால் உடனே அதை மாற்றிவிடுவேன். "நன்றாக இருக்கிறது" என்று சொன்னால் அப்படியே எழுதித் தந்துவிடுவேன். எனது கதைகளில் ஆபாசம் இருக்காது என்பதால் பெண்களும் விரும்பிப் படிக்கிறார்கள். எனக்கு இரண்டு மகன்கள். மூத்தவர் கார்த்திக் குமார், இளையவர் ராம் பிரகாஷ். நான் எழுத்துத் துறையில் இருந்தாலும் அவர்கள் எல்லாம் படித்து வெவ்வேறு துறையில் இருக்கிறார்கள். கார்த்திக் குமாரின் மனைவி சத்தியப்பிரியா. ராம்பிரகாஷின் மனைவி அர்ச்சனா. இவர்களிருவரும் மருமகள்கள் அல்ல. எனது மகள்கள். என்னை அப்பா என்றுதான் அழைப்பார்கள். கார்த்திக்கிற்கு இரண்டு மகன்கள். ஸ்ரீவத்ஸன், நீரஜ். இளையவனுக்கு இரண்டு மகள்கள் ஹாசினி, அஸ்விதா. அழகான குடும்பம். அன்பான குடும்பம். நான் நிறைவாக இருப்பதற்கு என் குடும்பத்தின் ஆதரவுதான் முக்கிய காரணம்.

கொரோனாவை எப்படி எதிர்கொண்டு வருகிறீர்கள்?

கொரோனா உண்மையில் மிகப்பெரிய அச்சுறுத்தலாக, அரக்கத்தனமாக இருந்தாலும், நாமாக போய் வலிய வரவைத்துக்கொண்டால் ஒழிய, அதுவாக வராது. முகக்கவசம், சமூக விலகல் போன்றவற்றை கடைபிடிக்க வேண்டும். பலருக்கு இக்காலகட்டம் கொடியதாக இருந்தாலும், எனக்கு இது வரமாக அமைந்தது. எப்படின்னு கேட்டால், நானும் என் மனைவியும்

கோவையில் தனியாக இருக்கிறோம். வயதானவர்கள். மருந்து வாங்க வேண்டுமென்றாலும் வெளியே செல்வது கடினம்.

இரண்டு மகன்களும் குடும்பத்தோடு சென்னையில் இருக்கிறார்கள். சென்னையில் கொரோனா தாக்கம் அதிகமாக இருந்த காலகட்டத்தில், இரண்டு பேரையும் குடும்பம் சகிதமாக கோவைக்கு வரவைத்துவிட்டேன். மகன்கள், மகள்கள், பேரன், பேத்திகளோடு கூட்டுக்குடும்ப வாழ்வை அனுபவித்தோம். சொன்னா நம்பமாட்டீங்க, மாலை 5 மணி ஆனதும் மொட்டை மாடியில் நான், என் மகன்கள், பேரப்பிள்ளைகளோடு ஒரு மணி நேரம் கிரிக்கெட் விளையாடி மகிழ்வோம். பேரப்பிள்ளைகள் ஒவ்வொருவரும் பாட்டு, நடனம், ஓவியம் என ஒவ்வொரு துறையில் அசத்துகிறார்கள். அவர்களோடு இருப்பதனால் கொரோனா இருப்பதே தெரியவில்லை. நாம் பாதுகாப்போடு, விழிப்போடு இருந்தால் கொரானாவை நம்மருகில் வராமல் பார்த்துக் கொள்ளலாம்.

கொரோனா காலத்தில் தினமும் உங்களது நேரத்தை எப்படி வகுத்துக்கொண்டீர்கள்?

கொரோனா காலம் எனது எழுத்துப் பணிகளையும் சரி, அன்றாட பணிகளையும் சரி... பாதிக்கவே இல்லை. கொரோனா இல்லாத காலங்களில் தினமும் காலையில் எழுந்ததும் குளித்து முடித்துவிட்டு, பூஜை செய்துவிட்டு, 9.30 மணிக்கு எழுத உட்கார்ந்தால் 1 மணி வரை எழுதுவேன். அதன்பிறகு மதிய உணவு முடித்துவிட்டு 2 மணி நேரம் தூங்கிவிட்டு 4 மணிக்கு எழுவேன். வீட்டிற்குள்ளேயே சிறிது நேரம் நடைபயிற்சி செய்துவிட்டு, டீ சாப்பிட்டுவிட்டு மீண்டும் எழுதத் தொடங்குவேன். ஒரு மணி நேரத்திற்குப் பிறகு, எங்கள் வீட்டிற்கு அருகில் இருக்கும் பூங்காவில், நானும் எனது மனைவியும் சற்று காலார அரை மணி நேரம் நடந்துவிட்டு வருவோம். மறுபடியும் உட்கார்ந்து எழுதுவேன். சரியாக 8.30 மணிக்கு இரவு உணவோடு பாலும் பழமும் சாப்பிட்டுவிட்டு, மீண்டும் எழுத உட்கார்ந்தால் இரவு 11 மணி வரை எழுதுவேன். அதன்பிறகு உறங்கச் சென்றுவிடுவேன். இதுதான் என் அன்றாட பணிகள். தினமும் எழுதிக் கொண்டுதான் இருக்கிறேன். வெளியே வந்து பார்த்தால்தான் கொரோனா தெரிகிறது. புத்தகங்கள் வெளிவரவில்லை என்றாலும் ஆன்லைன் இதழ்களுக்காக நான் வீட்டிற்குள்ளேயே இருந்து எழுதி வருகிறேன். அதுமட்டுமின்றி ஆர்.கே.பப்ளிகேஷன்ஸ் எனும்

புது நிறுவனத்தை உருவாக்கி இருக்கிறோம். எனது படைப்புகளைப் பதிப்பிக்கும் பணிகள் போய்க்கொண்டே இருப்பதால், எனக்கு வேலை இருந்து கொண்டேதான் இருக்கிறது.

70 வயதைக் கடந்துவிட்டீர்கள். உங்களின் உடல்நிலையை எப்படிப் பாதுகாத்துக் கொள்கிறீர்கள்?

எனக்கு இப்போது வயது 71. வயது முதுமையை நோக்கி போனாலும் எனது மனதை என்றும் இளமையாகவே வைத்திருக்கிறேன். எனக்கு ஆன்மீக பலம் இருக்கிறது. ஆன்மீக பலத்தோடு இருப்பவர்கள் என்றும் முதன்மையாகத்தான் இருப்பார்கள். அதற்கு உதாரணம் ரஜினிகாந்த், இசைஞானி இளையராஜா போன்றவர்களைச் சொல்லலாம். அவர்களுக்கும் வயது 70களைத் தொட்டிருக்கும். இன்றும் அவர்கள் துறையில் முன்னணியில் இருக்கிறார்கள். அதோடு தனிமனித ஒழுக்கம், புலனடக்கம், நாவடக்கம் இவை மூன்றும் என்னைக் காக்கும் கவசங்களாக இருக்கின்றன. இதைக் கடைபிடித்துப் பாருங்கள் எவ்வளவு வயதானாலும் நீங்களும் இளைமைத் துள்ளலோடு இருப்பீர்கள்.

கிட்டத்தட்ட மூன்று தலைமுறைகளைப் பார்த்திருப்பீர்கள். இக்கால இளைஞர்களுக்கு ஏற்றமாதிரி எப்படி எழுத முடிகிறது?

இன்றைய இளைஞர்களுக்கு என்ன பிடிக்கும் என்பதை அறிந்து, அவர்களின் ரசனைக்கு ஏற்ப, அவர்களின் இடத்திற்கு இறங்கி வந்து எழுதுகிறேன். காலமாற்றத்திற்கு ஏற்ப என்னை நான் புதுப்பித்துக்கொண்டே வந்திருக்கிறேன். அதனால்தான் என்னால் இன்றும் நிலைத்து நிற்க முடிகிறது. இதோ இன்றும் கிரைம் நாவல் என்றால் ராஜேஷ்குமார் என்றும், ராஜேஷ்குமார் என்றால் கிரைம் நாவல் என்றும் பெயர் எடுத்து வைத்திருக்கிறேன்.

கடைசியாக ஒரு கேள்வி? இவ்வளவு வயதாகிவிட்டதே ஓய்வு பெறத் திட்டம் ஏதாவது வைத்திருக்கிறீர்களா?

எழுத்து என்பது எனக்கு தவம். எழுதுவது என்பது எனக்குக் கிடைத்த வரம். என் பெரிய மகன் கூட, “எதுக்குப்பா எழுதறீங்க? ஓய்வு எடுங்க” என்று சொன்னான். “எழுதுவதை நிறுத்திவிட்டால் உன் அப்பா 80 வயதுக்கு சட்டென்று போய்விடுவான். பரவாயில்லையா” என்று சொல்லி மறுத்துவிட்டேன். எனது நாவல்களைப் பதிப்பிக்கும் பணியைத் தொடங்கி இருக்கிறேனென்று

சொன்னேன் அல்லவா? இதுவரை 1600-க்கும் மேற்பட்ட நாவல்களை எழுதிவிட்டேன். ஆனால் என் கைவசம் இருப்பதோ 1020 நாவல்கள்தான். வாசகர்களிடமும், கடைகளிலும் தேடிப்பிடிக்க ஆரம்பித்திருக்கிறோம். ஆன்லைனிலும் தடம் பதிக்கத் தொடங்கிவிட்டேன். எழுத்தாளனுக்கு ஓய்வு என்பதே கிடையாது. ராஜேஷ் குமார் என்றும் ஓயமாட்டான்.

சந்திப்பு நிகழ்ந்தது: *2018-ஆம் ஆண்டில், எனக்காக தனிப்பட்ட முறையில் கொடுத்த பேட்டியும், 2020-ல் கொரோனா காலகட்டத்தில், எனது பத்திரிகை ஆசிரியர்களில் ஒருவரான பெ.கருணாகரன் அவர்களின் 'கல்கோனா' மின்னிதழுக்காக அலைபேசியின் மூலம் அவர் தந்த பேட்டியும் கலந்த கலவை இது.*

திரையுலகில் கதைப்பிரவேசம்

கிரைம் கதை மன்னர் ராஜேஷ்குமாரின் எழுத்துலகச் சேவையைப் பாராட்டி, தமிழக அரசு அவருக்கு, 2009-ல் கலைமாமணி விருது வழங்கியிருக்கிறது. காலமாற்றத்திற்கு ஏற்பே, தற்போது பிங்கே (Binge) என்ற ஆப்பிலும் தொடர்கதை ஒன்றை எழுதிவருகிறார். அந்த ஆப்பில் அதிக வாசகர்களைக் கொண்ட எழுத்தாளர் நம்ம கிரைம் கதை மன்னர்தான். இவரது நாவல்களை அடிப்படையாகக் கொண்டு டெலிவிஷன் தொடர் வந்திருக்கிறது. திரைப்படங்களும் வர ஆரம்பித்திருக்கின்றன. யாருக்காகவும் கதையில் சமரசம் செய்து கொள்ளாமல், எனது கதையை மாற்றம் ஏதுமின்றி அப்படியே எடுப்பதென்றால் திரைப்படமாக்கிக்கொள்ளுங்கள் என்று சொல்லி இருக்கிறார். அதன்படி, அறிவழகன் இயக்கத்தில் 'குற்றம் 23', ஜேபிஆர் இயக்கத்தில் 'சென்னையில் ஒரு நாள் - பாகம் 2', எழில் இயக்கத்தில் 'யுத்த சத்தம்' ஆகிய படங்கள் வெளியாகி, வரவேற்பைப் பெற்றிருக்கின்றன. திரையிலும் இவரது எழுத்து ஆதிக்கம் தொடர இருக்கிறது.

ஆசிரியராக இருந்தபோது நான் கற்ற பாடம்!

- கல்வியாளர் ச.மாடசாமி

தமிழ்நாட்டில் பட்டிதொட்டி எங்கும் அறிவொளி இயக்கம் வெற்றி பெறுவதற்கு உழைத்த பேராசிரியர்களில் முக்கியமானவர், தமிழ்நாட்டு பாடநூல் குழுவின் சிறப்பு ஆலோசகர், 'சிகப்பு பால் பாயிண்ட் பேனா', 'தெருவிளக்கும் மரத்தடியும்' உள்ளிட்ட பல்வேறு கல்விசார்ந்த புத்தகங்களை எழுதியவர், கல்வியாளரான பேராசிரியர் ச.மாடசாமியைச் சந்தித்தேன். ஒரு மாலை வேளையில், சென்னை நுங்கம்பாக்கம் கல்லூரி சாலையில் இருக்கும் டிபிஐ வளாகத்திற்குள் இந்த சந்திப்பு நடைபெற்றது.

71 வயதைத் தாண்டியபோதும் அவர் வாழ்வில் நடந்த சம்பவங்களை, அவரது நினைவடுக்குகளில் இருந்து நமக்காக மீள்பார்வை செய்து, நினைவுகளை மீட்டெடுத்தார். அவரது எளிமை பேச்சிலும் தெறிக்க... அவர் பேசிய வார்த்தைகளிலேயே அந்த உரையாடலை இங்கு கொடுத்திருக்கிறேன்.

உங்களின் பூர்வீகம் பற்றிச் சொல்லுங்கள்?

என் ஊர் வடுகபட்டி. குக்கிராமமும் இல்லை; பெரியகுளம், தேனி போன்ற சிறு நகரமும் இல்லை. சற்றுப் பெரிய கிராமம். ஜவுளிக்கடை வைத்திருந்த சங்கரலிங்கம் – மதலையம்மாள் தம்பதிக்கு ஆறு குழந்தைகள். இரண்டு அண்ணன்கள், மூன்று அக்காமார்கள். 1947-ல் பிறந்த நான்தான் கடைசி. வீட்டில் செல்லப்பிள்ளை.

வாழ்நாள் முழுவதும் ஒரு வார்த்தையும் கடுஞ்சொல் பேசாதவர் என் தந்தை. கல்லாப்பெட்டியில் இருந்து யாருக்கும் தெரியாமல் காசு எடுத்துக்கொண்டு போவேன். அப்பா கண்டிக்கவில்லை. "காசு வேணும்னா கேட்டு வாங்கிட்டுப் போப்பா! நீயா எடுக்காதே! கணக்கில் உதைக்கும்" என்று பொறுமையாகப் பேசி என்னைத் திருத்தியவர். அம்மா அமைதியானவர்; இரக்கம் நிறைந்தவர். நான் ஆறாவது படிக்கையில் ஆஸ்துமாவில் இறந்து போனார்.

எங்கள் ஊரைச் சுற்றிலும் ஆனந்தங்கள் நிறைந்திருந்தன. கொடைக்கானல் மலை பக்கத்திலேயே இருந்தது; கும்பக்கரை அருவி- மிக அருகே! வைகை அணைக்கட்டும் பக்கத்தில்! ஊரைத் தழுவிச் சென்றது வராக நதி. வராக நதி ஆற்று மணல்தான் எங்களின் முதல் பள்ளிக்கூடம்! வடுகபட்டி- பெரியகுளம் சாலையில்தான் எங்கள் முதல் பயணம். வடுகபட்டி- பெரியகுளம் சாலையின் அழகைப் பருக கவிஞர் வைரமுத்துவின் 'திருத்தி எழுதிய தீர்ப்புகள்'-ஐப் படிக்க வேண்டும். வைரமுத்து பிறந்த ஊரும் வடுகபட்டிதான்.

உங்களின் பள்ளிப்பருவம் எப்படி இருந்தது?

வடுகப்பட்டியில் உள்ள அரசு ஆரம்பப் பள்ளியில் படித்தேன். பள்ளி வாழ்வில் குதூகலம் என்றால் நட்பு தந்த குதூகலம்தான். மற்றபடி பள்ளி வாழ்க்கையின் கசப்புதான் நினைவில் இருக்கிறது. தடுமாற்றம் நிறைந்த பயணம் அது. அடிக்கடி விழுந்து எழுந்தேன். நான் படித்த பெரியகுளம் விக்டோரியா நினைவு உயர்நிலைப் பள்ளி, பிரமாண்டமான பள்ளி. ஆயிரக்கணக்கில் மாணவர்கள் இருப்பார்கள். அந்தப் பிரமாண்டத்தில் ஒரு துரும்பாக நான் ஒடுங்கினேன். பற்றிக் கொள்ள ஏதுமற்ற விட்டேத்தியான பயணம் அது. வீட்டின் நிலைமையும் அப்படி. அம்மாவின் மரணத்தால் வீடு நிலைகுலைந்து இருந்தது.

பொருளாதாரப் பிரச்சினைகள் வேறு! தந்தை ஒவ்வொரு சொத்தாக விற்றுக் கொண்டிருந்தார். தமிழ்க் கதைப் புத்தகங்களை வாசிப்பதும், மனதுக்குத் தோன்றியதை எழுதுவதும், எழுதியதை அவ்வப்போது வராகநதி ஆற்று மணலில் அமர்ந்தபடி அருமை நண்பன் முத்துவேலிடம் பகிர்ந்து கொள்வதும் மட்டுமே பள்ளி வாழ்வின் இனிப்பான தருணங்கள்!

நான் பள்ளி மாணவர்களிடம் அவ்வளவாக ஒட்டாமல், புத்தகங்களில் மூழ்கிப்போனதால், எனது அண்ணன்களான ச.நாராயணசாமியும் ச.திருப்பதியும் எனக்கு மு.வரதராசனாரின் புத்தகங்களைப் படிக்கக் கொடுத்தார்கள். அவர்கள் இருவரும் எனக்கு முன்பாகவே மு.வ.வின் பக்தர்களாக இருந்தார்கள். நான் எட்டாவது படிக்கும்போது டாக்டர் மு.வ வின் லட்சிய எழுத்துக்களில் ஒரு பரிச்சயம் ஏற்பட்டது. பற்றிக் கொள்ள உறுதியான ஒரு பிடிமானம்! மு.வ வின் மீது பைத்தியமானேன்.

உங்களது பட்டப்படிப்பு உங்களுக்குப் பிடித்தமானது இல்லை என்று கேள்விப்பட்டேனே?

ஆமாம். உண்மைதான். பள்ளியில் படிப்பு முடிந்ததும், புகுமுக வகுப்பு எனப்படும் பி.யூ.சி.யில் நான் நல்ல மார்க் வாங்கி இருந்தேன். விருதுநகரிலுள்ள செந்தில்குமார் நாடார் கல்லூரி முதல்வர், எனது மதிப்பெண்களைப் பார்த்துவிட்டு, நல்ல மார்க் எடுத்திருக்க, பௌதீகம் (இயற்பியல்) படி என்றார். நானும் பௌதீகம் சேர்ந்து விட்டேன். ஆனாலும் மனது பௌதீகத்தில் ஒட்டாமல் இருந்தது. அது எனக்குரிய இடம் இல்லை என்பது தெளிவாகத் தெரிந்தது. ஒப்புக்குப் படித்தேன். எப்படியோ படித்து முடித்தேன். அடுத்து எனக்குப் பிடித்ததைத்தான் படிக்க வேண்டும் என்று முடிவு செய்தேன்.

அடுத்து என்ன படிப்பில் சேர்ந்தீர்கள்? அந்தப் படிப்புலக வாழ்க்கை எப்படி இருந்தது?

இளங்கலை பௌதீகம் முடித்ததும், முதுகலை பௌதீகம் படிக்கலாம் என்று சொன்னார்கள். எனக்குப் பௌதீகத்தில் நாட்டமில்லை. மதுரையிலுள்ள தியாகராசர் கல்லூரியில் முதுகலை தமிழ் படிக்கச் சேர்ந்தேன். எங்கெங்கோ அலைந்து திரிந்தபின், சொந்த நாட்டுக்குத் திரும்பியதும் ஒரு மகிழ்ச்சி உணர்வு கிடைக்குமே, அத்தகைய உணர்வு முதுகலை தமிழ் படிக்கும்போதுதான் எனக்குக் கிடைத்தது! இப்போது நான்

துரும்பல்ல. ஆசிரியர் மாணவர் ஒவ்வொருவராலும் கவனிக்கப்பட்டேன். என் வார்த்தைகளுக்கு மதிப்பு இருந்தது.

1970-ல் மதுரைப் பல்கலைக்கழக மாணவர் கருத்தரங்கில், 'கபிலர் பாடல்களில் மாந்தர் மனப் பண்பாடு' என்ற தலைப்பில் கட்டுரை வாசித்தேன். "பேஷ்... அபாரம்" என்று பாராட்டிக் கொண்டே என் கட்டுரையைப் பின் தொடர்ந்தார் பேராசிரியர் அ.ச.ஞானசம்பந்தன். என் எழுத்து கொண்டாடப்பட்ட முதல் தருணம் அது. நீண்டநாள் தாகம் தீர்ந்த உணர்வு எனக்கு! ஏறக்குறைய ஐம்பது ஆண்டுகள் ஆகிவிட்டன. என் இளம் எழுத்தைப் பேராசிரியர் அங்கீகரித்த விதம் இன்றும் ஞாபகத்தில் இருக்கிறது. எத்தனை கற்றால் என்ன? அங்கீகரிக்கக் கற்றுக் கொள்வது அனைத்திலும் முக்கியமானது. நான் அன்று கற்றுக்கொண்டேன். முதுகலையும் படித்து முடித்து ரிசல்டிற்காகக் காத்திருந்தேன்.

ஆசிரியப் பணியைத் தேர்வு செய்தது ஏன்?

ரிசல்ட் வந்த ஒரு வாரத்திலேயே அருப்புக்கோட்டையிலுள்ள எஸ்.பி.கே. கல்லூரியில், தமிழ்த் துறை ஆசிரியராகச் சேர்ந்தேன். அன்றைய காலகட்டத்தில் கலை, மொழிப் பாடங்களில் முதுகலை முடித்தவர்களுக்கான ஒற்றை வாய்ப்பாக இருந்தது ஆசிரியப் பணி மட்டுமே. நானும் அந்த வாய்ப்பைப் பயன்படுத்திக் கொண்டேன். ஆசிரியப் பணி மீது விருப்பம் இருந்தது. ஆனால் பெருங்காதல் கிடையாது. மகிழ்ச்சியும் போராட்டமுமாய் மாறி மாறி நகர்ந்த வாழ்க்கை அது. கனவுலகில் இருந்த நான் யதார்த்த உலகுக்கு வந்தது ஆசிரியப்பணியின் போதுதான்.

பணியில் சேர்ந்த ஓராண்டிற்குள் உங்களைப் பணி நீக்கம் செய்தது ஏன்?

அந்தக் காலத்தில் ஆசிரியர்களுக்குப் பணிப் பாதுகாப்பு கிடையாது. பணி நியமனத்தில் Temporary என்று போட்டுத்தான் கொடுப்பார்கள். ஆசிரியர் சங்கமும் வலுவாக உருவாகாத காலம். ஆசிரியர்களை அச்சத்தில் வைத்திருப்பதற்காகச் சில கல்லூரிகளில் வருடத்திற்கு ஓரிருவரைப் பணிநீக்கம் செய்வார்கள். காரணம் சொல்லத் தேவையில்லை. இதன்படி, பணியில் சேர்ந்த முதல் ஆண்டிலேயே பணி நீக்கம் செய்யப்பட்டேன். மாணவர்களும் மற்றவர்களும் எடுத்த முயற்சியால் மீண்டும் பணியில் சேர்ந்தேன்.

எத்தனை பாடம் நான் மாணவர்களுக்கு நடத்தி என்ன? நானும் படித்துக் கொள்ள பாடம் இருந்தது. 'திறமையானவர்கள்... உண்மையானவர்களை விட, நெளிவு சுளிவு தெரிந்தவர்களே அன்றாட வாழ்வில் வெற்றி பெறுகிறார்கள்' என்பதுதான், நான் படித்துக் கொண்ட முதல் பாடம். அதன் பிறகு போராட்டங்கள் பல இருந்தாலும், பணிக்காலம் முழுமையுமே என் வகுப்பறைக்குள் ஒரு சுதந்திரத்தை உணர்ந்திருக்கிறேன். வகுப்பறையின் உற்சாகம் ஒரு நாளும் குறைந்ததில்லை. முரண்பாடுகள் இருந்ததைப்போலவே ஒட்டுதலும் பிரியமும் இருந்தன. அன்றும் இன்றும் என்றும் என் நேசத்துக்குரிய இடம் நான் பணிபுரிந்த எஸ்.பி.கே கல்லூரி.

கல்லூரி ஆசிரியராக இருந்தபோது சிறை சென்றதன் பின்னணி என்ன?

ஆசிரியர் மாணவர் உறவு குறித்துத்தான் நான் நிறையப் பேசி இருக்கிறேன்; எழுதி இருக்கிறேன். பணியில் சேர்ந்த முதல் நாள் தொடங்கி, மாணவர்கள் மீது நேசம் கொண்ட ஆசிரியராகத்தான் இருந்தேன். இருப்பினும், மாணவர்களை ஒரு கட்டுக்குள் வைத்திருப்பது என்ற ஆசிரிய மரபுச் சிந்தனையில் இருந்து, அன்று நான் முற்றிலும் விலகி இருக்கவில்லை. ஒரு திருப்பம் 1977-ல் நிகழ்ந்தது. கல்லூரி ஆசிரியர்களுக்கு முறையாகச் சம்பளம் வராத காலம் அது. மாதக் கணக்கில் சம்பளப் பாக்கி இருக்கும். ஆசிரியர்கள் ஒருவரை ஒருவர் சந்திக்கும்போது, 'எனக்கு அஞ்சு மாசம்; உனக்கு எத்தனை மாசம்?' என்று வேடிக்கையாகக் கேட்டுக் கொள்வோம்.

அவசரத்துக்குப் பணம் இருக்காது. ஆஸ்பத்திரிச் செலவுக்குப் பணம் இருக்காது. ஐந்து ரூபாய், பத்து ரூபாய் கடனுக்கு நாயாய் அலைவோம். நிர்வாகத்தின் வழி வராமல், அரசாங்கத்தில் இருந்து

நேரடி ஊதியம் (Direct Payment) வேண்டும் எனக் கேட்டு, 1977 டிசம்பரில், தனியார் கல்லூரி ஆசிரியர்கள் முதல்முறையாகக் களத்தில் இறங்கிப் போராடினோம்; சிறை சென்றோம். திருப்பம் என்னவென்றால்... எங்களைப் போலீசார் கைது செய்தபோது, அதைத் தாங்கிக்கொள்ள முடியாத எங்கள் கல்லூரி மாணவர்களில் இருபதுக்கும் மேற்பட்டோர், திடீரென போலீஸ் வாகனத்தின் குறுக்கே விழுந்து மறியல் செய்தார்கள். அவர்களையும் ஜீப்பில் ஏற்றிச் சென்று சிறையில் அடைத்தார்கள்.

எல்லோரும் மதுரை சிறையில் அடைக்கப்பட்டோம். நாங்கள் ஆசிரியர்கள் என்பதால், சிறையில் எங்களை மட்டும் சிறப்பு வகுப்பு பிரிவில் அடைத்து வைத்தார்கள். அது தனிப் பகுதியில் இருக்கும். மாணவர்களைச் சாதாரண வகுப்பு இருக்கும் பிரிவில் அடைத்து வைத்தார்கள். ஆசிரியர்களுக்கு அவரவர் வீடுகளில் இருந்தும் விதம் விதமான பலகாரங்கள் வரும். ஆசிரியர்கள் பலர் தங்களுக்குக் கிடைத்ததை எடுத்துக்கொண்டுபோய்ச் சிறையில் அடைக்கப்பட்டிருக்கும் எங்கள் மாணவர்களுக்குக் கொடுப்பார்கள். குறிப்பாக ஏழை மாணவர்களுக்குக் கொடுத்துவிட்டு வருவார்கள். கவிஞர் மீரா நேரம் கிடைக்கும் போதெல்லாம் எங்கள் மாணவர்களைச் சந்தித்துவிட்டு வருவார். மாணவர்களோடு அனுபவித்த கூட்டுச் சிறைவாசம் - மறக்கமுடியாத அனுபவம். நாங்கள் எங்களுக்காகச் சிறை சென்றோம். மாணவர்கள் எங்களுக்காக வந்தார்கள். இறுதியில் எங்களின் போராட்டம் சில நிபந்தனைகளோடு வெற்றிபெற்றது.

வகுப்பறை உறவுகளில் எப்போதும் ஒரு சாமர்த்தியம் ஒளிந்திருக்கும். சிறையில் நாங்கள் இருந்தபோது, போராட்ட உறவானது ஒளிவு மறைவுகள் இன்றித் துல்லியமான பிரியத்தோடு இருந்தது. திரும்ப வகுப்பறைக்குள் வந்தபோது புதுப் பாசத்தோடுதான் வந்தோம். அதன் பிறகு மாணவர்களோடு சேர்ந்து பல போராட்டங்கள் நடத்தி இருக்கிறேன். வகுப்பறை தாண்டி, அவர்கள் வாழ்க்கையோடு கூடப் போயிருக்கிறேன். கல்லூரி விடுதியில் சாதிக் கலவரம் காரணமாய் ரத்தக்களரி ஏற்பட்டபோது பாதிக்கப்பட்ட இரு சாராருக்கும் ஆதரவாய் நின்றிருக்கிறேன்.

போராட்டம் காரணமாக, மாணவர்கள் கல்லூரியைவிட்டு வெளியேற்றப்பட்டால், ஒருபோதும் அவர்களைக் கைவிட்டதில்லை. அலைந்து, போராடி எப்படியும் அவர்களை வேறு கல்லூரியில் சேர்த்துவிடுவேன். அடுத்த கல்லூரியில் இருந்து

வெளியேற்றப்பட்ட மாணவர்களைச் சேர்ப்பதில்லை என்ற கோட்பாட்டைக் கைவிட்டு, என் கோரிக்கையை ஏற்ற கல்லூரி முதல்வர்கள் பலர்.

உங்கள் பணி வாழ்வின் தொடக்கத்தில் புறக்கணிப்பு இருந்ததா? அதை எப்படி எதிர்கொண்டீர்கள்?

ஏன் இல்லாமல்? என் ஆசிரியப் பணியின்போது, நிர்வாகத்திடமிருந்தும், மூத்த ஆசிரியர்களிடமிருந்தும் நிறைய புறக்கணிப்புகள் ஏற்படும். இதனால் மிகவும் மன உளைச்சலுக்கு ஆளானேன். ஆசிரியர் பணியில் சேர்ந்த ஆரம்ப நாட்களில் புறக்கணிப்பும், அவமதிப்பும் அதிகமாக இருக்கும். இதன் காரணமாகத் தனியே உட்கார்ந்து குமுறுவேன்; அல்லது வீட்டில் போய்ப் பொருமுவேன். அப்பாவிக் குமுறல் அது. வீட்டில் குமுறும்போது, "பணிந்து போகாதீர்கள்; உறுதியாக இருங்கள்" என்பார் மனைவி லைலாதேவி. கூட இருந்த ஒரே ஆறுதல் அது.

அப்போது மதுரைக் காமராசர் பல்கலைக்கழக ஆசிரியர் மன்றம் (மூட்டா) உருவானது. அதன்பால் ஈர்க்கப்பட்டேன். சுதந்திரத்தின் பால் அளவற்ற ஈடுபாடு கொண்டிருந்த நான், 'செயல்படுவதுதான் சுதந்திரம்' என்ற உண்மையைப் புரிந்துகொண்டேன். கோரிக்கையை வெல்வதல்ல - நிற்காமல் இயங்குவதுதான் வெற்றி என்பதையும் சங்கம் உணர்த்தியது. ஆசிரியர் இயக்கம் மட்டும் தோன்றியிராவிட்டால், என் போன்றோர் உருத்தெரியாமல் அழிந்து போயிருப்போம்.

'தண்டனைகளால் நிரம்பிய பதிவேடு என்னுடையது' என்று நீங்கள் குறிப்பிடக் காரணம் என்ன?

ஆசிரியர் இயக்கத்தில் இருந்த பலரும், வாழ்க்கைப் பாடத்தைக் கற்றுக் கொள்ளாத, பிழைக்கத் தெரியாத அப்பாவிகள்தான். ஆனால் அப்பாவிகள் ஒன்று சேர்ந்தபோது அரசும் பணிந்தது; நிர்வாகமும் பணிந்தது. இந்தப் பாடத்தை என் வகுப்பறைகளிலும் பகிர்ந்திருக்கிறேன்.

தற்காலிகப் பணிநீக்கம், பணிநீக்கம், இன்கிரிமெண்ட் கட்- என எல்லாவிதமான தண்டனைகளையும் என் பணிக்காலத்தில் பெற்றிருக்கிறேன். என் பணிப்பதிவேடு (Service Register) முழுக்க தண்டனைகளால் நிரம்பி இருந்தது. தண்டனை பதிவேடு அது. ஆனால், தண்டனைகள் என் பாதையை மாற்றவில்லை.

தண்டனைகளைப் பாடங்களாக மாற்றவே பாடுபட்டிருக்கிறேன். ஆதலால், நான் வதைபட்ட எல்லா நேரங்களிலும் என் மாணவர்கள் அனைவரும் என் கூடவே இருந்தார்கள். விட்டு விலகாத உறவு அது. நாங்கள் நியாயம் வேண்டி வீதிகளில் நின்றபோது, எங்கள் குடும்பத்துக்குப் பாதுகாப்பாக எங்கள் மாணவர்கள் வந்து நின்றார்கள்.

எந்தப் போராட்டமும் இன்றி காய்நகர்த்த இன்று சில ஆசிரியர்கள் விரும்புகிறார்கள். முயற்சிகளின்போது சிறுசிறு தடைகளைச் சந்திக்கும் போதும் புலம்புகிறார்கள். பிரேசில் நாட்டு அறிஞர் பாலோ பிரையர் மக்களுக்கு எழுத்தறிவு தந்ததற்காக, அதன்மூலம் மக்கள் விழிப்புணர்வு பெற்றதற்காக, நாடு கடத்தப்பட்டார். அவர் சொல்வார்: "வரலாற்றைச் சும்மா எல்லாம் மாற்றிவிட முடியாது. அதற்கு நீங்கள் தியாகம் செய்யவேண்டும்". மாற்றம் காண முயற்சி செய்கிறவர்கள் இதைப் புரிந்துகொள்ள வேண்டும்.

அறிவொளி திட்டத்தில் நீங்கள் பணியாற்றிய அனுபவம் பற்றிச் சொல்லுங்கள்?

கல்லூரியில் பணியாற்றியபோது, எங்கள் கல்லூரி வயது வந்தோர் கல்வித் திட்டத்தில், திட்ட அலுவலராக இருந்திருக்கிறேன். எழுத்தறிவுப் பணி எனக்கு மிகவும் பிடித்த பணி. கல்லூரிப் பணிக்குப் பிறகு, தமிழ்நாடு அறிவியல் இயக்கத்தின் மூலம் நான் அறிவொளிப் பணிக்கு வந்தேன். அறிவொளி அனுபவமானது நாங்கள் சுமந்து கொண்டிருந்த மத்திய வர்க்கச் சுமையை இறக்கி வைத்து, எளியோர் உலகத்தை எங்களுக்குக் காட்டியது. அவர்களின் உழைப்பு, அர்ப்பணிப்பு உணர்வு, அன்பு - இவை கண்டு நாங்கள் மலைத்துப் போனோம்.

அறிவொளித் திட்டம் என்பது குறித்து இன்றிருக்கும் தலைமுறைக்குத் தெரியாது என்பதால் சொல்கிறேன். ஏழை, எளிய பாமர மக்களுக்கு வயது வித்தியாசம் பாராமல், கிராமம் கிராமமாகச் சென்று அவர்களுக்கு அடிப்படைக் கல்வியைக் கற்றுக்கொடுப்பது, அவர்களின் கைநாட்டு முறையை மாற்றி கையெழுத்துப் போடக் கற்றுக்கொடுப்பது. வாழ்க்கைக்கு உதவும் சிறுசிறு கணக்குகளைக் கற்றுத்தருவது. இதுதான் அறிவொளித் திட்டம். யுனெஸ்கோவின் முன்னெடுப்பில் 1990-களில் இந்திய அரசு அறிவொளித் திட்டத்தைச் செயல்படுத்தியது.

மாவட்ட கல்வி அதிகாரிகளின் கண்காணிப்பில், பல்வேறு தன்னார்வர்களைக்கொண்டு தமிழகம் முழுக்க கிராமம் கிராமமாகக் கல்வியறிவு புகட்ட, அறிவொளித் திட்டம் செயல்படுத்தப்பட்டது.

"அறிவொளிக்குப் பாடம் சொல்லித் தரப் போகாதே" என்று வீடு சொல்ல, "இல்லை! போவேன்!" என்று பிடிவாதம் பிடித்து, அடிவாங்கி மனநலம் குன்றிய சிறுமி; தன் கைக்குழந்தை இறந்த சில நாட்களிலேயே, பாடம் சொல்லித்தர வந்து, "இது சந்திரன் மேல கால வச்ச காலம்; நீயும் கைநாட்டுப் போடுறது அலங்கோலம்" என்று பாட்டுப் பாடி மையத்தைத் தொடங்கிய தாய்; வீட்டுக்குச் சாப்பிடக் கூப்பிட்டு, எங்களுக்கு இட்லி தந்து உபசரித்து, மிஞ்சிய பழைய சோற்றைச் சாப்பிட்டுப் பசியாறிய குடும்பம் - என ஒவ்வொன்றாக... ஒவ்வொரு முகமாக நினைவுக்கு வருகிறது. அழியாத நினைவுகள் அறிவொளி நினைவுகள்!

அறிவொளித் திட்டத்தில் மறக்கமுடியாத சம்பவங்கள் பற்றிக் குறிப்பிட முடியுமா?

அறிவொளி என்றதும் என் நினைவுக்கு வருபவள் வளர்மதி. அருப்புக்கோட்டைக்கு அருகில் உள்ள கிராமத்தில் இருந்து வந்தவள்; மெலிந்த சிறுமியாகத்தான் அவளை முதலில் சந்தித்தோம். எட்டாவதோ பத்தாவதோ படித்திருந்தாள். அறிவொளியோடு மனப்பூர்வமாக ஐக்கியமாகி இருந்தாள். நாங்கள் தயாரித்த பாடப்புத்தகங்களில் இருந்த குறைகளைச் சுட்டிக் காட்டுவாள். இவை கடினமான வார்த்தைகள் என்பாள். "நாங்கள் வாய்விட்டுச் சிரித்ததே அறிவொளிக்கு வந்த பிறகுதான்" என்று அன்று மாவட்ட ஆட்சித்தலைவராக இருந்த ஞானதேசிகனுக்குக் கடிதம் எழுதி, அவரைக் கண்கலங்க வைத்தவள்.

வீட்டில் வறுமை. அதன் காரணமாக அறிவொளிப் பணிக்கு வராமல் வீட்டில் முடக்கப்பட்டாள். மனநலம் குன்றி இருக்கிறாள் என்று கேள்விப்பட்டு பதறினோம். நானும் நண்பர் குழந்தைவேல் பாண்டியனும் நிறைய பலகாரங்களை வாங்கிக் கொண்டு அவள் வீட்டுக்கு விரைந்தோம். எங்களைப் பார்த்ததும் முகம் மலர்ந்து அவள் சிரித்ததை இன்றும் மறக்கமுடியாது. பலகாரங்களை அவள் கையில் கொடுத்தோம். ஒன்றைக்கூட அவள் சாப்பிடவில்லை. எடுத்துக்கொண்டு வெளியே ஓடினாள். அவளிடம் பாடம் படித்த, கற்போரின் வீடு வீடாகப் போனாள். "இந்தாங்கக்கா! இந்தாங்கக்கா!" என்று ஒவ்வொருவருக்கும் அள்ளிக் கொடுத்தாள். 'நீ கொஞ்சம்

சாப்பிடு வளர்மதி!' என்றோம். "இருக்கட்டும் சார்! இருக்கட்டும் சார்!" என்று சொல்லி வாரி வழங்குவதை அவள் நிறுத்தவில்லை.

அறிவொளி முடிந்து அவரவர் வேலைக்குத் திரும்பினோம். எங்கெங்கோ பிரிந்து இருந்தோம். அவ்வப்போது தகவல்கள் வரும். வளர்மதிக்குத் திருமணமாகி வெளியூர் போய்விட்டதாகத் தகவல் வந்தது. ஒரு வருடம் கழித்து அவளுக்கொரு பெண்குழந்தை பிறந்திருப்பதாகத் தகவல் வந்தது. அடுத்து ஒரு வருடத்தில் அவள் இறந்துவிட்டதாகச் செய்தி வந்தது. அறிவொளிக் கல்வியாளர் வளர்மதி! அபூர்வமான பெண்களைப் பார்த்ததும் இழந்ததும் அறிவொளியில் ஏராளம்.

அறிவொளித் திட்டம் ஏற்படுத்திய மாற்றங்களாக எதைக் குறிப்பிடுவீர்கள்?

அறிவொளிக்குப் பிறகுதான் இங்கு கல்வி பற்றிய விவாதங்கள் ஆழமும் அர்த்தமும் பெற்றன. மிக முக்கியமாக, 'விவாத வகுப்பறை'யை உருவாக்கிக் காட்டியது அறிவொளி. 'பட்டா' என்ற வார்த்தையை வைத்தும், 'பசி' என்ற வார்த்தையை வைத்தும் மணிக்கணக்கில் விவாதம் நடக்கும். "திங்கிறவன் தின்னுட்டுப் போக, திருப்பத்தூரான் தெண்டங் கட்டுனானாம்" என்று சொலவடை பிறக்கும். "பிணம் வேகும்; துணி வேகாது. அது என்ன?" (விடை: இட்லி) என்ற விடுகதை வந்து விழும். விவாதம் கண்டு மிரண்ட கதையும் உண்டு. சில மாவட்ட ஆட்சித் தலைவர்கள், தங்கள் மாவட்ட அறிவொளிப் புத்தகங்களில் இருந்து 'பசி' என்ற வார்த்தையை நீக்க உத்தரவிட்டனர்.

அறிவொளி முடிந்து 25 ஆண்டுகளுக்கு மேலாகிவிட்டது. இன்றுவரை விவாத வகுப்பறை உருவாகவில்லை. கல்வி சார்ந்த பலருக்குக் கொண்டாட்டங்களில் இருக்கும் அக்கறை, விவாதங்களில் இருப்பதில்லை. 2015-ல் மகாராஷ்டிராவில் கோவிந்த் பன்சாரே என்ற பேரறிஞர் 82 வயதில் சுட்டுக் கொல்லப்பட்டார். காரணம் என்ன? 'யார் சிவாஜி?' என்ற அவர் பேச்சும், நூலும்தான் காரணம். அந்த நூலில் என்ன சொல்கிறார் பன்சாரே? சிவாஜி என்ற மாவீரன் மீது சுமத்தப்பட்ட 'முஸ்லீம் விரோதி' என்ற வரலாற்றுப் பிழையைத் திருத்துகிறார். சிவாஜி படையில் பணியாற்றிய முஸ்லீம் தளபதிகளை நம் கவனத்திற்குக் கொண்டு வருகிறார். இந்து அரசர்களை எதிர்த்தும் சிவாஜி நடத்திய போர்களைப் பட்டியலிடுகிறார். பெண்களுக்கும்

ஏழை ஜனங்களுக்கும் சிவாஜி செய்த உதவிகளை எடுத்துரைக்கிறார். சிவாஜியை மதச்சார்பற்ற மன்னர்; ஒரு மனிதாபிமானி என்று நிறுவுகிறார். ‘முஸ்லீம் விரோதி’ என்ற அடையாளம் இப்போது ஆட்டம் காண்கிறது. இது பொறுக்காமல் அவர் சுட்டுக் கொல்லப்பட்டார். இந்தச் சம்பவம் வரலாற்று வகுப்பறைகளில் விவாதிக்கப்பட்டிருக்க வேண்டாமா? இல்லை! விவாதிக்கப்படவில்லை. முகநூலிலாவது ஆசிரியர்கள் பேசினார்களா? இல்லை! விவாதமற்ற வகுப்பறை - உயிரற்ற வகுப்பறை. இன்றும் நான் உயிரற்ற வகுப்பறைகளைத்தான் அதிகம் பார்க்கிறேன்.

(சந்திப்பு நிகழ்ந்தது: அக்டோபர் 2018)

ஆசிரியர்களுக்குப் பிடித்த எழுத்தாளர்

தமிழகத்தில் உள்ள அரசுப்பள்ளி ஆசிரியர்களால் கொண்டாடப்படுபவர். கல்வி குறித்தும், ஆசிரியர்கள் குறித்தும் வெளிப்படையான விமர்சனங்களை முன்வைப்பவர். பல்வேறு புத்தகங்களை எழுதியிருக்கும் சிறந்த எழுத்தாளர். இவருடைய ‘சிவப்பு பால்பாயிண்ட் பேனா’, ‘எனக்குரிய இடம் எங்கே’, ‘தெருவிளக்கும் மரத்தடியும்’ ஆகிய நூல்கள் ஆசிரியப் பெருமக்கள் விருப்பப்பட்டுப் படிக்கும் புத்தகளில் முதன்மையானவை. இவரின் ‘பாம்பாட்டிச் சித்தர்’ என்ற புத்தகம் சாதியக்கொடுமைகளை அலசும் புத்தகமாகும். 2018-ல் தமிழ்நாட்டில் பள்ளிப்புத்தகங்கள் திருத்தியமைக்கப்பட்டபோது, இவர் ஆலோசகராக இருந்து பல்வேறு மாற்றங்களை தமிழ்ப் பாடபுத்தகங்களில் கொண்டுவந்த பெருமைக்குச் சொந்தக்காரர். நடமாடும் கல்வியனுபவக் களஞ்சியம் இவர் என்று சொன்னால் அது சாலப்பொருந்தும்.

5 மாதம் வேலை தேடியவன்
5000 பேருக்கு வேலை பெற்று தந்திருக்கிறேன்!

- பிச்சுமணி துரைராஜ்

இளங்கலை பட்டப்படிப்பு முடித்ததும் ஓராண்டு கால பயிற்சி முடித்த இளைஞர் ஒருவர், 5 மாதங்கள் வேலை தேடி அலைந்திருக்கிறார். வேலை ஏதும் கிடைக்காத விரக்தி நிலையில் இருந்த அந்த இளைஞர், தனக்கென ஒரு நிறுவனத்தை ஏற்படுத்தி, இன்று 5 ஆயிரம் பேருக்கு வேலை பெற்றுத் தந்திருக்கிறார். கொஞ்சம் வித்தியாசமாகச் சொல்வதென்றால், வேலை தேடுவதையே வேலையாக வைத்து, பலருக்கும் வேலை வாங்கிக் கொடுத்திருக்கிறார்.

சென்னையை அடுத்த பெரும்பாக்கத்திலுள்ள 'ஹன்ட் அண்ட் பேட்ஜ்' என்ற நிறுவனத்தின் தலைவரும், தலைமைச் செயல் அதிகாரியுமான பிச்சுமணி துரைராஜ் என்பவரே மேற்சொன்ன ஆச்சர்யத் தகவலுக்குச் சொந்தக்காரர். அவரை, அவரது அலுவலகத்தில் வைத்தே சந்தித்தேன்.

அலுவலகத்திற்குள் சென்ற போது, அவர்களது பணியாளர்கள் ஒவ்வொருவரும் கணினி,

லேப்டேப் முன் அமர்ந்து தீவிரமாக எதையோ தேடிக்கொண்டிருந்தார்கள். பிச்சுமணி செல்வராஜ் நம்மை வரவேற்றார். குடிக்கத் தண்ணீர் கேட்டபோது, அவரே எழுந்து சென்று, தண்ணீர் எடுத்து வந்து கொடுத்தார். பேசத் தொடங்கினோம்.

உங்களது பூர்வீகம், பள்ளிப்பருவம் குறித்துச் சொல்லுங்கள்?

சென்னைதான் எனது பூர்வீகம். வட சென்னையில் உள்ள திருவொற்றியூரில் முதலில் குடியிருந்தோம். நான் ஆறாம் வகுப்பு படிக்கும்போது, கிழக்குத் தாம்பரம் பகுதிக்குக் குடிபெயர்ந்து விட்டோம். அப்பா பெயர் துரைராஜ். அந்தக் காலத்து பத்தாங் கிளாஸ் முடித்துவிட்டு, பிஎஸ்என்எல் கடைநிலை ஊழியராக வேலைக்குச் சேர்ந்திருந்தார். அம்மா பெயர் கல்யாணி. இவர்களுக்கு நான் ஒரே மகன். வாடகை வீட்டில்தான் குடியிருந்தோம். எனது அப்பாவின் வருவாய் குடும்பத்தை நடத்த சரியாக இருக்கும். அதனால் நான் பிளஸ் டூ படிக்கச் செல்லும்போதே, டெலிபோன் பூத் ஒன்றில் பகுதிநேரமாக வேலைக்குச் சென்றேன்.

கல்லூரி வாழ்க்கை எப்படி இருந்தது?

பள்ளிப்படிப்பு முடிந்ததும், கௌரிவாக்கத்திலுள்ள தனியார் கல்லூரியில் பி.எஸ்சி. பயோகெமிஸ்ட்ரியில் சேர்ந்தேன். அப்போது, கிண்டி அண்ணா பல்கலைகழகத்தில் ஆண்டுக்கு ஒருமுறை நடக்கும் பொறியியல் கவுன்சலிங்கில், கம்ப்யூட்டர் ஆபரேட்டராக வேலை செய்தேன். இது ஒவ்வொரு ஆண்டும் சுமார் ஒரு மாதத்திற்கு எனக்கு வேலை தந்துகொண்டிருந்தது.

பட்டப்படிப்பு படித்து முடித்ததும் கிண்டியில் உள்ள ஸ்பிக் நிறுவனத்தில் ஓராண்டு லேப் அசிஸ்டெண்டாகப் பயிற்சிப்பணியில் இருந்தேன். பயிற்சிக்காலம் முடிந்ததும் அங்கிருந்து அனுப்பி விட்டார்கள். அதன் பிறகு வேலை தேடி அலைந்தேன். சுமார் 5 மாதம் வேலை தேடி அலைந்தேன். எனக்கேற்ற வேலை கிடைக்கவில்லை. அதன்பிறகு மெடிக்கல் ரெப்ரசென்டேட்டிவ் வேலை, விவேக்ஸ் நிறுவனத்தில் சேல்ஸ் மேன் வேலை, ஜஸ்ட் டயல் நிறுவனத்தில் கஸ்டமர் கேர் எக்ஸிகியூட்டிவ் வேலை எனக் கிடைத்த வேலையைச் செய்து கொண்டிருந்தேன்.

இப்படி நிலையான வேலை ஏதும் எனக்குக் கிடைக்காததால் என் அப்பா, "மேற்கொண்டு ஏதாச்சும் படி" என்றார். எனக்கும் அது சரி என்று பட்டது. நான் வேலை செய்து சம்பாத்தித்த பணம்

இருந்தது. அதை வைத்து எம்.எஸ்சி. பயோ கெமிஸ்ட்ரி படிக்கப் போனேன். ஓராண்டு காலம் மட்டுமே படிக்க முடிந்தது. வீட்டுச் சூழல் அதற்கு மேல் படிக்க இடம் கொடுக்கவில்லை. படிப்பைப் பாதியிலேயே விட்டுவிட்டேன்.

அப்பா ரிடையர்மெண்ட் ஆகும் நிலையில் இருந்தார். வாடகை வீட்டில் இருந்தது போதும். லோன் போட்டாச்சும் ஒரு வீடு வாங்கலாம் என முடிவு செய்தார். லோன் வாங்குவதற்காக நானும் அப்பாவும் அலையாத வங்கிகள் இல்லை. பல போராட்டங்களுக்குப் பிறகு லோன் கிடைத்தது. வீடு ஒன்றை வாங்கினோம். லோன் போக, அப்பா வாங்கிய சம்பளம் குடும்பம் நடத்த போதவில்லை என்பதால், மீண்டும் வேலைக்குச் செல்ல வேண்டிய கட்டாயத்தில் இருந்தேன்.

மீண்டும் வேலை கிடைத்ததா? அடுத்து என்ன செய்தீர்கள்?

வீட்டின் பொருளாதார நிலை மோசமாக இருந்ததால் 2004-ல், மீண்டும் வேலை தேடத்துவங்கினேன். அந்த சமயத்தில் டாடா கன்சல்டன்சி சர்வீஸ் எனப்படும் டிசிஎஸ் நிறுவனத்தில் எச்.ஆர். கோ ஆர்டினேட்டராக வேலை கிடைத்தது. அந்த வேலையில் இருந்தபோதுதான், "இதையே நீங்கள் ஏன் உங்கள் Career-ஆக எடுத்துக்கொள்ளக்கூடாது. இது நாளுக்கு நாள் வளர்ந்து கொண்டே இருக்கும் துறை" என்று என்னுடன் பணியாற்றிய நண்பர்கள் சொன்னார்கள். அன்றுதான் என் வாழ்வில் வெற்றிக்கான முதல் விதை விதைக்கப்பட்டது.

படித்தது கெமிஸ்ட்ரி என்றாலும் பிடித்தது ஹெச்.ஆர் துறை என்றாகிவிட்டதால், மேலும் இத்துறையில் பயணிக்க என்ன செய்யவேண்டும் என்று யோசித்தேன். சென்னையில் உள்ள மெட்ராஸ் ஸ்கூல் ஆப் சோஷியல் வொர்க் என்ற கல்வி நிறுவனத்தில், இரண்டாண்டு முதுநிலை பட்டயப்படிப்பான, எம்எஸ்டபிள்யூ சோஷியல் வொர்க் என்ற படிப்பில் சேர்ந்தேன். இங்கே பகல் நேர கல்லூரியும் உண்டு. மாலை நேரக் கல்லூரியும் உண்டு. நான் வேலைக்குச் செல்ல வேண்டிய கட்டாயத்தில் இருந்ததால், மாலை நேரக் கல்லூரியில் சேர்ந்தேன். மாலை 6.30 முதல் இரவு 8.45 வரை வகுப்புகள் இருக்கும். வேலை செய்த பணத்தைக் கொண்டு, இப்படிப்பிற்கான அனைத்து செலவுகளையும் பார்த்துக் கொண்டேன்.

டிசிஎஸ் நிறுவனத்தில் நான் பணியாற்றியதால், அந்த நிறுவனம் தமிழ்நாட்டில் உள்ள பல்வேறு கல்லூரிகளில் கேம்பஸ் இன்டர்வியூவை நடத்திக் கொண்டிருந்தது. அதனால் நானும் பல ஊர்களுக்குச் செல்ல வேண்டிய கட்டாயம் இருந்தது. படிப்பா? வேலையா? என்று மீண்டும் ஓர் ஊசலாட்டம் ஆரம்பித்தது. ஏற்கெனவே எம்.எஸ்சி.யில் சேர்ந்து ஓராண்டு சென்று நின்றுவிட்டேன். அந்த ஓராண்டும் பாழ். அதற்கான பணமும் பாழ். இம்முறை அந்தத் தவறை செய்யக்கூடாது என்று முடிவெடுத்து, வேலையை விட்டுவிட்டேன்.

இங்கே மாலை நேரக் கல்லூரியில், எச்ஆர் துறையில் இருப்பவர்களே வந்து படிப்பார்கள். அவர்களின் தொடர்பினால், தி.நகரில் உள்ள ஒரு எம்ப்ளாய்மெண்ட் ஏஜென்ஸி ஒன்றில் கன்சல்டன்டாக வேலைக்குச் சேர்ந்தேன். வேலை நேரம் முடிந்ததும், அடுத்த 15-வது நிமிடத்தில் கல்லூரியில் இருக்க வேண்டும். அடித்துப் பிடித்து, கல்லூரிக்குச் செல்வேன். இரண்டு ஆண்டுகள் படித்து முடிக்கும்வரை, அதே நிறுவனத்தில்தான் வேலையில் இருந்தேன்.

பன்னாட்டு நிறுவனங்களில் பணியாற்றிய அனுபவம் எப்படி இருந்தது?

படித்து முடித்தபின்பு, கடந்த 2006-ல் அமெரிக்காவைத் தலைமையிடமாகக் கொண்டு செயல்படும் எம்.என்.சி. நிறுவனத்தில், ‘ரெக்ரூட்டர்’ ஆக வேலை கிடைக்க, அந்த வேலையில் சேர்ந்தேன். அப்போது எனக்கு அவர்கள் கொடுத்த

சம்பளம் ரூ.15,000. அங்கே இரண்டரை ஆண்டுகள் பணியில் இருந்தேன். அங்கிருக்கும்போது எனக்கு திருமணம் ஆனது. எனது மனைவி வசுந்தரா, சி.ஏ. படித்து முடித்தவர். ஃபோர்டு நிறுவனத்தில் 'காஸ்ட் அனலிஸ்ட்'டாகப் பணியாற்றிக்கொண்டிருந்தார்.

ரெக்ரூட்டராக பணியில் சேர்ந்த நான், இரண்டரை ஆண்டுகளுக்குப்பிறகு, டீம் லீடரானேன். பிறகு, ஐடி துறை சார்ந்த நிறுவனத்திற்குப் பணிக்குச் சென்றேன். அங்கே எச்.ஆர். அசிஸ்டெண்ட் மேனேஜர் பணியிடம் எனக்கு. அங்கு இரண்டு ஆண்டுகள் வேலையில் இருந்தேன். அதன்பிறகு, 2009-ல் பிரபல ஆன்லைன் நிறுவனமான அமேசானில் சீனியர் ரெக்ரூட்டராக மாதம் 60 ஆயிரம் ரூபாய் சம்பளத்தில் பணிக்குச் சேர்ந்தேன். அங்கே மூன்று ஆண்டுகள் பணியில் இருந்தேன்.

தனியாக ஒரு நிறுவனம் தொடங்க வேண்டும் என்ற எண்ணம் வந்தது எப்படி?

அமேசானில் நான் பணியாற்றுவதற்கு முன்னதாக, 2008-ல் எனது மனைவி வசுந்தராவிற்கு பிரேசிலில் உள்ள ஃபோர்டு நிறுவனத்தில் பணியாற்ற அழைப்பு கொடுத்திருந்தனர். எங்களுக்குத் திருமணமாகி ஒரு வருடம்தான் ஆகியிருந்தது என்பதால், எனது மனைவி அந்த வாய்ப்பை மறுத்துவிட்டார். மீண்டும் அதே வாய்ப்பு 2011-ல் கிடைத்தது. என்னிடம் ஆலோசித்தார். பிரேசில் போகலாம் என்று முடிவெடுத்தோம். எனது வேலையை அமேசானில் இருந்து விடும்போது, மாத சம்பளம் 95 ஆயிரம் ரூபாய்.

பிரேசிலுக்கு ஜனவரி 2012-ல் சென்றோம். மனைவி நிறுவனத்திற்குச் செல்வார். நான் வீட்டில் இருந்து, அங்கிருக்கும் மார்க்கெட் நிலவரங்கள், தொழில் நிறுவனங்கள், வேலைக்கு ஆட்களை எப்படித் தேர்வு செய்கிறார்கள் என்பதை எல்லாம் ஆராய்ந்து கொண்டிருந்தேன்.

விடுமுறையில் இந்தியாவிற்கு வந்தபோது, இனி நாம் எந்த ஒரு நிறுவனத்திலும் வேலை செய்யக்கூடாது. நாமே ஒரு நிறுவனத்தைத் தொடங்கினால் என்ன? என்று தோன்றியது. குடும்பத்தாரிடம் சொன்னேன். அப்பா, அம்மா, மனைவி என மூவரும் எனக்குத் தோள் கொடுத்தனர்.

2014-ஆகஸ்ட் 23 அன்று, எங்கள் வீட்டில் உள்ள ஒரு அறையில் இரண்டு பேரைக் கொண்டு, எனது ஹன்ட் அண்ட் பேட்ஜ்

நிறுவனத்தைத் தொடங்கினேன். ஒவ்வொரு நிறுவனத்திற்கும், அவர்களுக்குத் தேவையான பணியாட்களை, தகுதி மற்றும் திறன்களை ஆராய்ந்து, தேர்ந்தெடுத்துக் கொடுப்பதுதான் எங்கள் நிறுவனத்தின் வேலை.

வொர்க் ப்ரம் ஹோம் என்ற கலாசாரத்தை உங்கள் நிறுவனத்தில் கொண்டுவந்த காரணம் என்ன?

விடுமுறைக்குதானே நாங்கள் சென்னை வந்தோம். மறுபடியும் பிரேசில் சென்றாக வேண்டுமே. அதனால் நிறுவனத்தை இங்கே தொடங்கி வைத்துவிட்டு, மறுபடியும் பிரேசில் சென்றுவிட்டேன். வீட்டில் இருந்து வேலை செய்வதை 'வொர்க் ப்ரம் ஹோம்' என்பார்கள். எங்கள் நிறுவனமே எங்கள் வீட்டில்தான் இருந்தது என்பதால் அப்பாவும், அம்மாவும் அதற்கு ஒத்துழைத்தனர். பிரேசிலுக்கும் இந்தியாவிற்கும் 7 மணி நேர வித்தியாசம். அங்கே காலை 4 மணி என்றால் இங்கே நண்பகல் 12.30 ஆக இருக்கும்.

நான் அங்கே அதிகாலை 2 மணிக்கு எழுந்து, ஆன்லைன் மூலம் எனது சகாக்களுக்கு செய்ய வேண்டிய வேலைகள் குறித்த தகவலைத் தந்துவிடுவேன். அங்கிருந்தபடியே நானும் வேலை செய்வேன். காலையில் எனது மனைவி வேலைக்கும், எனது குழந்தை பள்ளிக்கும் சென்றபிறகு மீதமிருக்கும் வேலையைப் பார்த்துவிட்டு உறங்குவேன். இப்படித்தான் அங்கே எனது அன்றாடப் பணிகள் சென்றுகொண்டிருந்தன.

உங்கள் நிறுவனத்தை வளர்த்தெடுத்தது எப்படி?

2014 டிசம்பரோடு எனது மனைவிக்கு அங்கே பணிக்காலம் முடிந்தது. மீண்டும் அங்கே பணியாற்ற விரும்பினால், இன்னும் இரண்டு ஆண்டுகளுக்கு பணி நீட்டிப்பு தருவார்கள். எங்கள் பெற்றோர்களின் உடல்நலனைக் கருத்தில் கொண்டும், எனது நிறுவனத்தினைக் கருத்தில் கொண்டும் நாங்கள் குடும்பத்தோடு சென்னைக்குத் திரும்பி விட்டோம்.

அதன் பிறகு நான் எனது நிறுவனத்தில் முழு கவனம் செலுத்த ஆரம்பித்தேன். நிறுவனம் தொடங்கி மூன்று மாதம் எந்த ஒரு வேலையும் எங்களுக்குக் கிடைக்கவில்லை. ஏன்டா இந்த தொழிலை ஆரம்பிச்சோம் என்று ஒருபோதும் நான் சோர்ந்து போகவில்லை. நம்பிக்கையோடு, எனது அனுபவங்களின் துணையோடு களத்தில் இறங்கி வேலை செய்யத் தொடங்கினேன்.

முதல் கிளையண்ட் எங்கள் நிறுவனத்துக்கு கிடைத்தார். அவர் நிறுவனத்துக்குத் தேவையான, தகுதியான ஆட்களை நாங்கள் தேர்வு செய்து தரவேண்டும். அப்படி நாங்கள் தேர்வு செய்து தரும் நபர், அந்த நிறுவனத்தில் மூன்று மாதங்கள் குறைந்தபட்சம் பணியில் இருக்க வேண்டும். அப்படி இருந்தால் மட்டுமே நாங்கள் செய்த பணிக்கு, முறையான பலன் கிடைக்கும். அப்படி தேர்வு செய்து கொடுத்துவிட்டு மூன்று மாதங்கள் காத்திருந்தோம் எங்களுக்கான பலனைப் பெறுவதற்கு...

அப்படி 2 பேரைக் கொண்டு, எங்கள் வீட்டில் ஆரம்பித்த எனது நிறுவனம், இன்று பெரும்பாக்கத்தில் 13 பேர் கொண்ட நிறுவனமாகவும், பெங்களூருவில் 3 பேரைக் கொண்ட கிளை நிறுவனமாகவும் வளர்ந்திருக்கிறது.

உங்களின் வாடிக்கையாளர்கள் யார் யார்?

எங்கள் நிறுவனத்தின் மதிப்புமிகு வாடிக்கையாளர்களைப் பட்டியலிட்டோமென்றால் அமேசான், பிளிப்கார்ட், பேடிஎம், பைஜூஸ் போன்ற ஆன்லைன் நிறுவனங்களும், மெர்ஸ்க், டார்கெட், விஸ்டியன் உள்ளிட்ட எம்.என்.சி. நிறுவனங்கள் உள்பட 50 நிறுவனங்கள் எங்கள் நிறுவனத்தின் மூலம், அவர்களுக்குத் தேவையான பணியாளர்களைத் தேர்வு செய்து கொள்கிறார்கள்.

5 மாதம் வேலைதேடி அலைந்த நான், இன்று எனது நிறுவனத்தின் மூலம், கிட்டத்தட்ட 5 ஆயிரம் பேருக்கு மேல், அவர்களது தகுதி, திறன், அனுபவத்தின் அடிப்படையில் வேலை வாங்கிக்கொடுத்திருக்கிறேன். இந்தத் தொழிலில் மற்றவர்களின் வாழ்க்கையில் ஒளியேற்றுவதற்காக, வேலை வாங்கிக் கொடுத்திருக்கிறோம் என்ற மன நிறைவு கிடைக்கிறது. எங்கள் நிறுவனத்திற்கு வாடிக்கையாளர்களின் எண்ணிக்கை அதிகரிக்க அதிகரிக்க, எனது நிறுவனத்திலும் பணியாளர்களின் எண்ணிக்கையை அதிகரிப்பேன்.

இங்கே வேலை வாய்ப்பு இருந்தும் திறன் வாய்ந்த பணியாளர்கள் இல்லை என்ற கருத்தாக்கம் இருக்கிறதே! அதைப்பற்றி உங்கள் கருத்து?

நிச்சயம் அந்தக் கருத்தாக்கம் உண்மைதான். இங்கே நிறைய வேலைவாய்ப்புகள் கொட்டிக்கிடக்கின்றன. ஆனால்,

அந்த வேலைக்கு ஏற்ற, திறமையான பணியாளர்கள் இல்லை என்பதுதான் எனது அனுபவத்தின் மூலம் நான் கண்ட உண்மை.

2008-ல் ஏற்பட்ட பொருளாதார மந்த நிலை, இந்தியாவில் பண மதிப்பிழப்பு நடவடிக்கையால் மீண்டும் ஏற்பட்டது. தற்போது நிலைமை சீரடைந்துவிட்டது. எல்லா நிறுவனங்களும் வளர்ச்சி அடைந்து கொண்டு வருகின்றன. அந்த நிறுவனங்கள் அதிகம் விரும்புவது, பணி அனுபவம் வாய்ந்த நபர்களைத்தான். நாங்கள் பிரெஷர்ஸ் முதற்கொண்டு தலைமை நிர்வாக அதிகாரி வரையிலான நபர்களைப் பணிக்குத் தேர்வு செய்து கொடுத்திருக்கிறோம். உதாரணத்திற்குச் சொல்ல வேண்டுமென்றால், 10 ஆயிரம் ரூபாய் சம்பளத்திலிருந்து 60 லட்ச ரூபாய் சம்பளம் வாங்கும் நபர் வரைக்கும் தேர்வு செய்து கொடுத்திருக்கிறோம்.

எனது நிறுவனம் ஆரம்பித்த ஆண்டில் எங்களது வரவு செலவுகள் 25 லட்சமாக இருந்தது. இன்று 2 கோடி அளவிற்கு விரிந்திருக்கிறது. அன்று நான் சோர்ந்து போய் உட்கார்ந்திருந்தால், இன்று ஒரு நிறுவனத்தின் தலைவனாக வந்திருக்க முடியாது. வாடகை வீட்டில் வசித்துக்கொண்டிருந்த நாங்கள் இன்று சொந்த வீட்டில் இருக்கிறோம். வாடகைக் கட்டடத்தில் இயங்கி வரும் எனது நிறுவனம், சொந்த இடத்தில் செயல்படுவதற்காக, ஓர் இடத்தை வாங்கி, அங்கே நிறுவனத்தைக் கட்டி எழுப்பிக் கொண்டிருக்கிறேன்.

வேறொரு நிறுவனம் ஒன்றையும் ஆரம்பித்திருக்கிறீர்களாமே?

ஆமாம். ஒரு நிறுவனத்தோடு நான் நிற்கவில்லை. இண்டர்வியூ டெஸ்க் என்ற நிறுவனத்தையும் ஆரம்பித்து நடத்திவருகிறேன். இதன் வேலை என்னவென்றால், ஒரு நிறுவனத்திற்குத் தேவையான, தகுதி வாய்ந்த பணியாளர்களைத் தேர்வு செய்ய, அத்துறை சார்ந்த வல்லுநர்களைக் கொண்டு நேர்க்காணல் நடத்தி, அந்த நிறுவனத்திற்கு ஏற்ற பணியாட்களைத் தேர்வு செய்து தருகிறோம்.

அதாவது ஒரு பத்திரிகை நிறுவனம், ஆட்கள் வேண்டுமென்று கேட்கிறார்கள் என வைத்துக்கொள்வோம். பத்திரிகைத் துறையில் அனுபவம் வாய்ந்த வல்லுநர்களைக் கொண்டு, நாங்கள் நேர்காணல் நடத்தி, அந்த நிறுவனத்திற்கு ஏற்ற ஆட்களைத் தேர்வு செய்து தருவோம். இதனால், அந்த நிறுவனத்திற்கு வேலை நாட்களும், மனித நேரமும் மிச்சமாகும்.

இதே நிறுவனத்தின் மூலம் வேலை தேடிக்கொண்டிருக்கும் நபர்களுக்கு, சம்மந்தப்பட்ட துறைசார் வல்லுநர்களைக் கொண்டு பயிற்சியும் அளிக்கிறோம். உதாரணத்திற்கு உங்களுக்கு டிவிஎஸ் நிறுவனத்தில் பணியாற்ற வேண்டும் என்ற ஆர்வம் இருக்கிறது. அதற்கேற்ற ஆட்டோமொபைல் என்ஜினீயரிங் படிப்பு படித்திருக்கிறீர்கள். ஆனால், அந்த நிறுவனத்திற்கான வேலைக்கு நீங்கள் தேர்வாகவில்லை என்றால் உங்களுக்கு எப்படி இருக்கும்?

அப்படிப்பட்ட நபர்களை, டிவிஎஸ் நிறுவனத்தில் இருப்பவர்களைக் கொண்டு, 5 செஷன்களாகப் பயிற்சி அளிக்கப்படும். அந்த நிறுவனத்தின் தேவை என்ன? அங்கே பணியாற்ற வருபவர்களுக்கு என்னென்ன தகுதிகள் இருக்க வேண்டும் என அனைத்தையும் அவர்கள் கற்றுக் கொடுத்துவிடுவார்கள். இதனால், வேலை தேடும் நபருக்கு, அவர் விரும்பிய நிறுவனத்தில் பணியாற்றும் சாத்தியக்கூறுகள் அதிகமாகும்.

வேலை தேடும் இன்றைய இளைய சமுதாயம் எப்படி இருக்கிறது?

இன்றைய இளைய சமுதாயம் எதிலும் அவசரம் காட்டுகிறது. படித்ததுமே வேலை வேண்டும் என்கிறது. பொறியியல் படித்துவிட்டு வருபவர்களில் பாதிப்பேர், விருப்பப்பட்டு அந்தப் படிப்பை படிக்கவில்லை என்கிறார்கள். பிறகு அவர்கள் எப்படி அந்தத் துறையில் பணியாற்றுவார்கள்? மீதமுள்ளவர்கள், ஒரு வேலையில் சேர்ந்து தங்களது தகுதி, திறனை வளர்த்துக் கொள்ளவேண்டும் என்ற எண்ணம் இருப்பதில்லை. படித்ததுமே நல்ல சம்பளத்தில் வேலை வேண்டும் என்ற எண்ணம்தான் இருக்கிறது. வேலை செய்யத் தெரிந்தால்தானே, நிறுவனங்கள் அவர்களை அழைத்து வேலை கொடுக்கும். பொறியியல் படிப்போ, கலையியல் படிப்போ... எதுவாக இருந்தாலும், படிக்கும்போதே, வேலை சார்ந்த பயிற்சியை அளிக்க வேண்டும். அப்படிப்பட்ட நிலை வந்தால்தான், வேலையின்மை என்பது மாறும்.

இந்த துறைக்கு வரவிரும்புவோருக்கு நீங்கள் தரும் ஆலோசனை?

எந்தத் துறையாக இருந்தாலும், இறங்கி வேலை செய்யணும். இது அவங்கதான் செய்யணும், இவங்கதான் செய்யணும் என்று காத்திருக்கக் கூடாது. உங்களுக்கு நான் தண்ணீர் எடுத்து வந்து

தந்தது இந்த வகைதான். பொறுமை வேண்டும். ரிஸ்க் எடுக்க வேண்டும். தன்னம்பிக்கை வேண்டும். பணியாளர்களை அரவணைத்து கூட்டிச்செல்லும் பண்பு வேண்டும். இவை இருந்தால் உங்கள் துறையில் நீங்களே பெரிய ஆள்.

(சந்திப்பு நிகழ்ந்தது: ஆகஸ்ட் 2018)

வெற்றியின் ரகசியம்

ஒற்றை ஆளாக ஒரு நிறுவனத்தை கட்டி எழுப்புவது என்பது சாதாரண காரியம் இல்லை. தற்போது சொந்த கட்டடத்தில் தனது நிறுவனத்தை நடத்திக்கொண்டிருக்கிறார் பிச்சுமணி. விடாமுயற்சி, தன்னம்பிக்கை, அப்பணியில் முன் அனுபவம்... இவற்றை நீங்களும் வைத்திருக்கிறீர்கள் என்று கருதினால், தாராளமாக தயங்காமல் சிறிய அளவில் நிறுவனம் ஒன்றை துவங்குங்கள். உங்களோடு இணைந்து உண்மையாய் உழைக்கும் நபர்களை அருகில் வைத்துக்கொள்ளுங்கள். ஆரம்பத்தில் கடினமாகத்தான் இருக்கும். உண்மையாக உழைப்பைச் செலுத்திக்கொண்டே இருங்கள். வெற்றி உங்கள் பக்கம் வந்தே தீரும் என்பதே இவருடைய வெற்றியின் ரகசியம். உங்களுடைய வெற்றியின் ரகசியத்தை எப்போது எனக்கு சொல்லப்போகிறீர்கள் மிஸ்டர் வாசகரே!

மாய அறிவியல் புனைகதைகளில் முதல் தடம் பதித்தவன்!

- எழுத்தாளர் ஆர்னிகா நாசர்

இஸ்லாமியப் பெயரை வைத்துக்கொண்டு தமிழக எழுத்துலகில் பிரபலமாக முடியாது என்ற மாயையைத் தனது அறிவியல் புனைகதை எழுத்துகளால் தகர்த்தெறிந்தவர். இருநூற்றுக்கும் மேற்பட்ட விஞ்ஞானச் சிறுகதைகளை எழுதியவர். இவரது பல கதைகள் இவருக்கே தெரியாமல் சுடப்பட்டு, திரைப்படங்களாக வெளிவந்திருக்கின்றன. இவர் 1980களில் எழுதிய ரோபோட் தொழிற்சாலை நாவல், சங்கரின் இயக்கத்தில் எந்திரனாக மாறியது. இத்தகைய சிறப்புகளுக்கு சொந்தக்காரர்தான் எழுத்தாளர் ஆர்னிகா நாசர்.

இவரது அறிவியல் புனைகதை நாவல்களால் ஈர்க்கப்பட்டவர்களில் நானும் ஒருவன். இந்த புத்தகத்தில் இவரது வெற்றிக்கதையும் இடம்பெறவேண்டும் என்பதற்காக பிரத்யேகமாக அவருடன் இணையவழியில் உரையாடினேன். அந்த உரையாடல் இனி உங்கள் வாசிப்புக்காக...

உங்கள் பிறப்பு மற்றும் பூர்வீகம் பற்றிச் சொல்லுங்கள்?

நான் பிறந்த ஊர் மதுரை. ரஹிமா – சம்சுதீன் தம்பதியருக்கு மூத்த மகனாக 13.11.1960-ல் பிறந்தேன். எனக்கு எனது பெற்றோர்கள் வைத்த பெயர் நாசர். எனக்கு இரு தம்பிகள் இரு தங்கைகள். என்னுடைய அப்பா அந்தக்காலத்திலேயே பிஏ படித்தவர். தல நிதி கணக்கு (local fund Auditing) துறையில் அசிஸ்டெண்ட் எக்ஸாமினராகப் பணிபுரிந்தார். அதுமட்டுமின்றி கால்பந்து மற்றும் பூப்பந்து ஆகிய விளையாட்டுகளில் மாநில அளவிலான விளையாட்டு வீரராகவும் இருந்தார். எனது அம்மா இல்லத்தரசி. அம்மாவழி பாட்டி என்னை உமறுப்புலவர் வகையறா என்பார். பாட்டி எப்போதும் புத்தகம் படித்துக் கொண்டிருப்பார். அவரிடம் இருந்துதான் எனக்கும் சிறுவயதிலிருந்தே புத்தகம் படிக்கும் பழக்கம் தொற்றிக்கொண்டது.

பள்ளி மற்றும் கல்லூரிப்பருவம் குறித்துச் சொல்லுங்கள்?

மதுரையில் உள்ள நேரு ஆங்கில பள்ளியில் ஐந்தாம் வகுப்பு வரை படித்தேன். பள்ளியில் படிக்கும்போது குறிப்பிட்ட இலட்சியம் எதுவுமில்லை. சதா கற்பனையில் மிதந்தேன். ஐந்து வயதுவரை எனக்கு திக்குவாய் இருந்தது. பத்து வயதுவரை தமிழ் வாசிக்கத் தெரியாது. அதன் பின்னர் தட்டுத்தடுமாறி தமிழ் இலக்கியங்களை வாசிக்க ஆரம்பித்தேன்.

ஆறிலிருந்து பதினோராம் வகுப்புவரை திண்டுக்கல் புனித மரியன்னை பள்ளியில் படித்தேன். பியூசி படிப்பையும் இளங்கலை விலங்கியல் படிப்பையும் தஞ்சை பூண்டி புஷ்பம் கல்லூரியில் படித்து முடித்தேன். அங்கே படித்தபோது குறும்புகள் அதிகம் செய்வேன். வளரும் இளைஞனுக்குரிய முரட்டுத்தனம் அதிகமாக இருந்தது. எந்தத் துறையாக இருந்தாலும் அதில் கேள்விகள் அதிகம் கேட்பேன். ஆசிரியர் இன்று நடத்தும் பாடத்தை, முதல்நாளே படித்துவிட்டு வகுப்பில் ஆசிரியரைக் கேள்விகளால் திணறடிப்பேன். இந்த முரட்டுகுணம் இப்போது நினைத்தால் வருத்தமாக இருந்தாலும், படிக்கும்போது கேள்விகள் கேட்பதால் ஒவ்வொன்றைப் பற்றியும் அதிகமாகத் தெரிந்துகொள்ளவேண்டும் என்ற ஆர்வமும், அது ஆன்மீகமாக இருந்தாலும் ஏன் அப்படிச் செய்கிறார்கள் என்று பயமின்றி எதிர்கேள்வி கேட்கும் துணிச்சலையும் வரவழைத்தது. இது ஒருவகையில் எனக்குப் பிரச்சினைகளையும், மறுவகையில் நன்மையையும் தந்தது.

விலங்கியல் படித்து முடித்ததும், திண்டுக்கல்லில் உள்ள காந்தி கிராம நிகர்நிலைப் பல்கலைக்கழகத்தில் சுகாதார ஆய்வாளர் பயிற்சியைப் படித்து முடித்தேன்.

பணி தேடிய அனுபவமும் பணியாற்றிய அனுபவமும் எப்படி?

சுகாதார ஆய்வாளர் பயிற்சி முடித்தவுடன் வேலை தேடிக்கொண்டிருந்தேன். வேலை கிடைக்கும்வரை சும்மா இருக்கக்கூடாது என்பதால், எங்கள் வீட்டிலேயே 'டியாரா டியூஷன் சென்டர்' நடத்தினேன்.

அப்பா இஸ்லாமிய கோட்பாடுகளில் ஆழ்ந்த நம்பிக்கை உள்ளவர். அவரிடமும் என்னுடைய கேள்விகள் அதிகம் இருந்தன. பழமைவாதங்களில் ஏன் மூழ்கிக்கிடக்க வேண்டும். இப்படிச் செய்வது தவறல்லவா? இப்படிச் செய்வது சரியாக இருக்குமா? என்றெல்லாம் மதம்சார்ந்து அவரிடம் கேள்விகள் கேட்டது அவருக்குப் பிடிக்கவில்லை. என்மேல் அவர் கோபம் கொண்டார். இந்த கோபம் மெல்ல மெல்ல அதிகரித்துக்கொண்டே வந்தது. வீட்டில் நான் டியூசன் சென்டர் வைத்து நடத்துவது பிடிக்கவில்லை. படிப்பதற்காக நிறைய மாணவர்கள் வீட்டிற்கு வந்துசெல்வது அவருக்குப் பிடிக்கவில்லை. அது சார்ந்தும் சண்டை போட்டுக்கொண்டிருந்தார். நானும் அவரை எதிர்த்துப் பேசிக்கொண்டு இருந்தேன்.

அப்பா அசிஸ்டெண்ட் எக்ஸாமினராக இருந்ததால், அண்ணாமலை பல்கலைக்கழகத்தில் அவருக்குச் செல்வாக்கு

அதிகமாக இருந்ததால் அவர் சொல்வதைக் கேட்பார்கள். அச்சமயத்தில் அங்கே சுகாதார ஆய்வாளர் பணி காலியாக இருந்தது. "இந்தப் பணிக்கு உன்னை நான் சிபாரிசு செய்கிறேன். அந்த வேலை உனக்கு வேண்டுமென்றால், வீட்டில் வைத்திருக்கும் டியூஷன் சென்டரைக் காலிசெய்துவிட வேண்டும். அந்த இடம் எனக்கு வேண்டும். என்ன சொல்கிறாய்?" என்று என் அப்பா கேட்டார். 'சரி நான் வேலைக்கே போகிறேன்' என்றேன். டியூஷன் சென்டரை மூடிவிட்டு, அப்பாவின் சிபாரிசால் பணியில் சேர்ந்துவிட்டேன். அங்குதான் நான் பணியாற்றினேன்.

எழுத்துத்துறையில் உங்களுக்கு ஆர்வம் பிறந்தது எப்படி? அதை எப்படி வளர்த்துக்கொண்டீர்கள்?

சிறுவயதில் இருந்தே நிறைய படித்துக்கொண்டே இருந்ததால், எழுதவும் ஆர்வம் இருந்தது. அடிப்படையில் எனக்கு ஓவியமும் நன்றாக வரைய வரும். டியூஷன் சென்டர் நடத்தும் நேரம் போக மீதமுள்ள நேரத்தில் எழுதுவது, படிப்பது, வரைவது எல்லாம் எனது பொழுதுபோக்காக இருந்தது. சரி, நம்முடைய திறமை நாலு பேருக்கு தெரிந்தால், அவர்களுக்குப் பயனுள்ளதாக இருக்குமே என்ற எண்ணத்தில் நானும் என் நண்பர்களுடன் சேர்ந்து கையெழுத்துப் பிரதியைத் தொடங்கலாம் எனத் திட்டமிட்டேன். கையெழுத்துப்பிரதிக்கு என்ன பெயர் வைக்கலாம் என்று யோசித்தபோது அவனவன், தான் காதலிக்கும் பெண்களின் பெயர்களைச் சொன்னார்கள்.

ஒரு முறை நூலகத்தில் நான் படித்துக்கொண்டிருந்தபோது, ஒரு புத்தகத்தில் ஹோமியோபதியில் மருந்துக்காகப் பயன்படுத்தும் ஆர்னிகா எனும் மஞ்சள் நிறப்பூவைப்பற்றி படித்தேன். அந்தப் பெயர் ஒரு பெண்ணுக்கான பெயராகவும் தெரிந்தது. ஒரு மனதாக எங்களின் கையெழுத்துப் பிரதிக்கு பூவின் பெயரான 'ஆர்னிகா'வை வைத்தேன். டியூஷன் சென்டரில்தான் இந்த கையெழுத்துப்பிரதியைத் தயார் செய்வேன். கதை, ஓவியம், கட்டுரை என எல்லாவற்றையும் நான்தான் எழுதுவேன். முதல் ஆறு மாதம் கையெழுத்துப் பிரதிகளாக வந்தது. அண்ணாமலை பல்கலைக்கழகத்தில் வேலை கிடைத்ததால், அங்கு பணியாற்றிக்கொண்டே இந்த 'ஆர்னிகா' பத்திரிகையை நடத்தினேன். இதில் நான் எழுதிய கதைகளைப் படித்த நண்பர்கள், "நன்றாக இருக்கிறது. நீ பெரிய பத்திரிகைகளுக்கு எழுது" என்று சொன்னார்கள். இப்படித்தான் எனக்கு எழுத்துத் துறையில் ஆர்வம் பிறந்தது.

உங்கள் திருமணம், காதல் திருமணம் என்று கேள்விப்பட்டோமே... அதைப்பற்றி..?

நீங்கள் கேள்விப்பட்டது பாதியளவு மட்டுமே உண்மை. என் தந்தை திடீரென இரண்டாம் திருமணம் செய்து கொண்டார். அதனால் அவருடன் பேசிக்கொள்வதை நிறுத்திவிட்டேன். எங்கள் சமூகத்தில் திருமணம் நடக்கவேண்டுமெனில், எங்களுடைய ஜமாத்திற்குப் பெற்றோரிடமிருந்து ஒப்புதல் கடிதம் கொடுக்கவேண்டும். எனக்கும் எங்க அப்பாவிற்கும் சண்டை வந்துவிட்டது என்பதால், ஜமாத்திற்கு அவர் கடிதம் கொடுக்கவில்லை. இவன் நம்ம மதத்திற்கு எதிராக நிறைய பேசுகிறான். இவனுக்கு எந்த உதவியும் செய்யக்கூடாது என்பது போல சொல்லிவைத்துவிட்டார்.

இது சரிப்பட்டுவராது என்று நினைத்துக்கொண்டு, எனக்கு நானே பெண் பார்க்கத் தொடங்கினேன். அப்போதுதான் என் மனைவி வகிதாவைப் பார்த்தேன். அவருடைய அம்மாவிடம் சென்று, 'என் அப்பா எனக்கு சொத்து எதுவும் தரமாட்டார். என்னிடம் வேலை மட்டுமே கையில் இருக்கிறது. இதை நம்பி உங்கள் பொண்ணை எனக்குக் கட்டிக்கொடுத்தால் போதும். நான் காலம் முழுதும் பார்த்துக்கொள்வேன். நமது சமூகத்தார் செய்வதுபோல வேறு திருமணம் எதுவும் செய்துகொள்ளமாட்டேன்' என்றேன். அதைக்கேட்ட வகிதாவின் அம்மா, "இந்த தைரியத்துக்காகவே என் பொண்ணை உங்களுக்கு நிக்கா பண்ணித்தரேன்" என்றார். திருமணத்திற்குப் பிறகு காதலித்துக்கொண்டே இருக்கிறோம். இன்றும் என்றென்றும் காதலித்துக்கொண்டே இருப்போம் (சிரிக்கிறார்)

எழுத்துத்துறையில் நீங்கள் எப்படியான அனுபவங்களை ஆரம்பகாலத்தில் பெற்றீர்கள்?

ஆர்னிகா கையெழுத்துப்பிரதி கொடுத்த நம்பிக்கையில், 1984-ல் கதைகள் எழுதி குங்குமத்துக்கு அனுப்ப ஆரம்பித்தேன். எனது நண்பர்களிடம் ஒன்றைச் சொல்லி இருந்தேன். 'ஓராண்டு வரை மட்டுமே கதைகள் எழுதுவேன். அதற்குள் பிரசுரமாகவில்லை என்றால் எழுதி அனுப்புவதை நிறுத்திடுவேன்' என்று சொல்லிவிட்டேன். குங்குமம் இதழுக்குத், தொடர்ச்சியாகக் கதைகளை எழுதி அனுப்பிக்கொண்டே இருந்தேன்.

11 மாத முயற்சிக்குப்பிறகு, எனது முதல் சிறுகதையான 'முதல் வகுப்பு டிக்கெட்' குங்குமத்தில் 1985-ல் வந்தது. அந்தக் கதை வரவில்லை எனில், பெரும் பத்தரிகைகளுக்கு எழுதவே வந்திருக்க மாட்டேன். வெறும் நாசர் என்று பெயரைக் கொடுக்காமல், கையெழுத்துப்பிரதியின் பெயரான ஆர்னிகாவையும் சேர்த்து ஆர்னிகா நாசர் என்று பெயர் வைத்துக்கொண்டதும் இங்கிருந்துதான். பின்னாட்களில் அரசு கெஜட்டிலும் எனது பெயரை ஆர்னிகா நாசர் என்று மாற்றிக்கொண்டேன்.

இங்கே குறிப்பிட்டுச் சொல்லவேண்டிய ஒன்று இருக்கிறது. திருமணமான புதிதில் எனது மனைவியிடம், கதைகள் படித்திருக்கிறாயா? என்று கேட்டேன். "இதுவரைக்கும் படிச்சதில்லை. கொடுங்க இனிமே படிக்கிறேன்" என்றார். அன்றிலிருந்து எனது எழுத்துக்களுக்கு என்னுடைய மனைவி வகிதாதான் முதல் வாசகியாக இருந்தார். போகப்போக, இந்தக் கதை நல்லா இல்லை. இப்படி வந்திருக்கணும். இதுல ஆபாசம் ஏன் வருது? இப்படி மாத்தி எழுதியிருந்தா என்னவாம்? என்று சண்டைபோடும் அளவிற்கு (செல்லமாகத்தான்) எனது முதல் எடிட்டராக மாறிப்போனார். அவர் பார்த்து கதை நன்றாக இருக்கிறது என்று சொன்னபிறகுதான் பத்திரிகைகளுக்கு அனுப்புவேன். 2000மாவது ஆண்டிலிருந்து என் கதைகளை அவர்தான் டிடிபி செய்கிறார். இரட்டை எழுத்தாளர்கள் சுபாவைப்போல, எனது கதைகளில் நாங்கள் இருவரும் இரட்டை எழுத்தாளர்களாய் இயங்குகிறோம். வகிதா எனக்கு மனைவியாகக் கிடைத்தது வரம்.

தினமலரில்தானே உங்களது கதைகள் அதிகம் வர ஆரம்பித்தன? அந்த வாய்ப்பு எப்படிக் கிடைத்தது?

குங்குமத்தில் எனது கதைகள் வர ஆரம்பித்ததும், அண்ணாமலை பல்கலையில் பணியாற்றிக்கொண்டிருந்த எனது நண்பர் பூமான், தினமலர் வாரமலருக்குச் சிறுகதைகள் எழுதி அனுப்பச்சொன்னார். இஸ்லாமிய எழுத்தாளரின் கதைகளை அவர்கள் பிரசுரம் செய்யமாட்டார்கள் என்று வேறுசில நண்பர்கள் என்னிடம் சொல்லியிருந்தனர். அதனால் தயக்கத்துடன் ஏழு கதைகளைத் தினமலர் வாரமலருக்கு அனுப்பினேன். நான் ஆச்சர்யப்படும் அளவிற்கு ஏழில் ஐந்து கதைகள் பிரசுரத்துக்கு ஏற்றுக் கொள்ளப்பட்டன. அதுமட்டுமின்றி, சென்னை வந்தால் அவசியம் நேரில் வந்து தன்னைச் சந்திக்கும்படி அந்துமணி எனக்குக் கடிதம்

எழுதியிருந்தார். சென்னைக்கு வந்து அவரை முதன்முதலில் சந்தித்தபோது, முதலில் தடுமாறினேன். அவரது காரில் ஏற்றிக்கொண்டு சென்னையைச் சுற்றுவார். சுற்றிக்கொண்டே கதைகளைப் பற்றிப் பேசுவார். அடுத்தடுத்த சந்திப்புகளில் அவரிடம் நிறைய கதைகளைச் சொன்னேன். நன்றாக இருந்த கதைகளையெல்லாம் எழுதச் சொன்னார். இப்படித்தான் வாரமலரில் எனது அறிமுகம் தொடங்கிற்று. எழுத்துலகில் என்னைப் பண்படுத்த ஆரம்பித்தது எனது மனைவி வகிதாவும், அந்துமணியும்தான்.

1988-ஆக இருக்கலாம். "வாரமலருக்குத் தொடர்கதை ஒன்றை எழுதித்தாங்க" என்றார் அந்துமணி. 'குற்றாலக்கொலை சீசன்' என்ற 10 வாரத் தொடர்கதையை எழுதிக்கொண்டு, சென்னைக்கு வந்தால், அவர் வெளிநாட்டுக்குச் சென்றுவிட்டார். அவரது உதவியாளரிடம் கதையைக் கொடுத்துவிட்டு வந்தேன். சென்னைக்குத் திரும்பிய அவர் என்னை நேரில் வரவைத்து, "சிறுகதைப் போட்டியில் முதல்பரிசு பெற்றிருக்கிறீர்கள். இந்தாங்க 1000 ரூபாய் பணம். நல்ல டிரெஸ் எடுத்து போட்டுகிட்டு வாங்க. போட்டோ எடுக்கணும்" என்றார், நானும் அவர் சொன்னதைப்போல புதுச்சட்டையை வாங்கி போட்டுக்கொண்டு வந்தேன். போட்டோ எடுத்து முடித்தார்கள். நான் ஊருக்கு வந்துவிட்டேன்.

அடுத்த சிலநாட்களில் எனது நண்பர்கள் "என்னப்பா உனது போட்டோ, போஸ்டர் போட்டு ஊரெல்லாம் ஒட்டியிருக்கிறது" என்றார்கள். வெளியே வந்து பார்த்தால், ஆர்னிகா நாசர் தினமலரில் எழுதும் 'குற்றாலக்கொலை சீசன்' தொடர்கதை இந்த வாரமலர் இதழிலிருந்து என்று போட்டிருந்தது. தமிழகம் முழுக்க இந்தப் போஸ்டர் ஒட்டப்பட்டிருந்தது. அந்துமணி சார் இந்த போஸ்டருக்காகத்தான், அந்த போட்டோ செஷனை வைத்தார் என்று நினைத்துக்கொண்டேன். அவரை என்றும் மறக்கவே முடியாது. அதன்பிறகுதான் மற்ற பத்திரிகைகளுக்கும் தைரியத்தோடு எழுத ஆரம்பித்தேன்.

எப்போதிருந்து நாவல் எழுத ஆரம்பித்தீர்கள்?

எனது முதல் தொடர்கதையான 'குற்றாலக்கொலை சீசன்' தினமலர்-வாரமலரில் வந்தது என்று சொன்னேனில்லையா. அதைக் குமுதத்தின் ஆசிரியர் குழுவில் இருந்த பால்யூ சாரும் படித்திருக்கிறார் போல. "நல்லா எழுதுறீங்க... மாலைமதிக்கும்

ஒரு நாவல் எழுதித்தாங்க" என்றார். எதைப்பற்றி நான் எழுதட்டும்? என்று கேட்டேன். "எதைப்பற்றி வேண்டுமானாலும் எழுதுங்க. ஆனால், சுடச்சுட எழுதித் தாங்க" என்றார். அதற்காக நான் எழுதிக்கொடுத்ததுதான் 'சுடச்சுட ரத்தம்' நாவல். இதுதான் என்னுடைய முதல் நாவல்.

இந்த நாவல் ஹாரர் வகையைச் சேர்ந்தது. ராத்திரியில் தனியாக படித்தால் அவர்களுக்குக் கிலிபிடித்துவிடும். அப்படி எழுதி இருந்தேன். இரட்டை எழுத்தாளர்களான சுபாவில் ஒருவரான பாலகிருஷ்ணன் என்னிடம் பேசும்போது, "என்னப்பா கதை எழுதியிருக்க நீ? என் ஆபிஸ்ல இந்த நாவலைப் படிச்ச ஒரு ஆள் புத்தி பேதலிச்ச மாதிரி ஆகிட்டாரு. இப்படியாப்பா கிலி பிடிக்கற அளவுக்கு எழுதுவது..." என்று கிண்டலாகச் சொன்னாலும், "ரீடர்ஸை இப்படி பயமுறுத்துவது போல எழுதாதீங்க" என்று அக்கறையோடு சொன்னார். அதன்பிறகு ஹாரரை அதிகம் நான் எழுதுவதில்லை.

எழுத்துலகில் அறிவியல் புனைவையே உங்கள் நாவல்கள் மையமாகக் கொண்டிருக்கக் காரணங்கள் என்ன? யார் இதற்கு தூண்டுகோலாக இருந்தார்கள்?

நான் எழுதவந்த காலத்தில் ஒவ்வொருவரும் ஒவ்வொரு துறையில் எழுதிக்கொண்டிருந்தனர். நமக்கென ஓர் அடையாளத்தை ஏற்படுத்த வேண்டும் என்று முடிவுசெய்துகொண்டேன். சுஜாதாவின் நூல்களை வாசித்த அனுபவங்கள் என்னை விஞ்ஞானக் கதைகள் எழுதத் தூண்டின. சுஜாதா conventional science fiction எழுதினார். நானோ எனக்கொரு தனிப்பாதை அமைத்து *pseudo science fiction* எழுதினேன். அதாவது, இதைத் தமிழில் சொல்லவேண்டுமென்றால், பாவனை விஞ்ஞான கதைகள் என்று சொல்வார்கள். விஞ்ஞான உண்மைகள் அனைத்தும் பொய்யானது என்றும் விஞ்ஞானம் எதுவும் நிலையானது இல்லை. செடி, கொடி, உயிரினங்களைப் போல அவற்றுக்கும் பரிணாம வளர்ச்சி உண்டு. அது மாறிக்கொண்டே இருக்கும் என்பதுதான் இதன் பொருள். அதை மையமாக வைத்துத்தான் எனது நாவல்களை எழுதினேன்.

இந்த துறையில் நான் பிரகாசிக்க வேண்டுமென்றால், அது சார்ந்து நிறைய படித்துத்தெரிந்து கொள்ளவேண்டுமல்லவா? நான் அண்ணாமலைப் பல்கலைக்கழகத்தில் பணியாற்றியதும் ஒருவகையில்

நல்லதாகப்போனது. புதிது புதிதாக தெரிந்துகொள்ளவேண்டும் என்பதற்காக சமூகவியலில் பிஏ, எம்ஏ, எம்.பில் பட்டப்படிப்புகளை அண்ணாமலை தொலைநிலைக் கல்வி இயக்ககத்தில் படித்தேன். எம்பிஏ மருத்துவ மேலாண்மை பட்டப்படிப்பை அழகப்பா பல்கலைக்கழகத்தில் முடித்தேன். யுஜிசி நெட் தேர்வில் தேர்ச்சி பெற்றேன். மனநல ஆலோசனை மற்றும் குற்றவியல் தடய அறிவியல் முதுகலைப் பட்டயபடிப்புகளைப் படித்து முடித்தேன். முனைவர் பட்ட ஆய்வையும் செய்தேன். ஒரு கட்டத்தில் போரடித்துப்போனதால், இடையிலேயே நிறுத்திவிட்டேன்.

இப்படிப் பல துறைகளையும் படித்தறிந்து வைத்ததினால், ஒரு அறிவியல் கோட்பாட்டை மையமாக வைத்து, அது எப்படி மாறிக்கொண்டே இருக்கிறது என்பதை எனது நாவல்களில் எழுதினேன். இந்திய அளவில் இதுதான் முதல் முயற்சி. எளிமையாகச் சொல்வதெனில் மாய அறிவியல் புனைகதைகளில் முதல் தடம் என்னுடையதுதான். ஆரம்பத்தில் வரவேற்பு இல்லை என்றாலும், காலம் மாறமாற வாசகர்கள் எனது எழுத்துக்களுக்கு உற்சாக வரவேற்பு அளித்தனர்.

உங்களை அடையாளப்படுத்திய நாவல் எது?

1991-92 ஆக இருக்கலாம். சரியாக நினைவில்லை. 'விழியோரம் அருவி' என்ற தொடர்கதையைத் தினமலர் வாரமலரில் 36 வாரம் எழுதினேன். என்னை வாசகர்களிடம் அடையாளப்படுத்திய நாவல் இதுதான் என்று சொல்வேன். இந்தக்கதையை, இன்று படித்தாலும் கண்ணீர் வரும். இது ஒரு சமூக நாவல்.

அப்போது நான் எழுதிய சில கதைகளைப் படிக்கும்போது இப்போது அவுட்டேட்டாகத் தெரியும். ஆனால் 'விழியோரம் அருவி' எக்காலத்துக்கும் பொருந்தும். அந்த நாவலின் கதை என்னவென்றால், தனக்குத் திருமணமானதை மறைத்து மற்றொரு பெண்ணை திருமணம் செய்து கொள்வான் நாயகன். இரு பெண்களும் அவனைச் சிறையில் தள்ளுவார்கள். சிறையில் இருந்து மீண்டவனை அவனுடைய குழந்தைகளே ஏற்றுக் கொள்ளமாட்டார்கள். காமத்துக்காக இன்னொரு திருமணம் செய்தது தவறு என்பதை உணர்ந்து வருந்தும்படி அக்கதையை எழுதியிருப்பேன். இதுதான் எனக்குப் பரந்த வாசகர் வட்டத்தை ஏற்படுத்தியது. எனது பெயரையும் வாசகர்கள் மத்தியில் அழுத்தமாகப் பதிய வைத்தது.

உங்கள் நாவல்கள் சினிமாத்துறையினரால் எடுத்தாளப்பட்டிருக்கிறதே... அதுகுறித்து உங்கள் கருத்து என்ன?

தமிழ் சினிமா உலகில் கதை திருட்டு தொடர்ந்து நடந்து வருகிறது. அண்ணன் ராஜேஷ்குமாரின் நாவல்கள் நிறைய திருடப்பட்டு இருக்கின்றன. காரணம் இந்தியாவில் சட்டங்களும் நீதிமன்றங்களும் கடுமையாக இல்லை. அறிவுத்திருட்டைப் பெரிய குற்றமாக நம் மக்கள் கருதவில்லை. நான் எழுதிய 'ரோபோட் தொழிற்சாலை' நாவலைச் சுட்டு, அதை இயக்குநர் சங்கர் 'எந்திரன்' படமாக எடுத்தார்.

என்னுடைய 8 நாவல்கள் திருடப்பட்டு படமாக வந்துவிட்டன. 2015-ல், ரஜினிகாந்த் மகள் ஐஸ்வர்யா தனுஷ் எடுத்து வெளிவந்த படம் 'வை ராஜா வை'. ஆனந்த விகடனில் நான் எழுதிய 'பில்லியனில் ஒருவன்' என்ற கதையை அப்படியே படமாக எடுத்திருக்கிறார்கள். சாத்தியக்கூறு விதியை அடிப்படையாக வைத்து எழுதப்பட்ட கதை இது. விகடனுக்குப் புகார் செய்தும் பலனில்லை. நாவல்களை, கதைகளைத் தழுவி எடுக்கும் இயக்குநர்களில், நாவலாசிரியருக்கு உரிய மரியாதை செய்பவர்களும் இருக்கிறார்கள். இப்படி ஏமாற்றுப்பேர்வழிகளும் இருக்கிறார்கள். சட்டம் கடுமையாக்கப்பட வேண்டும்.

எழுத்துலகில் மறக்கமுடியாத சம்பவங்களைப் பற்றிச் சொல்லுங்கள்?

நிறைய இருக்கின்ற என்றாலும், ஒரு சிலவற்றை இங்கே சொல்கிறேன்.

என் புனைப்பெயரை கிண்டல் செய்து ஒரு எழுத்தாளர் கதை எழுதியிருந்தார். அதனைக் கண்டித்து ராஜேந்திர குமார் சார் குரல் கொடுத்தார். இப்பத்தான் அந்த பையன் எழுத ஆரம்பிச்சிருக்கான். அவனைத் தட்டிக்கொடுப்பதை விட்டுவிட்டு, இப்படி கிண்டலடிப்பது முறையல்ல என்று அந்த எழுத்தாளரிடம் சண்டையே போட்டிருக்கிறார். முகமே தெரியாத எனக்காக அவர் வாதாடியது என்னால் மறக்க முடியாது. அதன்பிறகு ராஜேந்திர குமார் சாருக்கும் எனக்கும் நெருக்கமான அன்பு பூத்தது.

விஞ்ஞானக் கதைகளைத் தொடராக எழுதும் வாய்ப்புவேண்டி ஆனந்த விகடன் ஆசிரியர் பாலசுப்பிரமணியன் சாரை அணுகினேன். அவர், நான், மதன் சார், வியெஸ்வி சார் ஆகியோர்

பலமணி நேரம் விவாதித்தோம். அது என் விஞ்ஞானக் கதைகளுக்கான அடியுரமாக அமைந்தது. தொடர்ந்து ஆனந்த விகடனில் ஜாலி விஞ்ஞானச் சிறுகதை தொடர் வெளியானது. இதுவும் மறக்க முடியாத சம்பவம்.

இஸ்லாமியப் பத்திரிகையான சமரசம் என்னை நேர்காணல் செய்தது. அப்போது நான் மதம் சாராத ஆத்திகனாக இருந்தேன். அந்த நேர்க்காணலின்போது, நன்மைகள் செய்யும் இந்துக்கள் சொர்க்கத்திற்குப் போவார்களா இல்லையா என எதிர்கேள்வி கேட்டேன். பேட்டி எடுக்க வந்தவர் விக்கித்துப் போனார். அன்பைத்தான் மதங்கள் போதிக்கின்றன. நான் பெரியவனா? நீ பெரியவனா? என்று போட்டிகள் வரும்போதுதான் பிரச்சினைகள் முளைக்கின்றன என்று நான் சொன்னதும், எனது கருத்துகளில் உள்ள உண்மையைத் தெரிந்துகொண்டு தெளிவோடு சென்றார். இதுவும் மறக்க முடியாத சம்பவம்தான்.

தினமலரில் நானெழுதிய குரான் கதைகள் 50-க்கும் மேல் வெளிவந்திருக்கும். இந்தக் கதைகளை எழுதுவதற்கு முன்புவரை குரானை நான் முழுமையாகப் படித்ததில்லை. அந்துமணிதான் என்னை முழுமையாகப் படிக்கச்சொன்னார். அதைத் தெரிந்துகொண்டு கேள்வி கேளுங்கள் தெளிவு பிறக்கும் என்றார். அதன் பிறகே குரானைப் படித்தேன். அதில் உள்ளவற்றைக் கதைகளாக எழுதினேன். எங்கள் சமூகத்தினருக்கு அதில் பயங்கர கோபம். அவர்களிடம், நம்மிடம் இருக்கின்ற நல்ல விஷயங்களை கதைகள் வடிவில் சொல்கிறேன். புரிந்துகொள்ளுங்கள் என்றேன். 500 திருக்குரான் கதைகளை எழுதியதும் மறக்கமுடியாத அனுபவம்தான்.

இன்றைய எழுத்தாளர்கள் எப்படி இருக்கிறார்கள்?

இன்றைய எழுத்தாளர்கள் பலருக்கும் வாசிப்பு பழக்கம் என்பதே இல்லை என்றுதான் சொல்ல வேண்டும். குழு மனப்பான்மை கொண்டிருக்கிறார்கள். இரண்டு கதைகளை எழுதிவிட்டு, தமிழுக்கு நான்தான் சோறு போடுகிறேன் என்று லாபி செய்கிறார்கள். பொதுவெளியில் கெட்ட வார்த்தைகளைப் பேசுகிறார்கள். சாதி அரசியல் பண்ணுகிறார்கள். இவர்களை எல்லாம் ஒதுக்கிவிட்டு பார்த்தால் மிகச் சிறப்பாக எழுதும் புதுமுகங்களும் வந்து கொண்டுதான் இருக்கிறார்கள். வாசகர்கள் அவர்களைச் சரியாக அடையாளம் கண்டு ஆதரிப்பார்கள்.

எழுத்துலகில் நீங்கள் பெற்ற விருதுகளும் பாராட்டுகளும்?

வாசகர்களின் பேரன்புதான் எனக்குக் கிடைத்த விருது. குறிப்பிட்டுச் சொல்வதென்றால், மேட்டுப்பாளையம் வாசகி ஒருவர் தன் மகனுக்கு, எனது நாவல்களில் வரும் கதாநாயகன் டியாராவின் பெயரை வைத்திருக்கிறார். மதுரை வாசகி ஒருவர் தன் மகளுக்கு 'ஆர்னிகா' என பெயர் சூட்டியுள்ளார். இது எழுத்துலகில் எனக்குக் கிடைத்த விருதாக நான் கருதுகிறேன்.

இதுவரை நான் ஆயிரம் சமூக சிறுகதைகளும், இருநூறு விஞ்ஞான சிறுகதைகளும், ஐநூறு திருக்குர்ஆன் நீதிக் கதைகளும், நூற்றியைம்பது நாவல்களும், நாற்பது தொடர்கதைகளும், ஒரு டிவி சீரியலும், ஒரு மொழிபெயர்ப்பு நாவலும், பத்து வானொலி நாடகங்களும் எழுதியுள்ளேன்.

என்னுடைய நாவல்களை எஸ்.பி.ராமு என்பவர் திரில் நாவல் என்ற பெயரில் வெளியிட்டார். தி.நகரிலுள்ள பாரதி பதிப்பகம் கிளிக் நாவல் என்ற பெயரில் வெளியிட்டார்கள். இப்போது இவை நிறுத்தப்பட்டுவிட்டன. க்ரைம் துப்பறியும் கதைகள், சயின்ஸ் பிக்ஷன் எழுதுவோர் தீண்டத்தகாதோராக தமிழில் கருதப்படும் நிலை வேதனை தருவதாக இருக்கிறது.

அந்துமணி என்னிடம் ஒருநாள்... “முழுமையான எழுத்தாளராக மாறிட்டீங்க... இனி நீங்கள் எது எழுதினாலும் அது வெற்றிபெறும்” என்று பாராட்டினார். கிரைம்கதை மாமன்னார், எனது அண்ணன் ராஜேஷ் குமார் அவர்கள் “சயின்ஸ் பிக்ஷன்ல சிறப்பா எழுதுறீங்க. அந்த துறையில் விடாமல் எழுதுங்கள்” என்று பாராட்டினார். எழுத்துலக இரட்டையர்களில் ஒருவரான பாலகிருஷ்ணன் சார் எனக்கு மிகப்பெரிய மாரல் சப்போர்ட். எனது கதைகளைப் படித்ததும் கூப்பிட்டுப் பாராட்டுவார். அமுதசுரபி இதழில், கடவுளும் சாத்தானும் என்ற கதையை எழுதியிருந்தேன். அதைப் படித்த கிரேஸி மோகன் “இப்படி ஒரு கதையைப் படித்ததில்லை. வாழ்த்துகள்” என்றார். இவைதான் எனக்குக்கிடைத்த மிகப்பெரிய பாராட்டுகளாக நான் கருதுகிறேன்.

வளரும் எழுத்தாளர்களுக்கு உங்களின் ஆலோசனை என்ன?

எழுத்தாளர்கள் குறைந்தது ஐம்பது எழுத்தாளர்களின் ஐந்து படைப்புகளையாவது வாசிக்க வேண்டும். தினமும் செய்தித்தாள் படிக்க வேண்டும். தினமும் ஒரு மணி நேரம் டிவியில்

செய்திகளைக் கேட்கவேண்டும். சதா ஐம்புலன்களையும் திறந்து வைத்து கொண்டு, தன்னைச் சுற்றி நடப்பவைகளை உள்வாங்க வேண்டும். குறைவாகப் பேசி நிறைவாகக் கேட்க வேண்டும். ஒரு விஷயத்தை வேறு வேறு கோணங்களில் புரட்டி ஆராயக் கற்றுக் கொள்ள வேண்டும். அப்படிச் செய்தால், உங்களுக்கு பல்வேறு கதைகள் கிடைக்கும். அதை உங்கள் ஸ்டைலில் எழுதப்பழகுங்கள். போகப்போக எழுத்து உங்களிடம் பழகிக்கொள்ளும்.

ஒரு எழுத்தாளரின் கதை, முக்கியமாகப் பெண்களைச் சென்றடையவேண்டும். அப்படிச் சென்றடையவில்லை எனில் உங்கள் எழுத்து வெற்றிபெறவில்லை என்று அர்த்தம். அவர்களையும் மனதில் வைத்து எழுதவேண்டும். பெண்களிடம் பிடித்த குணம் என்னவெனில் 30 ஆண்டுகளுக்கு முன்பு அவருக்கு ஒரு ரைட்டரைப் பிடிக்கும் எனில், அதை இப்போது கேட்டால்கூட சொல்வார்கள். இப்போதும் அவர்களுக்கு அந்த எழுத்தாளரைப் பிடிக்கும். ஆனால் ஆண்கள் அப்படி அல்ல. அவர்களின் ரசனை அடிக்கடி மாறிக்கொண்டே இருக்கும். அதனால் ஆபாசம் இல்லாமல், பெண்களுக்காகவும் எழுதுங்கள்.

(சந்திப்பு நிகழ்ந்தது: டிசம்பர் 2021)

கதைத் திருட்டைத் தடுக்க வேண்டும்!

எந்திரன் படக்கதைக்காக வழக்கு தொடர்ந்திருக்கிறார். "அதற்காக, இதுவரை நான் செலவு செய்த தொகை ஒன்றரை லட்ச ரூபாய். வழக்கு வெற்றிபெறும் நிலையில் இருந்தபோது, எதிர் தரப்பினரின் செல்வாக்கால் வழக்கு முடக்கப்பட்டுவிட்டது" என்கிறார் ஆர்னிகா நாசர். தான் எடுக்கும் படத்திற்கு டிவி, ஆடியோ, சாட்டிலைட், ஓடிடி, தியேட்டர், பிறமொழி உரிமை என பல்வேறு வகைகளில் காப்பிரைட் போட்டு விற்கும் சினிமா துறையினர், எழுத்தாளர்களின் கதையை எடுக்கும்போது, அவர்களுக்கு உரிய மரியாதை செய்வதுதான் நல்லதொரு வழிகாட்டுதலாக இருக்கும். இல்லையெனில் அடுத்துவரும் திரைச்சமூகமும் இத்தகைய கதைத்திருட்டில்தான் ஈடுபடும். இது ஆரோக்கியமானதல்ல. கேரளாவிலும், வங்காளத்திலும் திரைத்துறையில் எழுத்தாளர்கள் கொண்டாடப்படுகிறார்கள். தமிழ் எழுத்தாளர்களுக்கு இந்தநிலை என்று வருமோ, அன்றுதான் கலைத்துறைக்கு புதிய விடியல் பிறக்கும்.

வாழ்க்கையில் நான்பட்ட பாடு இருக்கே..!

- பேராசிரியர் சாலமன் பாப்பையா

பட்டிமன்றம் என்று சொன்னாலே நம் நினைவிற்கு வருபவர், சாலமன் பாப்பையா அவர்கள்தான். இலக்கியம், ஆன்மீகம், கம்பராமாயணம், மகாபாரதம் எனப் பழைமையைப்பற்றியே பேசுபொருளாகக் கொண்டிருந்த பட்டிமன்றத்தை, சமகால வாழ்வியலைப்பற்றியும், இக்கால மனிதர்களின் வாழ்வினைப் பற்றியும் பட்டிமன்ற பேசுபொருளாகக் கொண்டுவந்த பிதாமகர். மதுரை மண்ணுக்குச் சொந்தக்காரர். தனது வாழ்நாளில் கிட்டத்தட்ட 60 ஆண்டுகள் பட்டிமன்றம் பேசியே பிறரை மகிழ்வித்திருக்கிறார் இந்த 85 ஐந்து வயது இளைஞர். போகாத ஊரில்லை, பேசாத நாடுகள் இல்லை என்று தோன்றும் அளவிற்குப் பல இடங்களுக்குச் சென்று வந்திருக்கிறார். தாயின் சிறப்புகளாகட்டும். தாரத்தின் சிறப்புகளாகட்டும், கணவனின் சிறப்புகளாகட்டும், மனிதனின் சிறப்புகளாகட்டும்...

இவற்றை எல்லாம் பட்டிமன்றத்திலே தலைப்பாக வைத்து, மதுரை மண் மணம் கமழும் தமிழ்கொண்டு, அதிலே நகைச்சுவைக் கற்கண்டு கலந்து, பட்டிமன்றத் தேன்தமிழை எல்லோருக்கும் வழங்கியவர் சாலமன் பாப்பையா.

இன்று பலரும் ஜனரஞ்சகமானத் தலைப்புகளில் பட்டிமன்றம் பேசுகிறார்கள் எனில், அதற்கு அடித்தளம் அமைத்த பீஷ்மர். இந்தப் புத்தகத்திற்காகப் பிரத்யேகமாக, அவருடன் இணையவழியே நேர்காணல் நடத்தினேன். அவரது வெள்ளந்தியான பேச்சும், மதுரை மண் மணம் கமழும் தமிழும் வைகை நதியெனப் பிராவகமெடுத்து வந்தது. அவர் பேசப்பேச இடையில் குறுக்கிட மனமில்லை. 85 ஆண்டுகால வரலாற்றை நினைவுகூர்ந்திருக்கிறார். வெட்டாமல், தள்ளாமல் அப்படியே அள்ளித் தந்திருக்கிறேன். உரையாடல் நீண்டதாக இருந்தாலும், படிக்கச் சுகமாகவே இருக்கும். இனி பட்டிமன்றத் தமிழுடன் உரையாடலாம் வாங்க...

உங்கள் பூர்வீகம், பெற்றோர் பற்றிச் சொல்லுங்கள் ஐயா?

எங்களுடைய பூர்விகம்னு பாத்தாக்கா, திருநெல்வேலி மாவட்டம் தென்காசி பக்கத்துல சாம்பவார் வடகரைங்கற ஒரு கிராமம். அங்கதான் எங்க பூட்டன், பாட்டனாரெல்லாம் இருந்தாங்க. வெள்ளக்காரன் காலத்துல தாது வருசப் பஞ்சம் ஏற்பட்டப்போ, மதுரை திருமங்கலம் பக்கத்துல இருக்கிற சாத்தங்குடிங்கிற ஊருக்கு வந்துட்டாக.

எங்க தாய், தகப்பனெல்லாம் இங்கதான் பொறந்தாக. எங்க தகப்பனார் பேரு சுந்தரம். தாயார் பேரு பாக்கியம். எங்களது குடும்பம் மிகவும் ஏழ்மையான குடும்பம். எனது தகப்பனார் மூன்றாம் வகுப்புவரை மட்டுமே படித்தவர். எங்கப்பா தறிநெய்யும் தொழில் செஞ்சவருங்கறதால, அப்போ மதுரையில இருந்த ஹார்வி நூல் மில்லுல (பிரிட்டிஷார் காலம்), சாதாரண தொழிலாளியா வேலை செஞ்சிகிட்டு இருந்தாரு. எங்களுக்குன்னு இருந்ததெல்லாம் மதுரையில் ஒரே ஒரு காரை வீடு மட்டுமே. அந்த காலத்தில் சுண்ணாம்புக் காரையால் போட்ட வீட்டைக் காரைவீடு என்று சொல்லிக்கிடுவாங்க. அந்த வீடுதான் எங்களுடைய சொத்து. என்னுடைய பெற்றோர்களுக்கு மொத்தம் ஒன்பது பிள்ளைகள். முதலில் பொறந்தது ஆணு. கடைசியா பொறந்தது நானு. ஒம்பது பிள்ளைகள்ல 3 ஆண், 5 பொண்ணுக. அப்ப பாத்துக்கங்க, அந்த வீடு எப்படி இருக்கும்னு.

நான் எந்தத் தேதியில பொறந்தேங்கறத எங்கப்பா அம்மா சரியா எழுதிவைக்கல. அதனால, எந்த தேதியில பிறந்தேன்னு எனக்குத் தெரியாது. ஆனா, பள்ளிக்கூட வாத்தியாரு என்னைச் சேக்கும்போது எழுதிய போலித் தேதிதான் எனக்குத் தெரியும். அதன்படி பாத்தோம்னாக்கா 22.02.1936-தான் எனக்கான பொறந்த தேதி. இதுதான்யா என்னோட பூர்வீகம்.

உங்களுக்கு ஏன் சாலமன் பாப்பையான்னு பேரு வந்தது? உங்களுக்கு உண்மையா வச்ச பேரு என்ன?

என்னைப் பெத்தவங்க பேரைப் பாக்கும்போது கிறிஸ்தவப் பெயரா இல்ல. என்பேரு மட்டும் எப்படி கிறிஸ்தவப் பெயரா வந்துச்சின்னு கேக்கறீங்கபோல... வறுமையின் காரணமா எங்க பாட்டானர் காலத்துலயே மதம் மாறிட்டாங்க. நான் பொறந்ததும் எனக்கு வச்ச பெயரு சாலமன். இந்தப் பேரு வச்சதுக்கும் ஒரு காரணம் இருக்கு. என்னோட தாய்மாமன் பேரு சாலமன். நான் என் அம்மா வயித்தில இருக்கப்போ, அவரு மரணப்படுக்கையில இருந்திருக்காரு. அவரைப் பார்க்கப்போன என் அம்மாகிட்ட "பாக்கியம்... உன் வயித்துல இருக்கிறது ஆம்பள புள்ள. நான் செத்துட்டபிறகு, உன் மகனா நான் பொறப்பேன். அவனுக்கு என் பேரை வச்சிடு"ன்னு சொல்லிட்டாரு. அவரும் காலமாயிட்டாரு.

நான் ஆம்பள புள்ளயா பொறந்ததால சாலமன்னு பேரு வச்சாங்க எங்க அம்மா. தன்னோட அண்ணன் பேர எப்படி மரியாதை இல்லாம கூப்பிடறதுன்னு யோசிச்சிட்டு, எங்கள் பகுதியில் பிரபலமாக இருந்த பெயரான பாப்பையாவை சேத்துவச்சிட்டாங்க. எப்ப கூப்பிட்டாலும் எங்கம்மா என்ன பாப்பையான்னுதான் கூப்பிடுவாங்க.

பள்ளிப்படிப்பு அனுபவங்கள் எப்படி இருந்தன?

அடேயப்பா... அதெல்லாம் வாழ்க்கையாவே எங்களுக்கு இல்ல. ஒரு ஆளு சம்பாரிச்சி 9 புள்ளைக திங்கணும். வீட்டுல ரொம்ப கஷ்டம். எங்க போய்ப்படிக்க வைக்கறது? இதனால, பிள்ளைகளப் படிக்க வைக்கணும்ங்கற எண்ணமெல்லாம் எங்கப்பாருக்கு இல்ல. எங்க வீட்ல படிச்ச ஆளுன்னா எனக்கு மூத்த அண்ணன் தேவநேசன் பாப்பையாதான். அவரு அஞ்சாவது வகுப்புவரைதான் படிச்சாரு. அதுக்குமேல எங்க அப்பாவால படிக்க வைக்க முடியல. அவரு படிப்ப நிறுத்திட்டாரு.

நான்தான் அடுத்து படிக்க ஆரம்பிச்ச ஆளு. தப்பித்தவறி அடிச்சி, புடிச்சி படிக்க வந்தேன்னா பாத்துக்கோங்க. எனக்குள் ஏதோ ஒரு உந்து சக்தி. அது எனது பிடரியைப் பிடித்துக்கொண்டு முன்னோக்கித் தள்ளுச்சி. நான் அங்கிட்டு, இங்கிட்டுத் திரும்பாதபடி தள்ளிக்கொண்டே போச்சின்னுதான் சொல்லணும்.

ரொம்ப சாதாரண, ஒரு மில் தொழிலாளியின் குடும்பத்துல பிறந்த பிள்ளை நான். என்னைப் பள்ளிக்கூடத்துல கொண்டுபோய் சேர்க்கக்கூட ஆள் இல்ல. அப்படிச் சேர்க்க வேண்டும்ங்கற ஆசைகூட எங்க வீட்டில இல்ல. ஏன்னா என் தாயும் தகப்பனும் மில் வேலைக்குப் போயிடுவாங்க. அந்தக்காலத்துல காலையில 6 மணிக்கெல்லாம் அந்த மில் தொடங்கிடும். அவங்க ரெண்டுபேரும் போயிருவாங்க. நிலைமை இப்படி இருக்கும்போது எங்களை எப்படி பள்ளிக்கூடத்துல சேர்ப்பாங்க?

நான் பள்ளிக்கூடத்துல சேந்ததே அதிசயம்தான். அது எப்படின்னா, திடீர்னு ஒரு நாள், என்னுடைய பெரியம்மா மகன் பள்ளிக்கூடம் போனப்போ, அவரோட வாத்தியாரு "பிள்ளைகளைப் போய்க்கூட்டிகிட்டு வா"ன்னு சொன்னதுனால, அந்த அண்ணன் என்னைய கூட்டிகிட்டுப் போனாரு. ஆக, நான் பள்ளிக்கூடத்துக்குப் போய் சேர்ந்ததே மிகப்பெரிய ஆச்சர்யம்.

நான் போய் சேர்ந்த பிறகுதான் என் அப்பா கேட்டாரு, "பள்ளிகூடத்துக்குப் போயிட்டியா? என்னாடா? எப்படிடா?" என்று கேட்டதுக்கு, நடந்ததைச் சொல்லிட்டு, 'அப்பா நீங்க

பள்ளிக்கூடத்துக்கு வந்து எனக்குக் கையெழுத்து போடணும்பா' என்று சொன்னேன். மறுநாள் அவர் வேலை செய்யும் மில் வாசலிலேயே நின்றிருந்து, அவரது மில் வேலை முடிந்து, சாப்பிட வரும்வேளையில் 'வந்து கையெழுத்து போட்டுட்டுப்போங்க' என்று நான் அவரைப் பள்ளிக்குக் கூட்டிச்சென்று கையெழுத்து போடவைத்தேன்.

அப்போ பாருங்க, பிள்ளைகளைப் படிக்க வைக்கணும்னுகூட எங்க வீட்ல நினைப்பில்ல பாத்தீங்களா? அதற்கான அறிகுறிகூட அங்கில்லை. எப்படியோ ஆரப்பாளையம் கிராஸ் ரோட்டில் இருந்த முனிசிபல் பள்ளியில் சேர்ந்தேன். (இன்று அது மாநகராட்சி பெண்கள் பள்ளியாக இருக்கிறது) ஒண்ணாம் வகுப்புல இருந்து நாலாம் வகுப்புவரை அங்கதான் படிச்சேன். ரெண்டாம் வகுப்பு படிக்கிறப்போ, பேச்சுபோட்டின்னு சொல்லி, எங்க வாத்தியாரு, ஒரு பேச்சை மனப்பாடம் செய்ய வச்சாரு. மேடையில போயி அதை அப்படியே ஒப்பிச்சேன். பரிசு கிடைக்கல. இதுதான் பேச்சுத்துறையில முதல் அனுபவம்.

அங்கு படிச்சிகிட்டு இருந்தவன், அப்பா வேலை செய்யற மில் கேட் பகுதியில் இருந்த தமிழ்நாடு எவாஞ்சலின் லூத்தரன் சர்ச் பள்ளியில் சேர்ந்து நாலாம்வகுப்பு அஞ்சாம் வகுப்பு படிச்சேன். இங்கதான் நான் பேசுவதற்கு கற்றுக்கொள்ள ஆரம்பித்தேன். இந்த பள்ளியில் லைசியம் எனும் பேச்சுமேடை வகுப்பை வைத்திருந்தார்கள். மாதம் ஒரு சனிக்கிழமை இந்த வகுப்பு நடக்கும். ஒரு தலைப்பைக் கொடுத்துப் பேசச்சொல்லுவாங்க. நல்லாப் பேசினா பரிசு கிடைக்கும். அங்கே பேசி சில்வர் மெடல் ஒண்ணு வாங்கினேன்.

அடுத்து, தல்லாகுளத்தில் இருந்த அமெரிக்கன் கல்லூரி பள்ளி என்கிற ஏசி ஹைஸ்கூல்ல, ஆறாவதுல இருந்து பத்தாவது வரைக்கும் படிச்சேன். இங்க படிச்சப்போ, ஓவிய ஆசிரியர் சிற்றரசு என்பவர் இருந்தார். எனக்குள்ள இருக்கிற எல்லாத் திறமைகளையும் வளர்த்தெடுத்த ஆசான் அவர். பேச்சு, எழுத்து, ஓவியம், பாடுவது, நாடகம் நடிப்பது, கையெழுத்துப்பிரதி நடத்துவது என, எல்லாக் கலைகளையும் கற்றுக்கொடுத்தார். இது பின்னாட்களில் எனக்குப் பல வகையில் உதவியா இருந்துச்சு. 1953-ல் பத்தாவது முடிக்கறதுக்குள்ள படாதபாடுபட்டுட்டேன். படிக்க நான் தயாராக இருந்தாலும் குடும்பக் கஷ்டம் நம்மள விடல. இதுதான் என்னோட பள்ளி வாழ்க்கை.

பள்ளிப்படிப்பே ரொம்ப கஷ்டப்பட்டு படிச்சேன்னீங்க? அப்புறம் எப்படிக் கல்லூரி படிக்க வந்தீங்க?

அங்க இருந்து அமெரிக்கன் கல்லூரிக்கு இன்டர் மீடியட் படிக்க வந்தேன். கல்லூரியில் படிக்க வைக்க, எங்க வீட்டுல விருப்பம் இல்லை. ஏன்னா நான் ஹைஸ்கூல்ல படிச்சதே பெரியபாடு. கல்லூரியில எப்படிப் படிக்க முடியும்? அதுக்கு நிறைய பணம் கட்டணும். எங்க முடியும்? அது சாத்தியமில்ல. ஆனா, எனக்குப் பாடம் சொல்லிக்கொடுத்த ஏம்ஸ் என்ற ஆசிரியர், நான் பத்தாம் வகுப்புத் தேர்வில் வெற்றி பெற்றுவிட்டேன் என்று சொன்னவுடனேயே "நீ கல்லூரியில் படிக்கணும்" என்று சொல்லி, அவர்தான் அமெரிக்கன் கல்லூரிக்கு வந்து விண்ணப்பம் வாங்கி, அதை முழுமையாகப் பூர்த்தி செய்து, கல்லூரியில் கொடுத்துவிட்டார். எனக்குக் கல்லூரியில இடம் கிடைச்சிருச்சி. ஆனா கல்லூரியில் சேர்வதற்குச் சம்பளம் கட்டணுமே. அப்போ எனது தூரத்து உறவில் அண்ணி ஒருத்தர், தன்னுடைய நகையை அடகுவைத்து, படிக்க அனுப்பி வைத்தார்.

இன்டர்மீடியட்டில் நான் கிரேக்க வரலாறு, இந்திய வரலாறு, லாஜிக் (அக்காலத்தில் சட்டம் படிக்க விரும்புபவர்கள் இந்த பாடத்தை எடுத்து படிக்க வேண்டுமாம்) பாடங்களை எடுத்துப் படித்தேன். இந்த லாஜிக் பாடம் படித்தது, பின்னாட்களில் நான் மேடையில் 'லாஜிக்'காகப் பேசுறதுக்கு ரொம்பவும் உதவியா இருந்துச்சு. கல்லூரிக்குப்போய் படித்தேன். பிறகு ஒரு காலத்தில் அந்த நகையை மீட்டு, அவங்ககிட்டயே திருப்பிக் கொடுத்துட்டேன்.

இன்டர்மீடியட் முடிச்சதும் அங்கேயே இரண்டாண்டு பிஏ படிப்பு. அங்க படிக்கறப்போ, எங்க அண்ணனைக் கட்டிகிட்ட, என் சொந்த அண்ணி பணம் கொடுத்து என்னைப் படிக்க வச்சாக. இப்படித்தான் போச்சு எனது கல்லூரி வாழ்க்கை.

பேச்சு உலகம், பள்ளி வயசுலயே ஆரம்பிச்சிடுச்சின்னு சொன்னீங்க? அதை எப்படி வளர்த்தெடுத்தீங்க?

அமெரிக்கன் ஹைஸ்கூல்ல படிக்கறப்போ, அங்க திருவள்ளுவர் கழகம்னு ஒன்னு இருந்துச்சி. நமக்கு இருந்த பேச்சு ஆர்வம், நாடக ஆர்வத்துக்கு அந்த இடம் தீனி போடவே, படிக்கிற நேரம்போக, அதுலதான் இருந்தேன். பள்ளி அளவுல அந்தக் கழகத்துக்குச் செயலாளரா இருந்தேன். கல்லூரியிலும் அந்தக் கழகம்

இருந்ததால, அதன் தலைவராக ஆயிட்டேன். அங்கு படிக்கும்போது என்னுடைய ஆசிரியர்களிடத்திலே, கல்லூரி முதல்வரிடத்திலே, பேச்சு உலகம், நாடக உலகம், பாட்டு உலகம் இப்படி பல காரியங்களைச் செய்து, திருவள்ளுவர் கழகத்தில அது இதுன்னு நிறைய நடத்தி, அங்கே கொஞ்சம் செல்வாக்கா ஆகிட்டேன். இந்தக் காலகட்டத்துல எனது மேடைப்பேச்சு திறமைகளை மெல்ல மெல்லப் பட்டை தீட்டிகிட்டேன். கல்லூரி முடிக்கும்போதே அரசுப்பணி தேர்வை எழுதினேன். அரசு வேலையும் கிடைச்சது. ஆனா நான் போகல.

வீட்டிலே ரொம்ப கஷ்டமான நிலை இருந்திச்சு. அரசு வேலைதான் கிடைச்சிடுச்சே! ஏன் போகல? என்னதான் பண்ணுனீங்க?

1958-ல, அரசின் வருவாய்த்துறையில் தேர்வு எழுதி, அதில வெற்றிபெற்றதால, எனக்கு செங்கல்பட்டுக்கு போஸ்டிங்கும் ஆயிடுச்சி. ஆனா பாருங்க, இந்த போஸ்டிங் கிடைச்ச சமயத்துலதான், மதுரையிலேயே முதன்முதலாக, தியாகராசர் கல்லூரியில தமிழ் முதுகலை வகுப்பு வருது. எனக்கு வேலையைவிட, மேல படிக்கணும்னுதான் ஆர்வமா இருந்துச்சி. ஒருவேளை, தியாகராசர் கல்லூரிக்கு, தமிழ் முதுகலை படிக்க வராமல் இருந்திருந்தால், நான் ஒரு கிளார்க்காகப் போயிருப்பேன். என்னோட வாழ்க்கை வேற மாதிரி ஆகியிருக்கும்.

எனது தகப்பனாரிடத்தில் கெஞ்சறேன். “ஐயா எப்படியாவது எம்.ஏ. படிச்சிட்டா நல்லா இருக்கும்”. அவரோ, “பிஏ படிச்ச பிறகு எம்ஏ என்னடா? என்னடா படிப்பு அது? இது தேவையாடா நமக்கு? நம்மகிட்ட எங்கடா இருக்கு காசு? ஒரு வழியும் இல்லையேடா? படிக்க வைக்கு முடியாதுடா என்னால”ன்னு சொல்லிட்டார். “இல்லப்பா நான் எப்படியாவது படிச்சாகணும். எம்.ஏ. படிச்சிட்டா ஒரு நல்ல வேலை கிடைக்கும்” என்று சொன்னேன்.

என்னோட பிடிவாதத்தைப் பார்த்த எங்கப்பா, எனக்காக அவரோட வேலையை விட்டாரு. வேலையில இருந்து நின்னதும், அவருக்குச் சேரவேண்டிய தொகையாக அறுநூத்திச் சொச்ச ரூபா கொடுத்தாங்க. அப்போ அது ரொம்ப பெரிய தொகை. நான் எம்ஏ தமிழ் முதலாண்டு படிக்கறதுக்கு மட்டும் 200 ரூபா கட்டினாரு. வீட்டுலருந்து கல்லூரிக்குப் போய்வருவதற்காக,

200 ரூபாய் செலவுல சைக்கிளையும் வாங்கிக்கொடுத்துட்டு, "இனி எங்கிட்ட பணமில்லை. நீ எப்படிப் படிப்பியோ? என்ன செய்வியோ? எனக்குத் தெரியாது?"ன்னு சொல்லிட்டாரு.

நான் அப்போதெல்லாம் என்னைவிடச் சிறியவர்களுக்கு டியூசன் எடுப்பதுண்டு. அதில் வரும் வருவாயைக்கொண்டு படிக்கறதுக்காகக் கொஞ்சம் புத்தகங்கள் வாங்கியதுண்டு. அப்போ புத்தகங்கள் எல்லாம் வாங்கமுடியல. எம்ஏ போனதும் என்ன ஆச்சுன்னா? புத்தகங்கள் எல்லாம் பெரிசு பெரிசா இருந்துச்சு. அத்தனையும் தமிழ் இலக்கியங்கள். அதை வாங்கலாமுன்னு போனா, கையில காசு கிடையாது. சரி நூலகத்துலயாவது எடுத்து படிக்கலாமுன்னா, நூலகத்துலயும் புத்தகம் இருக்காது. அதை எல்லாம் கல்லூரி பேராசிரியர் பாடம் நடத்துவதற்காக வீட்டுக்கு எடுத்துகிட்டு போயிடுவார். அவர் கையில புத்தகம் வேணுமே. அவர் அதை வச்சிகிட்டு படிச்சிகிட்டிருப்பாரு. அப்போ எங்களுக்கு என்ன ஆகும்ணு நினைக்கிறீங்க? யாராவது ஒருத்தர் எழுதி, கிழுதி வைச்சிருப்பாங்க. சின்னச்சின்ன பகுதிகளாக எழுதி வச்சிருப்பாங்க. அதைப் பார்த்துதான் நாங்க படிச்சோம்.

அங்க போன பிற்பாடுதான், இன்னும் பல நெருக்கடிகள் வந்து சேர்ந்துச்சு. முதலாமாண்டு தேர்வு எழுதுவதற்கான சம்பளத்தை நான் கட்டல. ஆனாலும், பாப்பையா தேர்வு எழுதட்டும் என்று பெருந்தன்மையோடு இருந்தாங்க. ஏன்னா தியாகராசர் கல்லூரி பெருந்தன்மையான கல்லூரி. அவங்க எனக்கு அனுமதி கொடுத்திருந்தாங்க.

நிலைமை என்னாச்சுன்னு சொன்னா, எங்களுடைய ஆசிரியர்களில் ஒருவர், அவர் சொன்ன வேலையை நான் செய்யவில்லை என்பதற்காக, என்னைப்பற்றித் தப்பும் தவறுமாக எனது துறைத் தலைவரிடம் சொல்லி வைத்துவிட்டார். அதை நம்பிய எனது துறைத்தலைவர் என்னை தேர்வு எழுதவே அனுமதிக்கல.

தேர்வுக்கான நுழைவு சீட்டு எல்லோருக்கும் வந்துடிச்சி. அதை வாங்குவதற்காக வரிசையில் நிற்கிறோம். எல்லோருக்கும் கொடுத்துவிட்டு, என்கிட்ட என்ன சொன்னாங்கன்னா, "உங்களுக்குச் சீட்டு வந்திருக்கு, ஆனா உங்களுக்குக் கொடுக்கக்கூடாது என்று உங்களுடைய துறைத்தலைவர் சொல்லியிருக்காரு. நீங்க போய் அவரைப்பார்த்துட்டு, அவரிடம் அனுமதி வாங்கிட்டு வாங்க"ன்னு கல்லூரியில சொல்லிட்டாங்க.

சரி... என்ன காரணம்னு போய்க் கேட்டுடுவோம்னு முடிவு பண்ணிகிட்டேன். அந்தசமயத்துல, இதுதான் பிரச்சினைக்கு காரணம்னு தெரியாது. என்னுடன் படிக்கும் நண்பரான அருணாச்சலம் என்ற நண்பருடன் துறைத்தலைவரைப் பார்த்து நான் என்ன ஐயா தப்பு பண்ணினேன்னு கேட்டேன்.

“இல்ல நீ என்னையப்பத்தி ரொம்ப தவறா பேசிருக்க”ன்னு சொன்னாரு. நான் அப்படிப்பட்ட மாணவன் இல்லை ஐயா. என்னைத் தேர்வெழுத அனுமதிங்கன்னு சொன்னேன். “இல்ல... அனுமதிக்க முடியாது. நீ பேசியிருக்க... ஒரு ஆசிரியர் பொய் சொல்லுவாரா?” என்றார். எனக்கு லேசா புடிபட ஆரம்பிச்சிடுச்சி. ‘அப்ப சரி... ஆசிரியர் பொய் சொல்லுவாரான்னு அவரைத்தான் நம்புறீங்க... என்னை நம்பல இல்ல. உங்களிடம் படித்து நான் வெற்றிபெறணும்னு அவசியம் இல்லை. நான் வரேன்’ என்று அழுகையும் கண்ணீருமாக நான் வந்துட்டேன். அருணாச்சலத்திடம், எனது பேராசிரியர் சொன்னார்... “பாத்தியா பாத்தியா எவ்வளவு கோபமா போறான் பாத்தியா...”

“இல்லை ஐயா... அவன் நல்ல பையன்... இப்படிப் பண்ணிட்டீங்களே... அவனிடம் என்ன ஏதுன்னு கேட்கிறேன்” என்றபடி வெளியே வந்துவிட்டார். அருணாச்சலத்துடன் அந்த ஆசிரியரைப் பார்த்து நேரில் கேட்டுவிட்டு வந்தேன். அவரோ, “இல்லை அந்த பேராசிரியர் பொய் சொல்றாரு... நான் எப்படி சொல்லுவேன். பாப்பையா எங்க சொன்னாரு. ஒண்ணுமே சொல்லலையேப்பா...” என்றார். பிரச்சினை முடிந்தது.

அருணாச்சலம் என்ன செஞ்சாருன்னா, அவருடைய மனைவியின் நகைகளை அடகு வச்சி எனக்கும் தெரியாமல், தேர்வுக்கட்டணத்தை செலுத்திவிட்டு, அனுமதிச்சீட்டை வாங்கிட்டு வந்து என்கையில் கொடுத்துட்டு “நீ தேர்வு எழுதப்போகலாம்”னு சொல்லிட்டாரு. அவரோட உதவியால தேர்வெழுதி முதலாண்டுல தப்பிச்சிட்டேன்.

இரண்டாம் ஆண்டு எப்படி பணம் கட்டறது? எங்கெங்கெயோ கேட்டும் ஒண்ணும் முடியல. கடைசியில என்னோடு படித்த என்னுடைய நண்பன் தியாகராஜன், அப்போது சென்னையில் வேலை பார்த்துக்கொண்டிருந்தான். என்னுடைய நிலையை சொன்னதும், கொஞ்சமும் யோசிக்காமல் அவனுடைய சைக்கிளை வித்து, பணத்தை சென்னையில் இருந்து தந்தி மணியார்டர்

மூலமாக அனுப்பி வச்சி, “நீ படிக்கணும்டா, நல்லா பரிட்சை எழுதுடா”ன்னு சொன்னான்.

ஆக என்னுடைய வாழ்க்கையில நான் கடவுளைக் கண்டதில்லை. ஆனால், நண்பர்களின் வழியாக கடவுளைக் கண்டிருக்கிறேன். இன்று வரையிலும் என்னால் விளங்கிக்கொள்ளவே முடியாத அதிசயம் இது. எத்தனை தொலைவில் இருக்கிறவர்கள், அவர்களை எல்லாம் பார்த்தால், அவர்கள் யாரும் கிறிஸ்தவர்கள் இல்லை. என்னுடைய சொந்தக்காரர்கள் இல்லை. இந்து சமயத்தைச் சேர்ந்தவர்கள். நான் பிஏ படிக்கும்பொழுதே, சமயம் என்பது ஒன்றுமில்லை என்பதைப் புரிந்துகொண்டேன். ஏனென்றால் திருவிகவின் புத்தகமும், பாரதியினுடைய புத்தகமும், நான் வாசித்த பல்வேறு நூல்களிலும், வள்ளலார் பெருமானுடைய புத்தகமும் எல்லாமாகக்கூடி என்னுடைய மனதைப் பக்குவப்படுத்திவிட்டது. இத்தகைய நண்பர்கள் என்னுடன் இருந்ததால், அவர்களின் உதவியினாலே முதுகலையை முடித்தேன். எங்க வம்சத்தில் முதல் தலைமுறை பட்டதாரி, முதல் தலைமுறை முதுகலை பட்டதாரி நான்தான். இதுதான் என்னுடைய கல்வியுலக வாழ்க்கை.

அரசு வேலையையும் விட்டுட்டீங்க? அப்புறம் எப்படித்தான் உங்களுக்கு வேலை கிடைச்சது? அங்கே எந்தமாதிரியான அனுபவங்கள்?

எம்ஏ முடிச்சதும், ஆய்வுப் படிப்புக்கு விண்ணப்பிச்சேன். பணக்காரங்களுக்குத்தான் அப்போ அந்தப் படிப்பெல்லாம் கிடைக்கும், நமக்கேது? சரி வேலைக்குப் போவோம்னு முடிவுபண்ணிட்டேன். வேலூரில் இருக்கின்ற ஊரிஸ் கல்லூரியில் ஓராண்டு பயிற்றுநர் பணி கிடைச்சது. தற்காலிகப்பணிதான் இது. பயிற்றுநர் என்றால் டியூட்டர் என்று அப்போது சொல்வார்கள். அந்தப்பணியில் சேர்ந்தேன். நல்ல ஊருதான். அப்பல்லாம் எங்களுக்கு சம்பளம் 105 ரூபாய். அப்புறம் 125 ரூபாய் வரைக்கும் வந்துச்சி. அதை வச்சிகிட்டு ஒண்ணும் அங்க சமாளிக்க முடியாது. அங்க இருந்தப்ப, என்கிட்ட படிச்ச மாணவர்கள், ஐயா எங்க பள்ளியில இலக்கியக்கூட்டம் நடக்குது, நீங்க வந்து பேசணும்னு கூட்டிகிட்டு போவாங்க. முதன்முதலில் தனியா இலக்கியக்கூட்டத்துக்கு நான் பேசப்போனது திருவண்ணாமலையிலதான்.

அங்க வாங்குற சம்பளம் போதல. நான் குடும்பத்துக்கு உதவணும். அதனால, அடுத்த ஆண்டே அமெரிக்கன் கல்லூரிக்கு வந்து சேர்ந்தேன். 1962-ல, நான் படிச்ச அமெரிக்கன் கல்லூரியில தற்காலிகப் பணியில், பயிற்சி ஆசிரியராக (டியூட்டராக) நுழைஞ்சேன். அங்க நுழைஞ்ச பிற்பாடுதான் ஆசிரியர்களைப் பற்றிய அனுமானுமும், புரிதலும் எனக்கு ஏற்பட்டது. ஆசிரியர்கள் எல்லோரும் நிரந்தரப் பணியில் இருப்பவர்கள். நான் கூட்டங்களுக்கு சென்று பேசுவது, மேடை பேச்சில் வலம் வருவது எல்லாம் எனக்குத் தனி மரியாதையைப் பெற்றுத்தந்தது. அந்த மரியாதை அங்கே பணியாற்றிய ஆசிரியர்களுக்குப் பிடிக்கல. ஓராண்டுக்கு முன்பு வரை, எனக்கு பாடம் சொல்லிக்கொடுத்த ஆசிரியர்களாக அவர்கள் அப்போது இல்லை. என்னை அவுங்க சல்லிக்காசுக்கு மரியாதை இல்லாத ஆளாத்தான் நடத்துனாங்க.

டியூட்டர் பணியில் இருப்பவர்கள் வாரத்திற்கு நான்கு வகுப்புகள் எடுக்கலாம். பயிற்சிக்காக அப்படிக் கொடுப்பார்கள். அதில் இரண்டு வகுப்பு பியுசி எனும் புதுமுக வகுப்பாகப் போய்விடும். மீதமுள்ள இரண்டு வகுப்பு இளங்கலை வகுப்புக்கு ஒதுக்குவார்கள். இளங்கலை வகுப்புக்கான இரண்டு வகுப்பும் எப்படி இருக்கும்னா, மாணவர்கள் கட்டுரை எழுதுவதை மேற்பார்வை பார்க்கும் வகுப்பாக இருக்கும். அமெரிக்கன் கல்லூரியில் என்னன்னா... ஒரே வகுப்புல நூறுபேர், நூற்றி இருபதுபேர் இருப்பாங்க. அங்க போன உடனேயே, வரவேற்பு நமக்கு பரிதாபகரமாக இருக்கும். “ஓ... ஆ... ஊ...”ன்னு சத்தம்போட்டுகிட்டே இருப்பாங்க. அங்க போன பிற்பாடு, என்னுடைய பேச்சுத் திறமையை வச்சித்தான் அவங்களை வழிக்கு கொண்டுவந்தேன்.

புதுமுக வகுப்புல நாங்க பாடம் நடத்துறதுக்கு செய்யுள் கொடுக்கமாட்டாங்க. செய்யுள் எல்லாம் அவங்க வச்சிக்குவாங்க. ஒரு வகுப்பு கட்டுரை எழுதற வகுப்பு, ஒரு வகுப்பு உரைநடையை நடத்துவதற்குக் கொடுப்பாங்க. இந்த உரைநடையை நாம ஒழுங்கா நடத்தலன்னா, அங்கயே நம்ம பயலுக ஆர்ப்பாட்டம் பண்ண ஆரம்பிச்சுடுவாங்க. நாம் எத்தனை இடத்திற்குப் போனாலும், நன்கு படித்து அறிவை விரிவு செய்திருக்கலாம். ஆனால் மனதைப் பக்குவப்படுத்தி வைத்திருக்கவேண்டும் இல்லையா. மனதைப் பக்குவப்படுத்தும் எண்ணம் அநேக ஆசிரியர்களிடத்தில் இல்லை. அது மெல்ல மெல்ல, படிக்கப்

படிக்க, நல்ல பெரியோர்களின் தொடர்புகளைப் பெறப்பெறத்தான் அந்த பக்குவத்தைப் பெறமுடியும். அந்த அனுபவமும் ஆற்றலும் எல்லாருக்கும் கிடைச்சிருக்குமாங்கறது சந்தேகம்தான். அந்த அனுபவத்தைக் கொண்டு மாணவர்களிடம் செல்வாக்கு பெறுவதற்காக, அங்க நான் ஆசிரியனாக பட்டபாடு இருக்கு பாருங்க. சொல்லில் அடங்காது.

என்னுடைய நல்ல காலம் பாருங்க. மூன்றாவது ஆண்டிலேயே விரிவுரையாளர் ஆவதற்கான வாய்ப்பு கிடைச்சது. அந்த வாய்ப்புல போட்டிக்குப்போனா, என்னை எப்படியாவது ஒழிச்சி விட்டுடணும், இவன் இங்க இருக்கக்கூடாது அப்படின்னு, அங்க உள்ளுக்குள்ள வேலை நடந்துகிட்டு இருக்கு. அதிர்ஷ்டவசமாக என்னுடைய கல்லூரி முதல்வரான சவுரிராயன், நான் மாணக்கனாக இருந்ததில் இருந்து அவர்களுக்கு என்னைத் தெரியும் என்பதால், ஒரே முடிவாகச் சொல்லிவிட்டார். “இவன் வகுப்பு நடத்துறதை நான் நேரிலேயே பார்த்துவிட்டேன். இவன்தான் அந்த விரிவுரையாளர் பணிக்குத் தகுதியானவன். இவன் இருக்கட்டும்” என்று சொல்லிவிட்டார். கல்லூரி முதல்வரே சொல்லிட்டாருன்னா... வேற வழியில்ல. இப்படித்தான் அங்க நான் ஓர் நிலையான ஆசிரியராக மாறினேன்.

பணியில் சேர்ந்த பிற்பாடுதான் நம்ம திறமைகளை வெளிக்கொணர முடிந்தது. முதுகலையில் நமக்கு என்ன சொல்லிக்கொடுப்பாங்க... பாடங்கள் குறித்த அறிமுகம்தான் சொல்லிக்கொடுப்பாங்க. தமிழில் உள்ள இலக்கியங்கள், துறைகள் பற்றி கொஞ்சம் தெரிஞ்சிக்கிடலாம். முதுகலைப் பட்டம் என்பது நாம் தொழிலுக்குப் போவதற்கான ஒரு வாய்ப்பே தவிர, படித்துவிட்டோம் என்பதற்கான அடையாளம் இல்லை. என்னிடத்தில் அப்போது புத்தகங்கள் கிடையாது. இப்போ, மாணவர்களுக்கு நான் பாடம் நடத்தணும்னா, ஏதாவது தெரிஞ்சி வச்சிருக்கணும்ல. அப்படி ஏதாவது தெரிஞ்சிக்கணும்னா நூலகத்துக்குத்தான் போகணும். எங்க அமெரிக்கன் கல்லூரியின் நூலகம் இருக்கே. மிக அற்புதமான நூலகம் அது. அந்த நூலகத்துக்குள்ள நுழைஞ்சி எதை எதையெல்லாம் படிக்கமுடியுமோ அதையெல்லாம் அப்போ தொடர்ந்து படிச்சிகிட்டே இருந்தேன். பாடம் நடத்துவதற்கு மட்டுமல்ல எனது பேச்சுலக வாழ்க்கைக்கும் இங்கே படித்ததுதான் மிகவும் கைகொடுத்தது. இவைதான் நான் ஆசிரியர் பணியில் கற்றுக்கொண்ட அனுபவப் பாடங்கள்.

அரசியல் கூட்டங்கள் நடந்த காலகட்டத்துல, பட்டிமன்றம் எப்படி வந்தது? அதில் எதை முக்கிய தலைப்புகளாக எடுத்துகிட்டு பேசினாங்க?

நான் ஆசிரியராகப் பணியேற்ற பிறகு, தமிழ்நாட்டுக்குள்ளே பட்டிமன்றம் எனும் புதிய துறை ஒன்று வந்தது. ஏன்னா அந்த காலத்துல பேச்சுக்கு ரொம்ப செல்வாக்கு இருந்தது. அன்றைக்கு திராவிடர் கழகமும், திராவிட முன்னேற்றக் கழகமும், பொதுவுடமை இயக்கமும் பேசிப்பேசியே தங்கள் ஆளுமைகளை வளர்த்தார்கள்.

அப்போ காங்கிரஸ் இயக்கத்துல பெரிய பேச்சாளர்கள் இல்ல. மேற்சொன்ன மூன்று இயக்கங்களும், பெரியவர் ம.பொ.சி போன்ற பெரும்பெரும் பேச்சாளர்களும், அண்ணா போன்றோரும் பேச்சுலகில் ஜாம்பவான்களாக இருந்தாங்க. அவங்க எல்லாம் பேச ஆரம்பிச்சுட்டாங்கன்னா கூடி இருக்கிற கூட்டம் மணிக்கணக்கா கேட்டுக்கொண்டே இருக்கும். அவர்கள் பேசுவதை நிறுத்திவிட்டார்களே என்பதை, “ஐயோ நிறுத்திட்டாங்களே” என்று சொல்லிட்டுப் போவாங்களே தவிர, “நல்லவேளை... தப்பிச்சோம்”ன்னு சொல்லமாட்டாங்க. அப்படி மிகப்பெரிய கூட்டம் பேச்சுலகிற்கு வந்து சேரும். அன்றைக்கு அதுதான் வாய்ப்பாக இருந்தது. 1967-ல் திராவிட முன்னேற்றக் கழகம் ஆட்சிக்கு வந்தபிறகு, அவர்களுடைய பேச்சிலும் ஒரு சோர்வு ஏற்பட்டது.

அதைக் கொஞ்சம் விரிவாகப் பார்த்தீங்கன்னா உங்களுக்கே தெரியும். ஏன்னா, அவங்க எங்கே போய் உட்கார வேண்டும் என்று ஆசைப்பட்டார்களோ, அங்கே போய்ட்டாங்க. போன பிற்பாடு இவர்கள் சொன்னதையெல்லாம் நிறைவேற்ற முடியல. காங்கிரஸ்காரர்களுக்கு ஏற்பட்ட தகராறு இவர்களுக்கும் வந்துடிச்சி. துரதிர்ஷ்டவசமாக பேரறிஞர் அண்ணாவும் தவறிப்போயிட்டாரு. ஆக இந்த நெருக்கடிகள் எல்லாம் வந்த பிறகு, அரசியல் பேச்சைக்கேட்பதற்கு பொதுமக்களிடையே ஒரு சோர்வு ஏற்பட்டது. இந்த சோர்வு பட்டிமன்றத்திற்கு மிக லாபகரமாக மாறிப்போனது.

பட்டிமன்றம் என்பது பழைய வடிவம். இரட்டைக் காப்பியங்களில் ஒன்றான மணிமேகலையில், இதைப்பற்றி அருமையா சொல்லியிருக்காங்க.

'ஒட்டிய சமயத்து உறுபொருள்வாதிகள்

பட்டிமண்டபத்துப் பாங்கு அறிந்து ஏறுமின்

செற்றமும் கலாமும் செய்யாது அகலுமின்'

- என்று எவ்வளவு அற்புதமாகப் பாடி வைத்திருக்கிறார்கள் பாருங்கள்.

அன்றைக்கு வேத சமயம், பௌத்த சமயம், சமண சமயம், சைவ சமயம் உள்ளிட்ட சமயங்களோடு நாத்திகமும் இருந்திருக்கிறது. இவங்களை எல்லாம் பொதுசபையில கூப்பிட்டுவச்சி, உங்களுடைய சமயத்தைப்பற்றிச் சொல்லுங்கள். கொஞ்சம் பிந்தின இலக்கியங்களினால இன்னும் கொஞ்சம் சைவம், வைணவம் அதெல்லாம் வரும் உள்ளுக்குள்ள. அவங்கவுங்க சமயத்தைப்பத்தி அவங்கவங்க சொல்லணும். அதை பொதுமக்கள் உக்காந்து கேக்கணும். இந்தச் சமயம் எப்படிப்பட்டது? அதில் என்னென்ன நல்லது இருக்குன்னு சொல்றாங்க. அடுத்த சமயத்தார், தங்களுடையதுதான் பெரியதுன்னு சொல்லி வாதிடுவாங்க. இதுல பிரச்சினையும் வரும் என்பதால, அனுபவம் மிக்க பெரியவர்கள் நடுநிலைவாதிகளாக இருப்பாங்க. அவங்க என்ன சொல்லுவாங்கன்னா "சமயம் குறித்து நன்றாக பேசலாமே தவிர, அதுக்குள்ள சண்டை போட்டுறக்கூடாது" அப்படீன்னெல்லாம் புத்திமதி சொல்றாங்க. இதுதான் சங்க காலத்துப் பட்டி மண்டபம்.

இந்த பட்டி மண்டபத்தில் ஒருவர் ஒரு கட்சியைச் சொல்லி, அந்தக்கட்சியின் தகுதி என்னென்ன, எதிர்க்கட்சியின் தகுதியின்மைகள் என்னென்ன என்பதைப்பற்றிச் சொல்லுவார். மற்றொருவர் அதை ஏற்று அல்லது மறுத்துப் பேசுவார்கள். இப்படி பலருமாக ஒட்டியும், வெட்டியும் பேசுகிற ஒரு பாங்குதான் பட்டி மண்டபம் என்று சுருக்கமாகப் புரிந்துகொள்ளலாம்.

தற்காலத்தில் இதை முழுமையாகத் தெரிந்துகொண்டவர் பெரியவர் சாவன்னா கணேசன். கம்பராமாயணத்துலயும் பட்டிமண்டபம் இருக்கு. *'பன்ன அரும் கலைதெரி பட்டி மண்டபம்'* என்று கம்பன் எழுதியிருக்கிறார். அதனால் பெரியவர், இக்காலத்திற்கான பட்டிமண்டபத்தைக் காரைக்குடியில் அறிமுகப்படுத்தினார். அப்போது பார்த்தீங்கன்னா, கம்பராமாயணத்தைப் பற்றி பேச ஒரு கட்சிக்கு 7 பேர், 10 பேர் இருப்பாங்க. அந்தக் காலத்துல அப்படி இருந்தது.

அப்படி நடந்த பட்டிமண்டபத்துக்கு போன தவத்திரு குன்றக்குடி அடிகளார், வெறும் கம்பனை மட்டுமே வைத்துக்கொண்டு பட்டிமண்டபம் நடத்துவதை விட, பிற இலக்கியங்களையும் உள்ளே கொண்டு வரவேண்டும். சிலப்பதிகாரம், திருக்குறள், திருவிளையாடல் புராணம், பெரிய புராணம் பற்றியும் பேசவேண்டும். பாரதியைப் பற்றியும், பாரதிதாசனைப் பற்றியும் பேசவேண்டும். இப்படிப் பழைய இலக்கியங்கள், புதிய இலக்கியங்கள் எல்லாவற்றையும் பேசவேண்டும் என்று ஆசைப்பட்டு, அதை வீதிக்குக் கொண்டுவந்தார். தொடக்கத்தில் பட்டிமண்டபம் இப்படித்தான் இலக்கியத்தைச் சுற்றியே இருந்தது.

நீங்கள் எப்படி பட்டிமன்றத்திற்குள் வந்தீர்கள்?

நான் படித்த தியாகராசர் கல்லூரி இருக்கிறதே, அது தமிழுக்கென்றே பெயர் பெற்ற கல்லூரி. அந்தகாலத்தில் உள்ள பெரியவர்கள் அத்தனை சிறப்பாக அக்கல்லூரியை வைத்திருந்தார்கள். எங்கே நல்ல தமிழாசிரியர்கள் இருக்கிறார்களோ, அவர்களை எல்லாம் இங்கே கொண்டுவந்துவிடுவார்கள். அவர்கள் எல்லாம் தமிழில் ஆழங்கால் பட்டவர்கள். பெரும்பேச்சாளர்கள். அவர்கள் இருக்க, அவர்களுக்குக் கீழே இலக்கியக்கூட்டங்களில் பேசுவதற்காக நான் கடை மாணாக்கனாக, அவர்களுடைய மாணாக்கனாக சென்றிருக்கிறேன். இப்படிப் பேசச் சென்றதுதான் பட்டிமன்றத்துக்கான வழியையும் தொடங்கிவைத்தது.

அந்தக் காலகட்டத்துல, பா.ஜீவனந்தம் (தோழர் ஜீவா) ‘கலை இலக்கியப் பெருமன்றம்’ என்ற மன்றத்தைத் தொடங்கினார். அதில் தமிழ் சார்ந்த விழாக்களை நடத்துவார். பாரதியாருக்கு விழா நடத்தினார். அப்படி ஒருமுறை புதுக்கோட்டையில் பாரதியாருக்கு விழா எடுத்தபோது, பட்டிமன்றம் நடந்தது. அதில்தான் முதன் முதலாக நான் பட்டிமன்ற மேடை ஏறினேன். அந்தப் பட்டிமன்றத்திற்கு நடுவராக குன்றக்குடி அடிகளார் இருந்தார். ஒரு அணிக்கு 5 பேர் வீதம், இரண்டு அணிகள் பேசும். அந்தப் பட்டிமன்றத்திலே, ஜெயகாந்தன், எஸ்.ஆர்.கே., தொ.மு. சி.ரகுநாதன், எம்.எஸ்.நாடார், மாபெரும் பேராசியர்களோடு நானும் பேசினேன்.

எனக்கு அப்போது சிறிய வயது என்பதால், பட்டிமன்றத்தில் கடைசியாகத்தான் பேசவைப்பார்கள். அஞ்சாவது ஆளா

இருந்திருக்கேன். நாலாவது ஆளா இருந்திருக்கேன். மூன்றாவது ஆளா இருந்திருக்கேன். இரண்டாவது ஆளா இருந்திருக்கேன். இப்படி படிப்படியாக முதலாவது இடத்துக்கு வளர்ந்து வந்தேன். அப்படி அவர்களோடு கூடியிருந்து பேசிப்பேசியே மேடையை அலங்கரிச்சேன். அந்தப் பேராசிரியர்களிடம் வாங்கிக்கொண்ட ஞானப்பிச்சை அது.

எத்தனை பெரியவர்கள். எவ்வளவு சிறப்பான பேச்சாளர்கள் அவங்க. எத்தனை தலைப்பு. புதிய புதிய தலைப்பு. அப்போ இத்தனை தலைப்புகளுக்குள்ள எப்படி பேசுவது என்று யோசித்தபோதுதான் புத்தகத்தின் துணை அதிகமாகத் தேவைப்பட்டது. எனக்கு புத்தகம் வேணுமே. வேலைக்குச் சேர்ந்த சில வருசத்துலயே ஜெயபாய் என்கிற பெண்ணை எனக்குத் திருமணம் செய்து வைத்தார்கள். அப்போ எங்க வீட்டம்மா கிட்ட நான் ஒரு ஒப்புதல் பண்ணிகிட்டேன். "கல்லூரிச் சம்பளம் முழுமையாக அப்படியே உன்னிடம் வந்துடும். அப்படியே கவரோட குடுத்துடறேன். வெளியேபோய் பேசறதன் மூலம் கிடைக்கும் பணத்துல புத்தகங்கள் வாங்கிக்கிடறேன்"ன்னு ஒப்பந்தம் பண்ணிகிட்டேன்.

வெளிய பேசப் போனா, அந்தக் காலத்துல ரெண்டு ரூபா, மூன்று ரூபா கிடைக்கும். அந்த காலத்துல அஞ்சு ரூபா கொடுக்கறது பெரிய காரியம். பத்து ரூபாய் என்றால் அது மிகவும் பெரிய தொகை. நூறு ரூபாய் வாங்குவதற்கு நாங்க பெரும்பாடுபட்டோம். அதற்கு பத்து பதினைந்து ஆண்டுகள் ஆனது. அப்படியெல்லாம் சேர்ந்து இரவெல்லாம் பயணம் செஞ்சிட்டு அங்க போனா... "அய்யா தொடங்கிடுவோமா" என்பார்கள். "சாப்பாட்டுக்கு வழி?" என்று கேட்டால், "ஆமாய்யா" என்று சொல்லிவிட்டு அவன் வாங்கி வருகிற சாப்பாடு காய்ஞ்சிபோன பன்னா இருக்கும். இல்லன்னா டீயை வாங்கிக்கொடுத்து, "முடிஞ்சபிற்பாடு பாத்துக்குவோம்யா" என்பான். முடிஞ்ச பிற்பாடு அங்க எங்க அவனைப் பார்க்கறது. அவன் புறப்பட்டு போயிடுவான். என்னா பாடுபட்டிருக்கிறோம் தெரியுமா? பல ஊர்களுக்கு பஸ்ஸ்டாப்புல இருந்து இறங்கி, நடந்து போயிருக்கிறோம். சைக்கிள்ள போயிருக்கிறோம். கட்டை மாட்டு வண்டியில போயிருக்கிறோம். உழவர்கள் வைத்திருக்கக் கூடிய ட்ராக்டரிலே போயிருக்கிறோம். இப்படி பல வாகனங்கள்... அங்க போன பிற்பாடு என்ன ஆகும்னா? எட்டு மணி, ஒன்பது மணி ஆகும். நிகழ்ச்சி

தொடங்கறதே பத்து மணிக்குத்தான். அதுவரைக்கும் எங்களை எங்கே கொண்டுபோய் அடைச்சி வப்பாங்கன்னு நினைக்கறீங்க. பள்ளிக்கூட கட்டடத்துக்குள்ள, அதுவும் பாழடைஞ்ச பள்ளிக்கூடத்துலயா இருக்கும். அல்லது எங்கயாவது ஒரு வீடா இருக்கும். இப்படிப் பல பகுதிகளிலே நாங்கள் பட்டிருக்கும்பாட்டைச் சொல்லிமாளாது. அவ்வளவு ஏன்? சொந்த மாவட்டமான மதுரையிலேயே எங்களுக்குக் கஷ்டம்தான்.

அந்த காலகட்டத்தில் வீதிக்கூட்டங்களுக்குத்தான் மக்கள் செல்வாக்கு இருந்தது. பட்டிமன்றங்களுக்கு கூட்டமே வராது என்று கேள்விப்பட்டனே?

நீங்க கேள்விப்பட்டது உண்மைதான். திராவிடக் கட்சிகள் அடிக்கடி வீதிக்கூட்டங்கள் நடத்தும். அதற்கு மக்கள் கூடுவார்கள். ஒரு அரங்கத்திற்குள் இருந்த பட்டிமன்றத்தை மெல்லமெல்ல வீதிக்கு கொண்டுவந்தோம். அங்கே கம்பனைப் பற்றியும் திருவள்ளுவரைப் பற்றியும் இன்னும் பல துறைகளைப் பற்றியும் மக்களிடையே எடுத்துச்சொல்ல ஆரம்பித்தோம். அப்படிச் சொன்ன போது, நான் என்ன கண்டுகிட்டேன்னா, மக்கள் அதை ரசிக்கவில்லை அல்லது அவர்களுக்குப் புரியவில்லை. சிறுவயதில் நாங்கள் படிக்கும்போது, புரிகிறதோ இல்லையோ கடமுட கடமுடவென ஒப்பித்துவிடுவோம். நமக்கே அது விளங்காது. வகுப்பறையில அதை நாலஞ்சு முறை ஆசிரியர் படிச்சிக்காட்டி, அப்புறம் ஒவ்வொரு வரியா சொல்லிச் சொல்லிக்கொடுப்பாரு.

அவ்வளவும் செய்துவிட்டு பார்த்தோம்னா நமக்கு அது மறந்துபோயிடும். சில சமயத்துல அது வெளங்காது. நமக்கே இப்படி இருக்கும்போது, பொதுமக்கள் என்பவர்கள் உழப்படாத நெஞ்சம் கொண்டவர்கள். அவங்ககிட்ட போய், கம்பனையும் பாரதியையும் சொன்னால் அவர்களுக்கு என்ன விளங்கும்? பட்டிமன்றம் போட்டோமுன்னு சொன்னா பெண்கள் வரவே மாட்டாங்க. எங்க கூட்டத்துக்கு பெண்கள் வரவே மாட்டாங்க. வந்தா ஏதோ மூணு அல்லது ஐந்து பெண்கள்தான் வருவாங்க. அவங்களைப் பார்த்தா பரிதாபமான ஆட்களாக இருப்பாங்க. பலபேர் உட்கார்ந்து கேட்டுகிட்டே இருப்பாங்க. ஆனா அவங்களுக்கு அது வெளங்காது.

நாங்க கர்ணனா கும்பகர்ணனா என்று தலைப்பு போட்டால்... அவன் என்னத்தைக் கண்டான். கர்ணனாவது தெரியும்.

கும்பகர்ணனை யாருக்கும் தெரியாது. படிச்ச எங்களுக்கே ரொம்பகாலத்துக்கு பிற்பாடுதான் கும்பகர்ணன் யாருன்னு தெரியும். அவன்கிட்ட போய் இதைச் சொன்னம்னா எப்படிங்க கேட்டுகிட்டு இருப்பான். அதனால காலப்போக்குல என்னாச்சுன்னா, இந்த நிகழ்ச்சியில் கொஞ்சம் தொய்வு விழுந்தது.

தொய்வு விழுந்த இடத்தை எப்படி நாம் சரி செய்து மீண்டும் இந்த பேச்சு உலகத்தினை எழுச்சிபெற வைக்கணும்னு சொன்னால், அதற்கு ஏதாவது ஒரு மாற்றம் பண்ணியாகணும். எதைக்கொண்டு போறது? தெரியல. முழிச்சிகிட்டு இருந்தோம்.

பட்டிமன்றப் பேச்சாளராக இருந்த நீங்கள் நடுவராக மாறியது எப்படி? பட்டிமன்றத்தில் ஏற்பட்ட தொய்வை போக்கியது எப்படி?

அத ஏன் கேக்கறீங்க? என்னையக் கேட்காமலேயே நடுவர் பதவியில என்னைய உட்கார வச்சுட்டாங்க. பட்டிமன்றத்தை வெளியே கொண்டு வந்தவர் குன்றக்குடி அடிகளார். பட்டிமன்றம் அப்போ பிரபலமடைஞ்சுகிட்டிருந்துச்சி. எல்லா இடத்துக்கும் குன்றக்குடி அடிகளாரால போகமுடியல. அதுமில்லாம, பெரிய பேச்சாளர்கள் வரணும்னா நிறைய துட்டு கேப்பாங்க. கிராமத்து மக்கள்கிட்ட ஏது அவ்வளவு பணம். அவுங்க ஒரு ஆளுக்கு 10 ரூபா கொடுக்கறதே பெரிதா இருந்த காலம் அது. ஊரு எனக்கு ஞாபகமில்ல.

1968 இருக்கும்னு நினைக்கிறேன். தெற்குப் பக்கம்தான் அந்த கிராமம். என்னைய கேட்காமலேயே நடுவராகப் போட்டுட்டாங்க. 'ஏன்யா... நாம்பாட்டுக்கு ஒரு கட்சி சார்பா பேசினமா... உக்காந்தமான்னு இருப்பேன். என்னையப்போயி நடுவரா போட்டுடீங்கன்னா... ரெண்டு தரப்பு சொல்றதையும் முழுக்க கேக்கணும். தீர்ப்பு வேற சொல்லணும். இதெல்லாம் சரிப்பட்டு வராது'ன்னு சண்டையே போட்டேன். "அதெல்லாம் ஒண்ணும் இல்ல. நீங்கதான் நடுவர்"னு சொல்லிட்டாங்க. கிராமத்து மக்களின் அன்புக்கு அடிபணியத்தானே வேணும். எனக்கு நடுவர் பொறுப்பு மக்களாகக் கொடுத்தது. அதன்பிறகு எங்களுக்கு என்று ஒரு அணியைத் தயார் செய்து பட்டிமன்றங்கள் நடத்த ஆரம்பித்தேன்.

இப்படி முன்னேறிகிட்டு இருக்கும்போதுதான், பொதுமக்கள்கிட்ட பட்டிமன்றம் என்றால் வரவேற்பு குறைந்துகொண்டே போக ஆரம்பிச்சிடுச்சி. என்னடா செய்யறதுன்னு முழிச்சிகிட்டிருந்தோம். இப்படிச் சிரமப்பட்டுக்கொண்டிருக்கிற நேரத்துலதான்,

என் வீட்டுக்கு அருகில் இருந்த அ.கி.செல்வகணபதி எனும் புலவர் என்னிடம் வந்து, "ஐயா எங்க பகுதிக்கு நீங்க நிகழ்ச்சிக்கு வரணும்"னாரு. அதுவும் மதுரைக்குள்ளதான் நடக்குதுன்னாரு... 'வரேன்யா'ன்னு சொல்லியாச்சு. உடனே அவரு, "ஆனா ஒரு நிபந்தனை. நான் சொல்லுகிற தலைப்புலதான் பேசணும்"னு சொல்லிட்டாரு. அவர் தமிழாசிரியர் என்பதால், இலக்கியத்தில் இருந்து ஏதாவது தலைப்பு கொடுப்பாரு... பாத்துக்குவோம்னுட்டு 'சரி சொல்லுங்க பேசுவோம்'னேன்

அவரு சொன்னாரு "குடும்பத்தின் பெருமையைக் காத்து உயர்த்துவதில் முதலிடம் பெறுவது கணவனா? மனைவியா?" இதுதான் தலைப்புன்னாரு. அவரு தலைப்பு கொடுத்தவுடனேயே என மனசுல என்ன தோணிச்சுன்னா... 'சரி, நமக்கு மீனாட்சி ஒரு வழி காட்டிட்டா... நிலைமை மாறப்போகுது. இதுதான்டா சரியான பாதை'ன்னு நினைச்சிகிட்டேன். அந்த நிகழ்ச்சிக்கு ஒத்துக்கொண்டேன்.

என்னுடைய பேச்சாளர்களை மெல்ல அணுகி, இந்த தலைப்பைச் சொன்னவுடனேயே முடியாதுன்னுட்டாங்க. "எந்த மாதிரியான தலைப்புகளில் பேசிய ஆட்கள் நாமெல்லாம். இப்படி ஒரு தலைப்புல பேசுறதா"ன்னு சொன்னாங்க. அன்றைக்கு என்னோடு இருந்த ஆட்கள் எல்லாம் பெரிய பெரிய பேச்சாளர்கள். பேராசிரியர் சொல் விளங்கும் பெருமாள், பேராசிரியர் சக்தி பெருமாள், காந்திமதி அம்மா, ராஜாராம் இப்படி நிறையபேர் அன்னைக்கு என்னோடு இருந்தாங்க... இதிலே ராஜாராம் மட்டும் பேசாம இருந்தாரு. மத்தவங்க எல்லோருமே வரமுடியாதுன்னு சொல்லிட்டாங்க. இந்த தலைப்புல பேசமுடியாதுன்னுட்டாங்க. பிறகு அவங்ககிட்ட கெஞ்சி கூத்தாடி, "வாங்க... தயவு செய்து வாங்க... அவங்ககிட்ட வாக்கு கொடுத்துட்டேன். இனிமே அந்த தலைப்பு போடல வாங்க..." அப்படின்னு சொல்லிக் கூட்டிகிட்டுப் போனேன்.

பட்டிமன்றம் நடக்க இருக்கின்ற பகுதிக்குப் போகிறோம். அது கூட்டமா? ஒரு பெரிய மாநாட்டுக் கூட்டமே உக்காந்திருக்கு. அதுல பாத்தா பெரும்பாலும் பெண்கள். அப்போ எங்ககூட வந்தவங்க கேட்டாங்க. "என்னய்யா இது... நம்பவே முடியல... இவ்வளவு பெண்கள் நம்ப கூட்டத்துக்கு ஒருகாலும் வந்ததே இல்லியே. இது எப்படி நடந்துச்சி... ஒருவேளை அரசியல் கூட்டம்னு நினைச்சிட்டாங்களா" என்றார்கள்.

நிகழ்ச்சி ஆரம்பமானதும் என்னை வரவேற்க வந்தவரு கேட்டாரு. "பட்டிமன்றத்துக்கு வந்த சோதனையா? இதுதானா தலைப்பு?" அப்படின்னாரு. ஆரம்பத்துலயே இப்படிச் சோதிக்கிறாரே இந்தாளு...எது நடந்தாலும் சரி... பாத்துக்குவோம்னுட்டு, இத்தனை அவமானங்களோடுதான் மேடையில் ஏறினேன்.

நிகழ்ச்சி தொடங்குனோம். மெல்ல மெல்ல நிகழ்ச்சி போய்க்கிட்டு இருந்தது. எங்க ஆளுங்க எல்லாரும் திருக்குறளை வச்சித்தான் பேசிகிட்டு இருந்தாங்க. நான் என்னுடைய தீர்ப்புரையில ரெண்டு நாடோடிப்பாட்டு, கிராமத்து பாட்டு. ரெண்டே ரெண்டு பாட்டுத்தான். அந்த பாட்டு எப்படி இருக்கும்னா...

குடிகார கணவன் வீட்டுக்கு வந்து மனைவியை அடித்து உதைத்து, நாளை விடியறதுக்குள்ள உங்கப்பன் வீட்டுக்கே போடின்னு சொல்லிட்டான். அப்போ அந்த பொண்ணு ஒப்பாரியா பாடுறா...

"அறியாத ஊருலயும் தெரியாம வாக்கப்பட்டேன்

அடியாதிக புடியாதிக விடியக்காலம் ஓடிப்போறேன்"

என்று சொல்லிட்டு விடியற்காலையில் அப்பன் வீட்டை நோக்கி போறா... போகும்போது ஒத்த பனை மரத்தோரம் உழுதுகொண்டு இருக்கிறார்கள்... அப்போது மீண்டும் அந்தபொண்ணு பாடுறா...

"ஒத்தப் பனையோரம்

உழுகிற நாயன்மாரே

கத்திகிட்டே போறேன்னு

என்கணவங்கிட்ட சொல்லிடுங்க"

- என்று அழுதுகிட்டே போறா...

இப்படி பாட்டைச் சொல்லிவிட்டு, எப்படி இந்த பெண்கள் துன்புறுத்தப்படுகிறார்கள். புகுந்தவீட்ல சிரமப்படறாங்க... கணவன்மார்களுடைய ஆதிக்கம் எப்படி இருக்கிறது. அதை மீறி அவங்க எப்படி அந்த குடும்பத்தை நடத்தறாங்கன்னு சொல்லியபோது, எங்களின் முன்னே உட்கார்ந்திருந்த பெண்கள் அழுகிற காட்சி, கேவிக்கேவி அழுகிற காட்சி தெரிந்தது. அவர்கள் அழுகிறார்கள் என்பதைப் பார்த்தவுடனேயே, நான் எங்க ஆளுங்க

இருக்கற பக்கம் திரும்பிப் பார்க்கறேன். அங்கே பார்த்தா, காந்திமதி அம்மா அழுதுகிட்டு இருக்காங்க... சக்தி பெருமாள் அம்மா அழுதுகிட்டு இருக்காங்க... முடிஞ்சதும் சொல்றாங்க... “இதுதான்யா பட்டிமன்றம். இனி இந்த தலைப்புலதான்யா போடணும்”னு சொன்னாங்க.

அன்றைக்குத் தொடங்கிய யாத்திரைதாங்க. இந்தத் தலைப்புல மட்டும் 500 முறைக்கு மேல, பட்டிமன்றம் பேசியிருப்போம். மதுரை முழுக்க வார்டு வார்டா இந்த தலைப்புல பட்டிமன்றம் நடத்தியிருக்கோம். (சிரிக்கிறார்). கல்வியாளர்கள் கைவசத்திலும், புலவர்களின் புத்தகத்திற்குள்ளேயும் சிக்கிக்கிடந்த இந்தப் பட்டிமன்றம் மெல்ல மெல்ல பொதுமக்களின் சொத்தாக மாறியது.

இந்த தலைப்புக்குக் கிடைத்த வரவேற்பைப்பார்த்து, 1986-ல், தூர்தர்ஷன் பொதிகையில இதே தலைப்பிலேயே பேசச்சொன்னாங்க. பேசிட்டு வந்தோம். அந்த காலட்டத்துல தூர்தர்ஷன் சென்னையில இருந்து விழுப்புரம்வரை மட்டும்தான் ஒளிபரப்பின் எல்லை இருந்தது. எங்களால பாக்க முடியல. 1988-ல, மறுபடியும் தூர்தர்ஷனில் பட்டிமன்ற நிகழ்ச்சி நடத்தியது, உலகம் முழுக்க சென்று சேர்ந்தது. அதன்பிறகு எங்களுடைய பட்டிமன்றம் சூடு பிடிச்சது. ஒரே நாளில் இரண்டு பட்டிமன்றங்கள் எல்லாம் நடத்தி இருக்கிறேன். பல ஊர்கள், மாநிலங்கள், உலக நாடுகள் எல்லாவற்றிலும் பேசிட்டு வந்தாச்சு.

எதிர்பாராத சம்பவங்கள் ஏதேனும் நடந்ததுண்டா?

நிறைய நடந்திருக்கு. நம்மகிட்ட பேசனவங்களே... நமக்கு எதிரா மாறி இருக்காங்க. ஒருமுறை தூர்தர்ஷன்ல நிகழ்ச்சி பதிவுக்கு போனப்போ, எங்களைத் தடுக்க நிலையத்துக்கு வெடிகுண்டு மிரட்டலெல்லாம் வந்துச்சி. அடிதடி எல்லாம்கூட நடந்திருக்கு. அவங்க மேடையில பேசறதெல்லாம் பார்த்தா உயர்வா இருக்கும். ஆனா அவங்க செயலில் தாழ்வுதான் இருக்கும்.

திருக்குறளுக்கு உரை எழுதிய தூண்டுதல் எப்படி வந்தது?

திருக்குறளை நடத்தும்போது, தேர்வை மனதில்வைத்து, ஒரே நாளில் 5 குறள்களைச் சொல்லித்தருவோம். அது மாணவர்களுக்குப் புரியாது. தேர்வுக்காக மட்டுமே அதைப் படிப்பார்கள். அது நெருடலாகவே இருந்தது. அந்த நேரத்தில் திருச்சி வானொலியிலிருந்து அழைத்து, வாழ்க்கை துணைநலம் என்ற

அதிகாரத்தில் இருந்து தினம் ஒரு குறள் வீதம் , 5 நாள் உரையாற்ற வேண்டும் என்றார்கள். அதற்கான ஸ்கிரிப்டை தயார் செய்து அனுப்பி இருந்தேன். அது அவர்களுக்கு மிக எளிதாகப் புரிந்தது. சிறப்பான முறையில் இருந்தது. அந்த நிகழ்ச்சிக்கு நேயர்களிடமிருந்து நிறைய பாராட்டு கடிதங்களும் வந்தன. அடுத்து சன் டிவியில் தினமும் குறள் விளக்கம் சொல்ல வேண்டும் என்றார்கள். இந்த நிகழ்ச்சியில் நான் பேசியது மிகப்பெரிய வரவேற்பைப் பெற்றது. கலைஞரையும் அது ஈர்த்தது. அழைத்துப் பாராட்டினார். இதன் காரணமாக எளிய நடையில் திருக்குறளுக்கு உரையை எழுதி 1999-ல், வெளியிட்டேன்.

பட்டிமன்றத் துறைக்கு வரவிரும்பும் பேச்சாளர்களுக்கு உங்களின் ஆலோசனை என்ன?

நிறைய படிக்கணும். புத்தகத்தை மட்டுமல்ல, சமூகத்தைப் படிக்கணும். அவர்களின் பிரச்சினைகளைத் தெரிந்துவைத்திருக்க வேண்டும். நாளிதழ்கள் வாசிக்க வேண்டும். அறிவியல் வளர்ச்சி பற்றித் தெரிந்துவைத்திருக்க வேண்டும். தன்னைப் பெரிதாக நினைக்காமல், சமூகத்திற்கு நம்மால் என்ன நன்மை செய்ய முடியும் என்று நினைக்க வேண்டும். முக்கியமாக, பட்டிமன்றம் காசு, பணம் தரும் என்று நம்பி இந்தத் துறைக்கு வரக்கூடாது.

(சந்திப்பு நிகழ்ந்தது: டிசம்பர் 2021)

உயர்ந்த பரிசு!

தமிழக அரசு, இவருக்கு 2000-ல் கலைமாமணி விருது வழங்கியது. மத்திய அரசு 2021-ல், பத்மஸ்ரீ விருது வழங்கியுள்ளது. ஒருமுறை துபாய் ஏர்ப்போர்ட்டில் நடந்துகொண்டிருந்தபோது, அங்கே துப்புரவு பணியிலிருந்த தமிழர் ஓடிவந்து இவரைப் பிடித்துக்கொண்டார். “ஐயா உங்களோட பட்டிமன்றம் கேட்டு மகிழ்ந்திருக்கேன். எனது நினைவாக இந்தப் பேரீச்சம் பழக் கொத்தை வாங்கிக்கங்க” என்றார். “அவர் கொடுத்த பரிசுதான் நான் பெற்றதிலேயே உயர்ந்த பரிசுன்னு நினைக்கிறேன்யா... ஏன்னா... நாம் பேசும் பேச்சு, படித்தவர்களிடம் எளிதில் சென்றுவிடும். ஆனால், படிக்காத பாமரர்களிடம் எளியவர்களிடம் நம்முடைய பேச்சு சென்றடைவதுதான் நமக்குக் கிடைக்கும் அங்கீகாரம்” என்றார் சாலமன் பாப்பையா.

சிறு வயதில் டீ கிளாஸ் கழுவினேன்
இன்று 30 ஹோட்டல்களின் உரிமையாளன்

- சேலம் ஆர்.ஆர்.பிரியாணி நிறுவனர் ரா.தமிழ்ச்செல்வன்

பத்து வயதில் ஹோட்டலில் டீ கிளாஸ் கழுவிக்கொண்டிருந்த சிறுவன், ஹோட்டல் தொழிலே வேண்டாம், மூட்டை தூக்கியாவது பிழைத்துக்கொள்ளலாம் என்று சென்னைக்கு ஓடிவருகிறான். நினைத்தபடி மூட்டையும் தூக்கிப் பார்க்கிறான். இன்னபிற வேலைகளையும் செய்து பார்க்கிறான். எதுவும் ஒத்துவரவில்லை. ஹோட்டலே அவனுக்குக் கைகொடுக்கிறது. மீண்டும் அத்தொழிலில் இறங்கி, கடும் உழைப்பைச் செலுத்துகிறான். அதன் பலனாக, இன்று அத்தொழிலில் பேர் சொல்லும் பிள்ளையாக மட்டுமின்றி ஊர் சொல்லும் பிள்ளையாக உயர்ந்து நிற்கும் சேலம் ஆர்.ஆர்.பிரியாணி கடைகளின் நிறுவனர் ரா. தமிழ்செல்வன்தான் அச்சிறுவன்.

சென்னை முழுக்க 30-க்கும் மேற்பட்ட கடைகளை நடத்திக்கொண்டிருக்கும் தமிழ்செல்வனின் அயராத உழைப்பும், அவர் பட்ட அவமானங்களும், துன்பங்களும் அவருடைய

வரலாற்றுப் பக்கங்களில், காலமானது 'வலி' நிரம்பிய 'மை' கொண்டு, வலிமையாக எழுதி வைத்திருக்கிறது.

ஒரு மழைக்கால மாலை நேரத்தில் சென்னை, பரங்கிமலையில் இருக்கும் அவரது வீட்டில் சந்தித்தேன். வெளியே மழை பெய்துகொண்டிருக்க, உள்ளே நான் கேட்ட கேள்விகளுக்கு எல்லாம் சேலத்துத் தமிழில் பதில் மழையைத் தந்தார். அந்த உரையாடல் அப்படியே இங்கே...

உங்களது பூர்வீகம், பெற்றோர், பள்ளிப்பருவம் பற்றிச் சொல்லுங்க?

மாங்கனி மாநகரம் என்று சொல்லப்படுகின்ற சேலம் மாவட்டம் எடப்பாடியை அடுத்து இருக்கும் ஆலச்சம்பாளையம் என்ற கிராமம்தான் எனது பூர்வீகம். அப்பா பெயர் ராஜு. அம்மா பெயர் பழனியம்மாள். 1971-ல் மூத்தமகனாகப் பிறந்தேன். எனக்குப் பிறகு ஒரு தங்கை. அப்பாவும், அம்மாவும் எங்க கிராமத்துல, கீத்துக்கொட்டகையில டீக்கடையும், இட்லிக் கடையும் போட்டு வியாபாரம் பண்ணுவாங்க. அப்போ ஒரு பரோட்டாவோட விலை 35 பைசாவா இருந்துச்சு. விடிகாலையில வேலையை ஆரம்பிச்சாங்கன்னா வேலையை முடிக்க ராத்திரி ஆயிடும். இப்படி போயிகிட்டிருந்த எங்க வாழ்க்கையில, அம்மாவின் மரணம் இடியா இறங்குச்சி. அப்போ எனக்கு நாலு வயசுதான் இருக்கும். அம்மா போன சோகத்துல அப்பா குடிக்கு அடிமையாகிட்டாரு.

எங்களோட பெரியம்மா வீட்டுலதான் நானும் என் தங்கச்சியும் வளர்ந்தோம். ஆலச்சம்பாளையம் கிராமத்துக்குப் பக்கத்துல இருக்குற நைனாம்பட்டி அரசுப்பள்ளியிலதான் என்ன படிக்க சேர்த்துவிட்டாங்க. நல்லா படிச்சேன். சிலேட்டு வாங்க அப்போ காசில்ல. அந்தளவுக்கு வறுமை. சிலேட்டு ஏன் வாங்கிட்டு வரலன்னு வாத்தியார் அடிச்சாரு. அதனால பள்ளிக்கூடம் போறது நின்னுபோச்சு. பெரியம்மாவால, என்னை நாலாவது வரைக்கும்தான் படிக்க வைக்க முடிஞ்சுது. அவங்க வீட்லயும் வறுமைங்கறதால, நான் வேலைக்குப் போகவேண்டிய சூழல் ஏற்பட்டுச்சு.

ஒன்பது வயசுல என்ன வேலைக்குப் போனீங்க?

அந்த வயசுல என்ன வேலை கிடைக்கும்? சின்னப் பையன் நான். ஊருக்குள்ள ஒரு டீக்கடை இருக்கும். அதுல டீ கிளாஸ்

கழுவுற வேலை கிடைச்சது. டீ கிளாஸ் கழுவுனாதான் வயித்தைக் கழுவ முடியும். அதைக் கழுவுவதற்கு உயரம் பத்தலைன்னு ஆற்றில் இருந்த, கல் ஒன்றை எடுத்து மேடை போல வச்சி, அதில் ஏறி டீ கிளாஸ் கழுவ ஆரம்பிச்சேன். ஒரே ஊருங்கறதால என்னோட உறவுக்காரங்க, தெரிஞ்சவங்க எல்லோரும் டீ குடிக்க கடைக்கு வருவாங்க. அவங்க முன்னாடி இந்த வேலை செய்ய எனக்கு அவமானமாக இருக்கும். அவங்க வரும்போதெல்லாம் கடைக்குள்ள போய் ஒளிஞ்சிக்குவேன். எத்தனை நாளைக்குதான் இப்படி ஓடி, ஒளிஞ்சிக்கிறது. இது சரிப்பட்டு வராதுன்னு ஒரு முடிவெடுத்தேன்.

என்ன முடிவு எடுத்தீங்க?

சொந்த ஊர்ல இருக்கக்கூடாதுன்னு முடிவு பண்ணிட்டேன். வெளிய எங்கயாச்சும் போய், ஹோட்டல் தொழிலில் இறங்காம, வேற வேலை எதாச்சும் செஞ்சு பொழச்சுக்கணும்ங்கற எண்ணம் மட்டும் இருந்தது. போற எடத்துல நம்மாளுங்க யாரும் இருக்கக் கூடாது. அப்படி ஒரு இடத்துக்குப் போயிடணும். அப்படி பாத்தாக்கா, சென்னைதான் நமக்குச் சரியா இருக்கும். அங்க போய் எப்படியாச்சும் பொழைச்சுக்கலாம்னு சென்னைக்கு ரயிலேற முடிவு பண்ணிட்டேன். சென்னைக்குப் போக காசு வேணுமே. அப்போ, கையில பை ஒண்ணு எடுத்துகிட்டு, எங்க ஊர்ல இருந்த தார் ரோட்டையே பாத்துகிட்டு போனேன். அப்போ மாட்டு வண்டிங்கதான் அதிகமா இருக்கும். அந்த மாட்டு வண்டிங்க அடிக்கடி ரோட்டுல போகும்போது, மாட்டோட கால்ல இருக்கிற லாடம் தேய்ச்சிடுச்சின்னா, அப்படியே தார் ரோட்டுல ஒட்டிக்கும். அப்படி தார் ரோட்டுல பதிஞ்சி கிடந்த மாட்டு லாடங்களையெல்லாம் பொறுக்கி எடுத்துக்கொண்டுபோய் எடைக்குப் போட்டேன். 18 ரூபாய் கிடச்சது. அதை எடுத்துகிட்டு ரயிலேறினேன். அந்தப் பணம் சென்னை வரை வருவதற்கு பத்தல. ஒரு டிடிஆர் என்னோட கதையைக் கேட்டுட்டு, அவரே சென்னைக்கு ஒரு டிக்கெட் எடுத்து கொடுத்து அனுப்பி வச்சாரு. அப்போ எனக்கு வயசு 10 இருக்கும். வந்தாரை வரவேற்கும் சென்னை என்னையும் வரவேற்றுச்சு. ஆனா, வரவேற்ற விதமே வேறமாதிரி இருந்துச்சு.

சென்னையில் உங்க ஆரம்பகால வாழ்க்கை எப்படி இருந்தது?

சென்னை சென்ட்ரல்ல வந்து இறங்கும்போது பயங்கர பசி. வெளிய வந்தபோது பசியில் மயக்கம் போட்டு விழுந்துட்டேன்.

முகம் தெரியாத யாரோ ஒருவர் என்னைத் தாங்கிப்பிடிச்சு, தேங்காப்பூ போட்ட ஜவ்வரிசி பாயாசத்தை, ஒரு கண்ணாடி டம்ளர்ல வாங்கிக்கொடுத்தார். அதைக் குடிச்சபிறகுதான் எனக்கு தெம்பே வந்துச்சு. பசியோடு வந்த என்னை, இனிப்பு கொடுத்து வரவேற்றது சென்னை.

“யாருப்பா நீ?” என்று அவர் என்னை கேட்டார். என் கதையை முழுக்க சொன்னேன். “சங்கர் கபேன்னு புதுசா ஒரு ஓட்டல் திறந்திருக்காங்க. அங்க உனக்கு வேலை வாங்கித்தரேன் வா” என்றார். ‘ஹோட்டல் வேலை வேணாமுங்க. மூட்டை தூக்கற வேலைல சேர்த்து விடுங்க’ என்றேன். கொத்தவால் சாவடியில் மூட்டை தூக்கும் வேலைக்குச் சேர்த்துவிட்டார். அவர் யார்? எங்கே இருக்கிறார் என்று இன்றுவரை தெரியல. ஆனாலும் அவரை நன்றியோடு நினைச்சி பாத்துக்குவேன்.

சின்னப்பையனால எவ்வளவு எடையைத் தூக்கமுடியும். ஆனாலும் மூட்டை தூக்கினேன். அதில் கிடைத்த கூலி, வயித்த நிரப்புவதற்கே பத்தல. இரவுல அங்க தூங்க முடியாது. பயங்கரமா கொசு கடிக்கும். விட்டா எல்லா கொசுவும் உங்களோட ரத்தத்தை உறிஞ்சி எலும்புக்கூடாக்கிடும். அவ்ளோ கொசுக்கள் இருக்கும். கோணிப்பையை போத்திகிட்டு தூங்குவேன். தங்கச்சியைக் கல்யாணம் செஞ்சி கொடுக்கணும். பெரியம்மாவைப் பாத்துக்கணும்ங்கற எண்ணம் மட்டும் என் மனசுல வைராக்கியமா இருந்துச்சி.

அடுத்து என்ன செஞ்சீங்க?

கொஞ்சநாள் அப்படி வேலை பார்த்தும் வயித்துக்குப் பத்தல. மாடு மாதிரி உழைக்கிறோம். உழைப்புக்காவது சாப்பிடணுமில்ல. இனிமே நமக்கு இந்த வேலை சரிப்பட்டுவராது. ஏதாவது ஓட்டலில் வேலை பார்த்தோம்னா, மூணு வேளை சோறாச்சும் வயிறார சாப்பிடக் கிடைக்கும்னு நினைச்சி வேலை தேடினேன். போரூரில் துர்க்கா பவன் ஓட்டலில் தட்டு கழுவும் வேலை கிடைச்சது. எந்தத் துறைக்கு வேலைக்கே வரக்கூடாதுன்னு நினைச்சனோ அதே துறைக்கு வரவேண்டியதாகிடுச்சி.

அந்த நாட்களை என் வாழ்க்கையில் மறக்கவே முடியாது. ஹோட்டல் என்பதால் மூன்றுவேளையும் கஸ்டமர்கள் வருவாங்க. சாப்பிடுவாங்க. அதனால பாத்திரம் விழுந்துகிட்டே இருக்கும். நாள் முழுக்க பாத்திரம் கழுவிக்கிட்டே இருக்கணும். அப்படி நாள் முழுக்க தட்டைக் கழுவிக்கொண்டே இருந்ததால கையெல்லாம் புண்ணாகி, கையிலிருந்த நகமெல்லாம் கொட்டிடுச்சி. கால்ல சேத்துப்புண் வந்துடிச்சி. சாப்பிடணும்னு உக்காந்தோம்னா கையில் ஏதாவது பேப்பரைச் சுத்திகிட்டுத்தான் சாப்பிட முடியும்.

அப்படி எல்லாம் கஷ்டப்பட்டபிறகு, அதே ஹோட்டலில் சர்வரானேன். அடுத்த பத்து ஆண்டுகளில் சென்னையில் பல ஹோட்டல்களில் சர்வராக வேலை பார்த்துவிட்டேன். அப்படி வேலை செய்யும்போது என்னுடன் வேலை செய்த செந்தில் என்பவர் நண்பரானார். எத்தனை காலத்துக்குத்தான் சர்வரா இருக்கிறது. நாமளே தள்ளுவண்டி ஹோட்டல் நடத்தினா என்னன்னு செந்தில்கிட்ட ஒருமுறை சொன்னேன். “பணத்துக்கு எங்க போறது?” என்று கேட்டார். நம்மகிட்ட இருக்கிற கையிருப்பை வைச்சி செய்வோம் என்றேன்.

எங்கே தள்ளுவண்டி ஹோட்டல் தொடங்குனீங்க?

சர்வராக வேலை பார்த்தபோது கிடைத்த சம்பளம், டிப்ஸ் இவற்றைச் சேமித்து, பல்லாவரத்தில் ஒருவரிடம் சீட்டு போட்டிருந்தேன். செந்திலிடம் 8 ஆயிரம் ரூபாயும், என்னிடம் 11 ஆயிரம் ரூபாயும் இருந்தது. அதை முதலீடாக வைத்து 1992-ல், கூடுவாஞ்சேரியில், எங்களது தள்ளுவண்டி ஹோட்டலை ஆரம்பிச்சோம். அப்போ ஒரு தள்ளுவண்டியின் விலை 2000 ரூபாய். புரசைவாக்கத்திலுள்ள அபிராமி தியேட்டரின் பின்புறத்தில்தான் அந்தத் தள்ளுவண்டியைச் செய்வாங்க.

நான் கடைபோட திட்டமிட்டிருந்த இடம் கூடுவாஞ்சேரி. தள்ளு வண்டியை வாங்கிகொண்டு, புரசைவாக்கத்தில் இருந்து கூடுவாஞ்சேரி வரைக்கும் தள்ளிக்கொண்டே வந்தேன். இரவு முழுக்க நானே வண்டியைத் தள்ளிகிட்டு வந்ததால, எனக்கு 300 ரூபாய் மிச்சமானது.

எங்களின் தள்ளுவண்டி ஹோட்டலில் இட்லி, தோசை, பரோட்டா, வறுகறின்னு எல்லா அயிட்டமும் இருக்கும். கொடுக்கற உணவைச் சுத்தமாகவும், சுவையாகவும், அதே சமயத்துல கொஞ்சம் தாராளமாகவும் கொடுக்கறதுதான் எனது பழக்கம். அதனால அங்கிருந்த எல்லா உழைக்கும் மக்களும் என் தள்ளுவண்டி கடைலதான் சாப்பிடுவாங்க. என் கை பக்குவத்துக்கு அடிமையாகி முன்கூட்டியே காத்திருப்பாங்க. அன்று தொடங்கிய அந்த ஓட்டம்தான் இது. பல்வேறு வலிகள், வேதனைகள், ஏமாற்றங்கள், துரோகங்கள் எல்லாத்தையும் தாண்டி இன்று சேலம் ஆர்.ஆர்.பிரியாணி கடையின் நிறுவனர் என்ற நிலைக்கு வந்திருக்கிறேன்.

இட்லி கடை நடத்திய அனுபவம் பற்றிச் சொல்லுங்க?

இட்லி கடை போடறதுன்னா சும்மா இல்லீங்க. முதநாளே அதுக்கு அரிசி, பருப்பு ஊறப்போட்டு ஆட்டிவைக்கணும். விடிகாலையிலயே எந்திருச்சி அதுக்கு சாம்பார் வைக்கணும். சட்னி வைக்கணும். வடை போடணும். கறிக்குழம்பு வைக்கணும். இட்லி ஊத்தணும். தோசை ஊத்தணும். கடையில நான் தோசை சுடுவது, இட்லி அவிப்பது, கல்லாவைப் பார்ப்பது என பரபரவென வேலை செஞ்சிகிட்டே இருப்பேன். ஒரு ஆளால தள்ளுவண்டிகடை நடத்துறது சிரமம். ரெண்டு பேராச்சும் வேணும். நண்பன் செந்தில், சப்ளை பண்ற வேலையப் பாத்துக்குவான். நாள் முழுக்க இதில் உழைப்பைச் செலுத்த வேண்டும். ராத்திரி தூங்கறதுக்கே மணி 12 ஆயிடும். காலைல சீக்கிரமா எந்திரிக்கணும். இது மட்டுமில்லாம போலீசாரின் மாமுல் தொல்லைகள், ரவுடிங்கத் தொல்லைகளும் இருக்கும். நமக்கு இது சரிப்பட்டு வராதுன்னு சொல்லி ஊருக்குப் போயிட்டார் செந்தில். தனியாளாகிட்டேன்.

தனி ஒரு ஆளா எப்படி சமாளிச்சீங்க? யார் துணைக்கு வந்தா?

தனியாளா எப்படி இதைச்சமாளிப்பது? அது ரொம்ப கஷ்டம். அப்படி இருந்த காலகட்டத்துலதான் என் மனைவி அமுதாவை

சந்திக்கிறேன். அவங்க காலைல நாலு மணிக்கெல்லாம் எழுந்து எல்லா வேலையையும் முடிச்சிட்டு, 7 மணிக்கெல்லாம் வேலைக்குப் போயிடுவாங்க. நான் தங்கியிருந்த இடத்தைத் தாண்டித்தான் வேலைக்குப் போவாங்க. எனக்கு அழகான பொண்ணு வேணும்னு பாக்கல. நான் கட்டிக்கற பொண்ணு, என்னை அன்பா கவனிச்சிக்கணும், உழைப்பாளிய இருக்குணும்னுங்கற முடிவுல இருந்தேன். அதுக்குப் பொருத்தமா அமுதா இருந்தாங்க.

அவங்க பின்னாடியே போய்கிட்டிருந்தபோது, “டேய் என்ன நீ... என் பின்னாடியே சுத்திகிட்டிருக்க?” அப்டின்னு சொல்லி மிரட்டினாங்க. உங்களைக் கல்யாணம் பண்ணிக்கலாமுன்னுதாங்க சுத்தறேன்னு சொன்னேன். “டேய்... உனக்கு மீசையே இன்னும் முளைக்கலையே” என்றார். எல்லாம் முளைக்குமுங்க. கெட்டபழக்கம் ஏதுமில்லை. 50 ஆயிரம் ரூபாய் சீட்டு போட்டு வச்சிருக்கேன். நல்லா பாத்துக்குவேன். யாருகிட்ட பேசணும்னு சொல்லுங்க. வந்து பேசறேன்னு சொன்னேன். அவங்களுக்கு என் மேல நம்பிக்கையே வரலை. அவங்க வீட்ல பேசினதுல, பெரியவங்க திருப்தியாகிட்டாங்க. பொண்ணு அப்புறமாதான் ஒத்துகிட்டாங்க.

இந்தப் பிரச்சினை முடியறதுக்குள்ளயே அடுத்த பிரச்சினை வந்துச்சி. நான் சீட்டு போட்டு வச்சிருந்தது ஒரு ரவுடி குடும்பத்துகிட்ட. அண்ணன், தம்பிகளைப் பார்த்தா பயங்கரமா இருப்பானுங்க. பையன் நல்லா ஒழுக்கமா இருக்கான். சிக்கனமாவும் பொறுப்பாவும் இருக்கிறான். 50 ஆயிரம் ரூபா சீட்டு போடற அளவுக்கு உழைப்பாளியாவும் இருக்கிறான். இவனுக்கு நம்ம தங்கச்சியை கட்டிகொடுத்துடணும்ங்கற எண்ணதுல இருந்திருக்கானுங்க. இது நமக்குத் தெரியல. என் கல்யாணத்துக்குப் பிறகு போய் சீட்டுப்பணத்தைக் கேட்டா, “என் பொண்ணை ஏமாத்திப்புட்ட நீ... பணமும் இல்ல. ஒண்ணும் இல்ல”ன்னு மிரட்ட ஆரம்பிச்சிட்டாங்க. நான் எங்கங்க உங்க பொண்ணை ஏமாத்தினேன். என் பணத்தை கொடுங்கன்னு அழுது புரண்டேன். 20 ஆயிரம் ரூபாய் மட்டும்தான் கொடுத்தாங்க. மீதிய அவங்க தரவே இல்ல.

துணைக்கு வந்தவங்க இல்ல அமுதா. துணைவியா வந்தவங்க, தாய்க்குத் தாயாவும், தாராத்துக்குத் தாரமாவும் இருந்து என்னை பாத்துகிறவங்க. நாங்க ரெண்டுபேரும் பட்ட கஷ்டத்துக்கு அளவே கிடையாது. தாம்பரம் ரங்கநாதபுரத்துல வாடகைக்கு வீடு கேட்டா,

ஓட்டல் கடை வச்சிருக்கான். தண்ணி அதிகமா செலவாகும்னு வீடே தரமாட்டாங்க. அப்படி இருந்தும் ஒரு ஆளு வீடு கொடுத்தாரு. சந்தோஷமா வீட்டுக்குள்ள போனா, தண்ணி வசதி கிடையாது. வீட்டுக்குள்ள மொட்டைக் கிணறு. மொட்டைக்கிணறுங்கறதால அந்த வீட்டுக்கு யாரும் குடி வரல. நாங்க வரோம்னு சொன்னதும் வீடு கொடுத்துட்டாங்க. தண்ணிக்கு வெளிய இருக்க அடி பம்புக்குத்தான் போகணும்.

விடிகாலை 2 மணிக்கு எந்திரிச்சி, அடிபம்புல தண்ணி அடிச்சிகிட்டு வந்து வீட்டுக்கு மட்டுமில்லாம, தள்ளு வண்டிக்குத் தேவையான தண்ணியையும் நிரப்புவோம். இது ஒருபக்கம் நடந்துகிட்டிருந்தாலும், அந்த மொட்டைக் கிணத்தை நானே இறங்கி தோண்ட ஆரம்பிச்சேன். தினம் தினம் அந்த கிணத்துக்குள்ள இறங்கி, ஆறு மாச காலம் தோண்டித் தோண்டி ஊத்தெடுக்க வச்சேன். என் மனைவி கால நேரம் பாக்காம என்னோட தோள்கொடுத்து நின்னாங்க. அப்படி எல்லாம் கஷ்டப்பட்டு தள்ளுவண்டி கடையை நடத்திகிட்டிருந்தேன்.

இட்லிக் கடையில் இருந்து பிரியாணிக்கு மாறியது ஏன்?

செந்தில் போனபிறகு ராமலிங்கம் என்ற மற்றொரு நண்பன் என்னோடு இணைந்து கொண்டான். கடையை நடத்த ஆரம்பிச்சேன். இட்லிக் கடைக்கு அதிக உடல் உழைப்பு போடவேண்டி இருந்துச்சின்னு முன்னமே சொன்னேன்லயா. இப்படியே இருந்தா நிலமை என்னாகுறது? மாத்துவோம்னு முடிவு பண்ணி பிரியாணி கடையா மாத்துறேன். பிரியாணி செய்யறதுல என்ன ஒரு சௌளரியம்(வசதின்)னா , பிரியாணியிலேயே கறி வந்துடுது, முட்டையும் வந்துடுது. அதுக்கு நீங்க வெங்காயப் பச்சடி ஒன்னு கட்டி கொடுத்தா போதும். இதுலயே வாடிக்கையாளருக்கு எல்லாச் சத்தும் கிடைச்சுடுது. ருசியும் கிடைச்சிடுது. கறியும் கிடைச்சுடுது. பார்சல் கட்டுற வேலையும் நமக்குக் கம்மி.

சாப்பாடு போட்டோம்னா, கூட்டு, பொறியல், சாம்பார், வத்தக்குழம்பு, ரசம், அப்பளம்னு வகை வகையாச் செய்யணும். வேலையும் அதிகம், பார்சல் கட்டுற நேரமும் அதிகமாகும். அதனாலதான் பிரியாணி வியாபாரத்துக்கு மாறினேன். இன்று சேலம் ஆர்.ஆர்.பிரியாணி கடை சுவைக்கு இணையில்லைன்னு வாடிக்கையாளர்கள் சொல்லும்படி கடைகளை நடத்திகிட்டிருக்கேன்.

இட்லி கடை வைச்சிருந்த உங்களுக்கு பிரியாணி செய்யற வித்தை எப்படி வந்தது?

என்னோடு வேலை பார்த்துக்கொண்டிருந்த ராமலிங்கத்துக்கு ஒரு பீரை வாங்கிக்கொடுத்து, "நான் புதுசா நெசப்பாக்கத்துல தள்ளுவண்டி கடை போடறேன், நீ என்னோட கடைக்கு வந்துடு"ன்னு சொல்லி, ஜமால் பாய்ங்கறவரு கூட்டிகிட்டுப் போய்ட்டார். மனசு நொந்து போயிட்டேன். நேரே பாய்கிட்ட போனேன். ஏன் இப்படிப் பண்ணுனீங்கன்னு கேட்டேன். "இப்போதான் புதுசா கடையை ஆரம்பிச்சேன். அனுபவம் தெரிஞ்ச ஆள் வேணும்னுதான் ராமலிங்கத்த கூட்டிகிட்டு வந்துட்டேன்"னு சொன்னார். நானும் உங்ககூட வேலை செய்யறேன் பாய். பத்து நாள் உங்க கூடவே இருந்து தொழில் எப்படி பண்ணும்ங்கறதை சொல்லிக்கொடுத்துட்டுப் போறேன். அதுக்காக என்கிட்ட இருக்கிற ஆளை உங்ககிட்ட வேலைக்கு இழுக்காதீங்கன்னு சொல்லி அவர் கூடவே இருந்தேன்.

செங்கல்பட்டுலருந்து இவரு கடையில பிரியாணி சமைக்க வந்தார் குரானா பாய். ஜமால் பாயோடு உறவுக்காரர்தான் இவர். அவர் பிரியாணி செஞ்சார்னா அந்த இடமே மணக்கும். சுவையும் அற்புதமாக இருக்கும். முத நாள் அவர் செஞ்சதை அவர் கூடவே இருந்து பார்த்தேன். அவருக்கு நூறு ரூபாய் சம்பளம் போட்டு கொடுத்தார் ஜமால் பாய். "சொந்தக்காரன் கூப்பிடறானேன்னு நினைச்சி நான் வந்தா, சொந்தக்காரன்னுகூட பாக்காம என்ன கூலிக்காரன்னு நினைச்சுட்டியாடா"ன்னு சத்தம்போட்டுட்டு போயிட்டார். மறுநாள்ல இருந்து அவரு கடைக்கு வரல. கடைக்கு பிரியாணி வேணுமே. அப்புறம் என்ன பண்றதுன்னு நானே பிரியாணி சமைச்சேன். குரானா பாய் செஞ்சதை மனசுல வச்சிகிட்டு ரெண்டு நாள் சுமாரா செஞ்சேன். வாடிக்கையாளர்கள்கிட்ட இருந்து நல்ல வரவேற்பு கிடைச்சது. அதன் நுணுக்கங்களை அனுபவத்தில் உணர்ந்து கொண்டு அதைப் பிடிச்சிகிட்டேன். ஜமால் பாய்க்குச் சொன்னபடி செஞ்சிக் கொடுத்துட்டு, மறுபடி என்னோட கடைக்கு வந்துட்டேன்.

உங்க பிரியாணிக்கு மட்டும் அப்படி என்ன ஸ்பெஷல் செஞ்சீங்க? எப்படி வாடிக்கையாளர்களைக் கவர்ந்தீங்க?

இட்லிக்குப் பதிலா பிரியாணி கடை போடப்போறேன். அப்போ எல்லாம் சம்பா அரிசிதான் பிரியாணிக்குப் போடுவாங்க.

பாஸ்மதி அரிசி போடமாட்டாங்க. 5 ஸ்டார் ஹோட்டல்லதான் அந்த அரிசியைச் சமைப்பாங்க. சம்பா அரிசி அப்போ கிலோ 5 ரூபாய். அந்த சமயத்துல இரட்டைமான் ரக பாஸ்மதி அரிசி கிலோ ரூ. 12.50. அதைத்தான் பிரியாணிக்குப் பயன்படுத்தினேன். பிரியாணிக்கு மசாலா பொருட்கள் ரொம்ப முக்கியம். ஏலக்காய், மிளகு, பட்டை, லவங்கம் எல்லாம் ஒவ்வொண்ணும் ஒவ்வொரு விகிதத்துல போடணும். விறகு அடுப்புலதான் சமைக்கணும். தீயை எப்படிக் கூட்டணும் குறைக்கணும்னு தெரிஞ்சி வச்சிருக்கணும்.

தள்ளுவண்டிக் கடையில பாஸ்மதி அரிசியில் பிரியாணி போட்ட முதல் ஆள் நான்தான். பாஸ்மதி அரசி வெந்து வரும்போது நல்லா வாசனை தரும். அதனோடு பதமாய் வெந்த கறி, அளவாய் சேர்க்கப்பட்ட மசாலா எல்லாம் சேர்ந்துச்சுன்னா, அந்த வாசம் ஆளையே தூக்கும். அந்த பக்குவம் எனக்கு இருந்தது. ருசியும் பிரமாதமா இருக்கும். மசாலா கொடுங்கன்னு கேட்டு வாங்கி சாப்பிடுவாங்க. மசாலாவோட சாப்பிட்டாத்தான் பிரியாணி ருசியா இருக்கும். இப்ப இருக்க ஆளுங்களுக்கு மசாலான்னா என்னன்னே தெரியமாட்டேங்குது.

என்னோட பிரியாணியில ருசி முதன்மையாகவும், கொடுக்கற சாப்பாட்டை அதிகமாகவும் கொடுத்தேன். மனசு நிரம்ப மட்டுமல்ல, வயிறு நிரம்ப சாப்பிட்டவங்க எல்லோரும் என்னோட வாடிக்கையாளர்களா மாறிட்டாங்க.

இதுல என்ன ஒரு கலட்டா நடந்துச்சான்னா... டபுள் டீர் பாஸ்மதி ரைஸ் சரியான பதத்துல வெந்துச்சுன்னா ஒன்றிலிருந்து ஒன்றரை இன்ச் நீளத்திற்கு சோற்று பருக்கை இருக்கும். ஒன்றோடு ஒன்று ஒட்டாது. இது வாடிக்கையாளர்களோடு கண்ணுக்கு, சேமியாவாகத் தெரிய, என்னிடம் சண்டைக்கு வர ஆரம்பிச்சிட்டாங்க. "ஏய்... சேமியால பிரியாணி செஞ்சிபோட்டுட்டு எங்களை ஏமாத்தப் பாக்கறியா. ருசி நல்லா இருக்குதேன்னு உன்னை அடிக்காம விட்டுட்டுப் போறோம்"னு சொன்னவங்க நிறைய பேரு. சத்தியமா இது பாஸ்மதி அரிசிங்கன்னு சொன்னாகூட ஒத்துக்க மாட்டாங்க. அதன்பிறகு, இந்த பாஸ்மதி அரிசியையும், அரிசி சாக்கையும் எப்போதும் கடையில வச்சிக்குவேன். யார் கேட்டாலும் இதைக் காட்டுவேன். அதன்பிறகுதான் நம்ப ஆரம்பிச்சாங்க. (சிரிக்கிறார்)

தள்ளு வண்டிக்கடை ஹோட்டலுக்கு மாறியது எப்படி? சேலம் ஆர்.ஆர்.பிரியாணி என்பதன் பெயர் காரணம் என்ன?

எனது பிரியாணியின் சுவை பிடித்துப்போகவே நிறைய பேர் தேடிவர ஆரம்பித்தார்கள். எம்.எல்.ஏ, அரசியல் பிரமுகர்கள் என நிறைய விஐபிக்கள் எனக்கு வாடிக்கையாளரா மாறினாங்க. ரோட்டில் நின்று கொண்டு சாப்பிட அவர்களுக்குக் கூச்சமாக இருப்பதாகச்சொல்லி, அவங்கதான் ஹோட்டல் திறக்கும்படி தொடர்ந்து வற்புறுத்தினாங்க. ஒரு இடத்தில சீட்டு போட்டு வச்சிருந்த பணத்தை முதலீடா வச்சி என்னுடைய முதல் கடையை, 2002-ஆம் ஆண்டு சென்னை தாம்பரத்தில் தொடங்கினேன். தரம், சுவை, நிறைவான உணவு. இதுதான் என் கடையோட தாரக மந்திரம்.

சேலம் என்பது நான் பிறந்த மாவட்டத்தின் பெயர். ஆர் என்பது எனது அப்பா பெயரின் முதல் எழுத்து. அடுத்த ஆர் என்பது, எனது நண்பன் ராமலிங்கம் அப்பா பெயரின் முதல் எழுத்து. அவர்களின் நினைவாகத்தான் சேலம் ஆர்.ஆர்.பிரியாணி என்ற பெயரை வைத்து கடையைத் தொடங்கினேன். இப்போது ராமலிங்கம் வேறொரு பெயரில் பிரியாணி கடை வைத்து நடத்திக்கொண்டிருக்கிறான். நான் தனியாக சென்னை முழுக்க 30 கடைகளை நடத்தி வருகிறேன். ஹோட்டல் மட்டுமல்ல, கல்யாண ஆர்டர், நிறுவனங்களில் விழா ஆர்டர் என எல்லாத்தையும் செஞ்சி கொடுப்பேன்.

உங்கள் பிரியாணிக்கு ரசிகராக இருக்கும் ஏதேனும் ஒரு பிரபலத்தின் அனுபவத்தைச் சொல்லுங்க?

ஒரு முறை இயக்குநர் பாரதிராஜா அலுவலகத்துல, வான்கோழி பிரியாணி கேட்டாங்கன்னு செஞ்சி எடுத்துகிட்டுப் போனேன். பாரதிராஜா சார் நமது பிரியாணியின் ரசிகர். அவருடைய அலுவலகத்துக்குப் போனா, அங்கே கவிஞர் வைரமுத்து பாட்டு எழுதிக்கிட்டு இருந்தார்.

பாக்ஸில் இருக்கும் பிரியாணியை எடுத்துகிட்டு, அவரைத் தாண்டி உள்ளே போய் கொடுத்துட்டு வந்தேன். அவருக்கும் ஒரு பாக்ஸ் வைத்தேன். அவர் பாடல் எழுதுவதில் மும்முரமாக இருந்தார். உள்ளே இருந்தவர்கள் பிரியாணியைப் பிரித்து சாப்பிடவே, வாசம் அவரது மூக்கைத் துளைக்க ஆரம்பிச்சிடுச்சி. "என்னப்பா இது? இவ்வளவு மணமா இருக்கே" என்று கேட்டார்.

நான் செஞ்ச பிரியாணிதாங்க அது. உங்களுக்கும் வச்சிருக்கேன் பாருங்கன்னு சொன்னேன். சாப்பிட்டு முடிச்சிட்டு சொன்னார். “என்ன மாயம் செய்தீர்கள் தமிழ்ச்செல்வன். நீங்கள் செய்த பிரியாணியைச் சாப்பிட்ட எனது நாக்கு, ஆண் மயில் தோகை விரித்தாடுவது போல உள்ளே நடனமாடிக்கொண்டிருக்கிறது. வெட்கத்தை விட்டு கேட்கிறேன். இன்னும் இரண்டு பாக்ஸ் கிடைக்குமா” என்றார். இரண்டு என்னங்க நாலாகவே எடுத்துகிட்டு போங்கன்னு பிரியாணியைக் கொடுத்து அனுப்பினேன். அவர் நம்ம பிரியாணிக்கு என்றும் ரசிகர்தான். அவரைப்போல நிறைய பிரபலங்கள் நம்ம பிரியாணிக்கு ரசிகர்களே!

உங்கள் எதிர்காலத் திட்டம் என்ன?

50 ஏக்கர் நிலத்துல கோழி, ஆடு பண்ணை வைக்க இருக்கிறேன். எங்களுக்கான உணவுப் பொருட்களை நாங்களே உற்பத்தி பண்ணலாமுன்னு திட்டிமிட்டிருக்கேன். எங்களுக்கு ரெண்டு பிள்ளைகள் பிறந்தாங்க. ஒரு பையன், ஒரு பொண்ணு. என் பையன் 14 வயசுலயே இறந்துட்டான். பொண்ணு பேரு தமிழ்ச்செல்வி. கடை நிர்வாகத்தை அவர்தான் பாத்துக்கறார். உலகம் முழுக்க சேலம் ஆர்.ஆர். பிரியாணி கடைகளைத் திறக்கணும். ஹோட்டல் தொழில் செய்ய முன்வரும் தொழில் முனைவோர்களுக்கு ஒரு இன்ஸ்டிட்யூட் தொடங்கணும். சினிமாக்களில் நடித்துக்கொண்டும் இருக்கிறேன். தனியே சேனல் ஒன்றைத் தொடங்குங்கள் என்றும் ஆலோசனை சொல்கிறார்கள். எல்லாம் நடக்கும் என நம்புகிறேன்.

இந்தத் தொழிலுக்கு வர விரும்புபவர்களுக்கு நீங்கள் சொல்லும் ஆலோசனை என்ன?

எந்தத் தொழிலாக இருந்தாலும் தனி மனித ஒழுக்கம் வேணும். உணவுத் தொழில்ல நேர்மையும், மனசாட்சியும் இருக்கணும். ஹோட்டலுக்குச் சாப்பிட வரவன் நம்ம வீட்டு ஆளுன்னு நினைச்சு சமைக்கணும். அப்படி நினைச்சி சமைச்சா உணவுல கலப்படம் இருக்காது. உணவு விஷமாக மாறாது. வாடிக்கையாளர்கள்தான் நமது சொத்துன்னு நினைக்கணும். நம்மோடு உழைக்கும் தொழிலாளிகளுக்கு வேண்டியதை நிறைவாகச் செய்யணும். தோல்வி வரும்போது துவண்டுவிடாமல், அதில் இருக்கும் பாடத்தைக் கற்றுக்கொண்டு தொழிலில் முன்னேற வேண்டும்.

(சந்திப்பு நிகழ்ந்தது: அக்டோபர் 2021)

ஆலோசனைத் தரத் தயார்

சேலம் ஆர்.ஆர்.பிரியாணி ஹோட்டல் குழுமத்தின் அதிபர் என்பதைத் தாண்டி, சென்னை ஹோட்டல் உரிமையாளர்களின் சங்கத் தலைவர், சமூக சேவகர், சினிமா நடிகர் எனப் பன்முகங்களைக் கொண்டிருக்கிறார் தமிழ்ச்செல்வன். விவசாய உற்பத்திக்கு உறுதுணையாக இருப்பவர் என்று மத்திய அரசின் விருதினைப் பெற்றிருக்கிறார். ஹோட்டல் தொழில் குறித்து யார் ஆலோசனைகள் கேட்டாலும் சொல்லித்தரத் தயாராக இருப்பதாகவும் சொல்லி இருக்கிறார். இவர் எனது மாவட்டத்தைச் சேர்ந்தவர் என்பதில் எனக்குக் கூடுதல் சந்தோஷம்.

❖❖❖

மோ.கணேசனின் பிற நூல்கள்

1. அறம் செய்ய விரும்புவோம் (நாடகம்)
2. ஓடி வா ஓடி வா சின்னக்குட்டி (சிறார் பாடல்கள்)
3. விடமாட்டேன் உன்னை (நாவல்)
4. டும்...டும்...டும்... தண்டோரா (சிறார் பாடல்கள்)
5. குறுக்கெழுத்து அறுபது (பொது அறிவு புதிர்கள்)
6. வாலுவிடம் கேளுங்கள் (பொது அறிவு கேள்வி - பதில்கள்)
7. இப்படித்தான் ஜெயித்தார்கள் (நேர்காணல்கள்)
8. மாயவியின் திமிர் (சிறார் கதைகள்)
9. மயில் போட்ட கணக்கு (சிறார் கதைகள்)
10. வாலுவின் ஜாலி புதிர்கள் (பொது அறிவு புதிர்கள்)

தமிழ்நாடு அரசு பாடநூல் கழக வெளியீடு

1. குறுக்கெழுத்து புதிர்கள் (பொது அறிவு புதிர்கள்)
2. சொல் விளையாட்டு (மொழி அறிவு புதிர்கள்)

தொகுப்பு நூல்

77வது சுதந்திர தின கவிதை மலர்

www.ingramcontent.com/pod-product-compliance
Lightning Source LLC
LaVergne TN
LVHW060239051026
849517LV00005B/1671
9789391262402